పూర్ణ

భారతదేశంలో వున్న మూడు సంవత్సరాలలో నేను కలసిన అద్భుతమైన వ్యక్తుల్లో పూర్ణ ఒకరు. తన తరానికి చెందిన స్త్రీల నాయకత్వ శక్తిని ఆమె నిరూపించింది. అంతేకాదు, ఆ అమ్మాయి భారతదేశంలోనూ, ప్రపంచమంతటా కూడా వున్న మహిళలకూ బాలికలకూ స్ఫూర్తి. మా ప్రభుత్వ సహాయంతో ఆ అమ్మాయి పరస్పర ప్రాయోజిత కార్యక్రమంలో పాలుపంచుకోడానికి యునైటెడ్ స్టేట్స్‌కు వస్తున్నందుకు నాకు సంతోషంగా వుంది. ఒక పర్వతారోహకురాలిగా, ఒక విద్యార్థిగా, ఒక నాయకురాలిగా, ఆమె అనుభవాలను పంచుకునేందుకు ఆమెను మా దేశానికి సగర్వంగా స్వాగతిస్తున్నాము.

మిస్ కాథరీన్ హెడ్డా
కాన్సులేట్ జనరల్ ఆఫ్ యుఎస్ఎ,
హైదరాబాద్

ఎవరెస్ట్ శిఖరాన్ని అధిరోహించిన చిన్నారి

పూర్ణ

ఆంగ్ల మూలం

అపర్ణ తోట

తెలుగు అనువాదం

పి. సత్యవతి

Prism Books Pvt. Ltd

Bengaluru ● Chennai ● Hyderabad ● Kochi

ఎవరెస్టు శిఖరాన్ని అధిరోహించిన చిన్నారి
పూర్ణ
ఆంగ్ల మూలం : అపర్ణ తోట
తెలుగు అనువాదం : పి. సత్యవతి

Published by:

Prism Books Pvt. Ltd.,
1865, 32 Cross,10th Main
BSK II Stage, Bengaluru - 560 070, India
Phone: 080-26714108
E-mail: logistics@prismbooks.com
Website: www.prismbooks.com

Branches:
Chennai : 044-24311244, prismchennai@prismbooks.com
Hyderabad : 040-27612938, prismhyderabad@prismbooks.com
Kochi : 0484-4000945, prismkochi@prismbooks.com

©Prism Books Pvt. Ltd 2020

First Print : 2020

ISBN : 9789388478564

price : ₹ 295/-
ధర : ₹ 295/-

Total Pages : 208
పుటలు : 208

Book Size : 14 cm x 21.5 cm

Printed on : Text - 58 GSM Stora paper, 168 pages
Colour Plates - 130 gsm Art paper, 40 pages

Cover design : SLN Enterprises, Hyderabad

Book Designing: S. Sudhamayi, Tenali. 97055 53567

Printed in India at Sri Sarada Printers, Hyderabad.

విషయసూచిక

కృతజ్ఞతలు

ఈ పుస్తక రచనకి పూనుకోడానికి ముందు ఇందుకు సంబంధించిన వ్యక్తులను కలుసుకుంటున్నప్పటి నుంచి ఈ లేఖ వ్రాయాలనుకుంటున్నాను.

నా ఆలోచనలలో ముందుగా TSWREIS కార్యదర్శి డాక్టర్ ఆర్.ఎస్. ప్రవీణ్ కుమార్ ఐ.పి.ఎస్. వున్నారు- పూర్ణ అసాధారణ ప్రజ్ఞను గురించి నాతో పంచుకున్నందుకు. ఆమె ఎవరెస్ట్ అధిరోహణకు సంబంధించిన ప్రతి చిన్న విషయాన్నీ ఓపికగా వివరించి నాలో జీవితాంతం నిండివుండే స్ఫూర్తిని, ఉత్తేజాన్ని ఆయన కలిగించారు.

పూర్ణ శిక్షకులైన శేఖర్‌బాబు, పరమేశ్ సింగ్‌లకు నా కృతజ్ఞతలు. వాళ్ళు నేనడిగిన ప్రతి సమాచారమూ ఇవ్వడమేకాక నేను అడిగిన ప్రశ్నలన్నిటికీ సమాధానాలిచ్చి సహకరించారు. ఈ సాహస యాత్రలో పూర్ణతో పాటు పాల్గొన్న ఆనంద్ కుమార్‌కి నా కృతజ్ఞతలు. అతను తన ప్రయాణాన్ని వివరించిన విధానం నన్నూ తనతోపాటే హిమాలయాలు ఎక్కించినట్లే అనిపించింది. పూర్ణ గురించీ, ఆమె చురుకుదనం గురించిన నిశిత పరిశీలన గురించి కూడా చెప్పాడు.

పై వ్యక్తులందరితో నేను ముఖాముఖీ మాట్లాడినప్పుడు వాళ్ళు తమ అంతరంగాన్ని నా ముందు పరచారు. వారి మనసులలోకి చూసే గౌరవం నాకు ఇచ్చారు. కష్టాలకు బాగా ఓర్చుకునేటప్పుడు కలిగే తాత్విక భావాలు అట్లా వుంచి, వాళ్ళెప్పుడూ జీవన కాంక్షనూ ఉత్సాహాన్నీ సానుకూల దృక్పథాన్నీ పదిలపరచుకున్నారు. వాళ్ళ ప్రతి ఒక్కరి దృక్పథం నా హృదయాన్ని తాకినపుడు కళ్ళలో ఆనంద భాష్పాలు నిలిచాయి. ఎప్పటికీ స్మృతిపథంలో నిలిచిపోయే ఒక అద్భుతమైన అనుభవం ఇచ్చిన వీరందరికీ సదా కృతజ్ఞురాలిని.

జ్యోతి అని అందరూ పిలుచుకునే హెచ్.ఎం.ఐ.లో కోర్స్ డైరెక్టర్ శ్రీ రోషన్ ఘట్‌రాజ్‌కు, వింగ్ కమాండర్ శ్రీధరన్‌కు, హెచ్.ఎం.ఐ.లోనూ లద్దాఖ్‌లోనూ స్వేరోస్‌తో తమ అనుభవాలను నాతో పంచుకున్నందుకు కృతజ్ఞతలు.

ఈ పుస్తక రచన గురించి నాపై నమ్మకం వుంచిన ప్రిజమ్ బుక్స్ ప్రయివేట్ లిమిటెడ్‌వారు శ్రీ ప్రాణేశ్ సిరవర, శ్రీ రవీంద్రనాథ్‌లకు కృతజ్ఞతలు.

తగిన మార్పులు సూచిస్తూ నన్ను ఉత్తేజపరచిన అసామాన్య సంపాదకురాలు శుభా శ్రీకాంత్‌కు కృతజ్ఞతలు. ఈ పుస్తక రచనలో నా కృషిలో ఆమె భాగస్వామ్యం మరువురానిది.

సమయానికి చేయందించి పుస్తకంలో విషయాన్ని పెంచడానికి సహాయపడ్డ రిటైర్డ్ చీఫ్ ఇన్కమ్‌టాక్స్ కమీషనర్ ఆఫ్ ఇండియా, శ్రీ చంద్రహాస్‌కు కృతజ్ఞతలు. అట్లాగే ప్రిజమ్ బుక్స్‌కు నన్ను సిఫార్సు చేసిన భూమిక ప్రధాన కార్యకర్త కొండవీటి సత్యవతికి, తెలుగు యూనివర్సిటీ విశ్రాంత ఆచార్యులు డాక్టర్ మృణాళినికి కృతజ్ఞతలు.

TSWREIS ఉద్యోగులైన డాక్టర్ పి.ఎస్.ఆర్. శర్మ, డాక్టర్ వెంకటరాజు, శ్రీ షేక్ మన్నన్, శ్రీమతి లక్ష్మీబాయి, స్వప్నలకు నా కృతజ్ఞతలు.

ఈ పుస్తక రచనలో వారికి చేతనైన విధంగా నాకు సాయపడిన నా స్నేహితులు పద్మజ, శిరీష, చరితలకూ; నా సహాయకులు స్వాతి, జకియా, స్వర్ణలకూ నా కృతజ్ఞతలు.

పూర్ణ కుటుంబాన్ని చూస్తే నాకు సంభ్రమం. వాళ్ళ వినయం, దయాస్వభావం, వాటితోపాటు ధైర్యసాహసాలు, పట్టుదల. అంతేకాదు, పూర్ణ ఎంచుకున్న సాహసానికి వాళ్ళిచ్చిన తోడ్పాటు కూడా! వాళ్లకి కృతజ్ఞత అని ఒక్క మాట చెప్పడం చాలదు. ఆ సౌందర్య మానసులైన సాధారణ జీవులను ఎంతో అభిమానిస్తాను.

ఈ పుస్తక రచనలో నాకెంతో తోడ్పడి, ఎంతో ఉత్సాహపడిన నా సహచరుడు కృష్ణమోహన్‌కు, నా బిడ్డ ధృవ్‌లకు ప్రేమే కదా ఇస్తాను.

'పూర్ణ' విజయం అందుకు సంబంధించిన అందరిదీ. అందులో నేనూ ఒక భాగస్వామిని అయినందుకు కృతజ్ఞతాపూర్వకమైన ఆనందం.

అపర్ణ తోట

తొలిపలుకు

అది ఆగస్ట్ 2014.

తెలంగాణా రాష్ట్ర ఆవిర్భావపు తొలి రోజులు. సంవత్సరాల తరబడి సాగిన పోరాటపు తాలూకు గాయాలు ఇంకా మానుబట్టలేదు. రెండు రాష్ట్రాల సరిహద్దుల ఏర్పాటు కృతకంగానూ వాస్తవ దూరంగానూ వున్నాయి. ఈ సమయంలోనే నేను ఆంధ్రప్రదేశ్‌లోని మార్కాపురం జిల్లాలో పర్యటించవలసివచ్చింది. ఆ పర్యటనలో నాగార్జునసాగర్ డామ్ వద్ద దక్షిణ విజయపురిలోని బాలికల సాంఘిక సంక్షేమ వసతి గృహాన్ని సందర్శించాలనే కోరికను నిగ్రహించుకోలేకపోయాను.

ఆ రోజు ఉదయం నేనక్కడికి చేరుకునేసరికే పాఠశాల విద్యార్థులు అసెంబ్లీకి తయారవుతున్నారు. ఆ స్కూల్ లీడర్స్‌లో ఒకరైన పద్మజగారు పిల్లలకు సందేశం ఇవ్వవలసిందిగా నన్ను కోరారు. ఆమె సాంఘిక సంక్షేమ రంగం పట్ల నిబద్ధతతో పనిచేస్తారు. నేను కొంత నిర్లిప్తతతోనే అంగీకరించినప్పటికీ, తమ పూర్వ కార్యదర్శినైన నన్ను చూడగానే వాళ్ళ కళ్ళలో ఆనందం వెల్లివిరిసింది. అది చూసి నేను ఏ మాత్రం ఆలస్యం చెయ్యకుండా "మీలో ఎంతమందికి ఎవరెస్టు శిఖరం ఎక్కాలనే కోరిక వుంది?" అని అడిగాను. నేను వాళ్ళని ఆ ప్రశ్న ఎందుకు అడిగానో నాకే తెలీదు. బహుశా యాదృచ్ఛికంగానే కావచ్చు. కానీ వాళ్ళందరూ నాకు అప్పుడు పూర్ణలలాగే కనిపించారు.

అక్కడున్న ఆరువందల చేతులూ ఒక్కసారిగా గాలిలోకి లేవడం నాకెంతో సంభ్రమం కలిగించింది. సాధారణంగా ఒకరకమైన నిర్లిప్తతకీ నిర్లక్ష్యానికీ నిరాశకూ నిలయమైన ఇటువంటి విద్యావ్యవస్థలో ఇదొక కలకు సాకారం లాంటిది. ఈ పిల్లలెవరికీ కూడా అంత ఎత్తైన శిఖరం మీదకు ఎక్కడంలో పొంచి వుండే ప్రమాదాల సంగతి తెలియదు. కానీ వాళ్ళ ఉత్సాహం ఆశ్చర్యంగా వుంది. పర్వతారోహణ సంగతి అట్లా వుంచితే అసలు మామూలు కొండలు, గుట్టలు ఎక్కే క్యాంపులకు పంపడానికే అటు తల్లితండ్రులనూ, ఇటు పిల్లల్నీ కూడా ఎంతో బ్రతిమిలాడాల్సివచ్చేది.

అంతకుముందు పర్వతారోహణ గురించి ప్రస్తావించినప్పుడు ప్రతిచోటా నిరాశే ఎదురైంది. ఒక్క చెయ్యీ గాలిలోకి లేవలేదు. కానీ కొన్ని సంఘటనలు చరిత్ర గతినే మారుస్తాయి.

పూర్ణ, ఆనంద్‌లు ఎవరెస్టుపై చేసిన సాహస యాత్ర సంక్షేమ పాఠశాలలలో చదివే పిల్లల్లో వుండే ఆత్మన్యూనతాభావాన్ని ఒక సునామీలా చెదరగొట్టి వారిలో ఆత్మవిశ్వాసాన్ని నింపింది. అప్పుడే నాకు అనిపించింది, ఈ పిల్లల సాహస గాథ భారతదేశానికే కాక ప్రపంచం నలుమూలలకూ తెలియాలని. ప్రపంచవ్యాప్తంగా అణగారిన వర్గాలలో వుండే పిల్లలకు పూర్ణ ఒక వెలుగుదివ్వె కావాలని అనుకున్నాను. కాకతాళీయంగా ప్రిజమ్ బుక్స్‌వారు పూర్ణ జీవితంపైన, ఆమె సాధించిన ఘనతపైన ఒక పుస్తకం ప్రచురించాలని ప్రతిపాదన తెచ్చారు. ప్రపంచానికి పూర్ణను పరిచయం చెయ్యడానికి ఇంతకన్నా మంచిమార్గం ఏముంటుంది? నేను వెంటనే సమ్మతి తెలపడం, వారు ఆ పనిని అపర్ణ తోటగారికి అప్పగించడం జరిగిపోయాయి. అపర్ణగారు పూర్ణ గురించి తెలుసుకోడానికి వచ్చినప్పుడు ఆమె కూడా నాకు పూర్ణ అంత సాధకులుగా, పట్టుదలగలవారిగా కనిపించారు.

భారతదేశంలోని ఈ ప్రదేశంలో నిచ్చెనలోని దిగువ మెట్టు మీద వున్న వర్గాలలో నెమ్మదిగా, నిలకడగా వస్తున్న మార్పుకు ప్రత్యక్షసాక్షి నైనందుకు నాకు సంతోషంగా వుంది. రచయిత అపర్ణ చదువరులలో కుతూహలాన్ని రెట్టింపు చేసేవిధంగా ఈ సాహసయాత్రను అద్భుతంగా చిత్రించారు. దక్షిణవింధ్యలోని నిజామాబాద్ అడవులలోని కుగ్రామాలనుంచి హిమాలయాలలోని ఉత్తుంగ శిఖరాలకు పూర్ణ, ఆనంద్‌లతో పాటు చదువరులను కూడా వెంట తీసుకువెళ్ళారు. ఈ పర్వతారోహణ కార్యక్రమాన్ని నేనెందుకు రూపొందించానో చెబుతాను.

ఈ దేశంలోని సాంఘిక సంక్షేమ శాఖలో విధాన రూపకల్పన చేసేవారు నోరులేని సహజీవుల్ని గురించి పట్టించుకోరు. ఇంత గట్టిగా ఎందుకు చెబుతున్నానంటే నేను కూడా అటువంటి సాంఘిక సంక్షేమ వ్యవస్థలో చదివి వచ్చినవాడినే కనుక. చాలా సంక్షేమ కార్యక్రమాలు అసలు జబ్బును నయంచెయ్యకుండా ఉపశమనానికి మందిచ్చేవే. ఈ ఎవరెస్ట్ శిఖరారోహణ మనుషుల మధ్య వుండే మానసిక అఘాతాలను పూడ్చడమే కాక అణగారిన వర్గాలలో నిగూఢంగా దాగివున్న శక్తి సామర్థ్యాలను వెలికి తీయగలిగే ఒక మంచి ప్రయత్నం.

ఇప్పుడు జరుగుతున్న పేదరిక నిర్మూలన ఒక అవరోహణ పద్ధతి. 'నీకేది మంచిదో నాకు తెలుసు. నేను చెప్పింది అనుసరిస్తే నీ పేదరికంలోనుంచి బయట పడతావు.' అనే ధోరణి. ఈ ధోరణి కొంత పనిచేసి బీదలకు కొంత ఊరట ఇచ్చింది.

అయితే ఈ పద్ధతి పీడితులు తామే తమ నాయకులను, ఆదర్శమూర్తులను తయారుచేసుకునే విధంగా లేదు. ఒక వేళ అటువంటి ఆదర్శమూర్తులు, నాయకులు తయారైనా, వారిని మూసలుగా మలచడమో వారిపై బురద జల్లి వారిని ఏదో ఒక విధంగా తెరమరుగుచెయ్యడమో జరుగుతుంది. అంతర్జాతీయ అథ్లెటిక్ మీట్ 2018లో స్వర్ణ పతకం సాధించిన అస్సామ్ అమ్మాయి హిమాదాస్ ఇంగ్లీష్ పరిజ్ఞానం గురించి ట్విట్టర్‌లో వచ్చిన వెక్కిరింపురాతలే వెనకబడిన వర్గాలను కించపరచడానికి ఉదాహరణ. పూర్ణ, ఆనంద్, మరికొందరు ఈ ధోరణికి మినహాయింపు కాదు.

తెలుగు రాష్ట్రాలలోని సాంఘిక సంక్షేమ శాఖలో విధాన నిర్ణయాలను అమలు చేసిన (policy makers) కొందరు విజ్ఞులైన అధికారులు ఎస్.ఆర్.శంకరన్, పి.ఎస్.కృష్ణన్, మాధవరావు, కె.రాజు వంటివారు ఈ విధమైన నిరాశాజనకమైన పద్ధతులను నివారించడానికి ప్రయత్నించారు. ఆ దిశగా వేసిన ఒక అడుగు ఈ ఎవరెస్ట్ శిఖరారోహణ. ఈ వర్గాలలోని ప్రజ్ఞావంతులైన పిల్లలు ఏ చిన్న విజయం సాధించినా దాన్నొక ఉత్సవం చెయ్యాలని ప్రచారం చెయ్యడమే మా సంకల్పం.

ఈ ప్రపంచీకరణ యుగంలో వెనకబడిన వర్గాలకు కేవలం ప్రభుత్వ రంగంలో రిజర్వేషన్లు కల్పించడం ఒక్కటే చాలదని తెలుగు ప్రభుత్వాలు త్వరగానే గుర్తించాయి. ఇంతవరకూ వారిని దూరంగా పెట్టిన రంగాలలోకి కూడా వారి ప్రవేశానికి దారులు వేస్తున్నాయి. అందుకు ప్రభుత్వాలకు నా కృతజ్ఞతలు.

నేను నా ఇష్టపూర్వకంగా సాంఘిక సంక్షేమ శాఖని ఎంచుకుని పనిచేస్తున్నాను. సాధారణంగా ఇండియన్ అడ్మినిస్ట్రేటివ్ సర్వీస్‌లోని వారే ఈ శాఖలో పనిచేస్తారు. మన రాష్ట్రంలో పోలీస్ శాఖ నుంచి చేరిన మొదటివాడిని నేనే. కొంతమంది సహృదయులైన ఆఫీసర్లు అప్పటి ముఖ్యమంత్రులకు నన్ను ఈ శాఖకు వెయ్యమని చెప్పివున్నారు. అందుకు అంగీకరించిన ఇద్దరు ముఖ్యమంత్రుల ఔదార్యానికి, విశాల దృష్టికీ నా కృతజ్ఞతలు. ఈ శాఖలో నేను ఓనమాలు దిద్దుకోవలసిన పరిస్థితి కనుక, ఫైళ్ల పరిశీలన మీదకాక క్షేత్ర పర్యటన మీద ఎక్కువ దృష్టి పెట్టాను. అక్కడ నా అనుభవం నాకు ఒకరకంగా షాకింగ్‌గా అనిపించింది. మొదటిసారిగా చాలామంది పిల్లలు తమ గురించి పట్టించుకోడానికి ఒక సెక్రెటరీ ఉన్నాడని గుర్తించారు. అప్పటికి తల్లితండ్రులకీ విద్యార్థులకీ కూడా ఆ విషయంలో నమ్మకం లేదు. నేను కలిసిన ఉపాధ్యాయులలో సగంమంది అంతవరకూ తమ శాఖాధిపతిని చూడనేలేదట! అంతకుముందు పనిచేసిన కార్యదర్శుల పదవీకాలం సగటున ఆరు నుంచి ఎనిమిది నెలలు. ఆ వ్యవధిలో ఈ పేద పిల్లల భవిష్యత్తు గురించి వాళ్ళు ఎటువంటి పునాదులు వెయ్యగలరో ఊహించడం కష్టం కాదు.

అయితే నాకిచ్చిన విలువైన రెండేళ్ళ కాలంలో నేను అప్పటి పద్ధతులను మార్చుదల్చుకున్నాను. నా దగ్గర ఉన్న సమయం తక్కువ కనుక నేను నూతనంగానూ వేగంగానూ పనిచెయ్యాలనుకున్నాను. ఆ మలుపు ఎలా తిప్పాలనే విషయం గురించి రోజూ మథనపడ్డాను. అప్పటి ప్రిన్సిపల్ సెక్రెటరీ శ్రీ రేమండ్ పీటర్ దయవల్ల నేను శేఖర్‌బాబును కలవగలిగాను. ఆయన గొప్ప పర్వతారోహకుడు. ఆ కలయిక మా అందరి జీవితాలనూ ఒక గొప్ప మలుపు తిప్పింది. పూర్ణ ఎవరెస్ట్ శిఖరం అధిరోహించిన తరువాత మా జీవితాలలో కలిగిన పరిణామాలని అపర్ణ ఎంతో సూక్ష్మంగా ఈ పుస్తకంలో వివరించింది.

అపర్ణ ఈ యాత్ర వెనక వున్న ప్రయాసనూ సాహసాలనూ కూడా చక్కగా వివరించింది. ఈ సాహసయాత్రకు చేయందించిన ప్రతి ఒక్కరినీ ప్రత్యక్షంగా కలిసి, వారి ముఖతః సమాచారం సేకరించింది. ఆఖరికి డార్జిలింగ్‌లోని హిమాలయన్ మౌంటేనీరింగ్ శిక్షణ సంస్థలో పిల్లలకు శిక్షణ ఇచ్చినవారిని కూడా! ఈ నవ యువ రచయిత్రికి కూడా ఈ రచన పూర్ణకు మల్లే ఒక సాహసయాత్రే! స్వేరో(swaero) వారి ఆదర్శమైన 'నేనెవరికీ తక్కువ కాను' అనే ప్రతిజ్ఞని నిజంచేసిన పూర్ణ జీవితాన్ని కళ్ళకు కట్టించడానికి రచయిత్రి చేసిన కృషి తక్కువది కాదు. అది ఎంతో సాహసోపేతమైనది.

నేను ముందు ప్రస్తావించినట్లు పూర్ణ చేసిన ఈ సాహస యాత్ర ఏ రికార్డునూ బద్దలుకొట్టడానికి కాదు. వెనకబడిన వర్గాలు చేసే విముక్తి పోరాటాలలో వారి మనసులలో వుండిన అడ్డంకులను తొలిగించడానికీ, ఆత్మవిశ్వాసాన్ని పాదుకొల్పడానికీ ఉద్దేశింపబడినది. పూర్ణ చేసిన ఈ శిఖరారోహణ చాలామంది ప్రభుత్వాధికారులలోనూ విద్యార్థులలోనూ ఎంతగా ఆత్మవిశ్వాసాన్ని నింపిందంటే పక్క రాష్ట్రాలలోని అటవీ ప్రాంతాలలో వుండే అనేకమంది విద్యార్థులు ఆ తరువాత ఎవరెస్ట్ ఎక్కారు. ఈ సంఘటన ఎంత ప్రభావవంతమైనదిగా పరిణమించిందంటే, ఈ సంవత్సరం తెలంగాణాలో సంక్షేమ పాఠశాలల్లో చదివిన 150 మంది విద్యార్థులు ప్రతిష్టాత్మకమైన వైద్య కళాశాలల్లో చేరగాలిగారు. 530 మంది జె.ఇ.ఇ. ప్రిలిమ్స్‌లో అర్హత సంపాదించి మంచి ఇంజినీరింగ్ కళాశాలల్లో చేరారు. గత 35 సంవత్సరాలలో ఇలాంటిది సంభవించలేదు.

వ్యక్తులలో నిగూఢంగా వున్న ప్రజ్ఞాపాటవాలను వెలికి తీయాలనుకునే విధాన నిర్ణాయకులు, తల్లిదండ్రులు, పిల్లలు- అందరూ ఈ పుస్తకం చదవాలి. పూర్ణ సాహసయాత్ర నా జీవితాన్ని మార్చింది. నాలో ఒక నూతన ఉత్తేజాన్నీ, ఆత్మవిశ్వాసాన్నీ నింపింది. ఈ పథకం విషయంలో తెలంగాణా ప్రభుత్వం నాకొక కుదురునిచ్చింది. పూర్ణ జీవితంలో కూడా అద్భుతమైన మార్పు వచ్చింది. పేద ఇంట్లో పుట్టినా ధనికుల

లోగిలిలో పుట్టినా మానవుల శక్తిసామర్థ్యాలలో తేడాలుండవనే ఎరుకతో తను ప్రపంచంలోని మరిన్ని ఉన్నత శిఖరాలను ఎక్కగలనని వినయంగా చెబుతోంది. కావలసినదల్లా అవకాశాలను అంది పుచ్చుకోవడమే.

అటువంటి అవకాశం మరొకసారి 2017లో దక్షిణ విజయపురిలోని సాంఘిక సంక్షేమ పాఠశాల తలుపు తట్టింది. ఈసారి అక్కడ 12 వ తరగతి చదువుతున్న సంధ్యాబాయి ఆ అవకాశాన్ని అందిపుచ్చుకున్నది. ఆ అమ్మాయి తల్లితండ్రులు వ్యవసాయ కూలీలు. పూర్ణ విజయమే ఆమెకు ప్రేరణ. 2014లో చేతులెత్తి పర్వతారోహణకు సిద్ధమని చెప్పిన పిల్లలలో ఆమె ఒకతె. ఆంధ్రప్రదేశ్ ప్రభుత్వం, అక్కడ నా స్థానంలో వున్న కల్నల్ రాములు ఆమె కలను సాకారం చేసారు. ఆమె ఎవరెస్ట్‌పై పాదం మోపింది. ఇప్పుడిక ఈసారి అవకాశాన్ని అందిపుచ్చుకోడం మీ వంతు.

పర్వతారోహణలో ఉన్నత శిఖరాలను చేరే మీ ప్రతి ప్రయత్నంలో ప్రకృతి మాత మీకు సహకరించాలని కోరుకుంటున్నాను.

డాక్టర్ ఆర్.ఎస్. ప్రవీణ్ కుమార్, ఐ.పి.ఎస్.,   11 జూలై 2019
సెక్రెటరీ
TSWREIS, హైదరాబాద్.

ప్రకాశకుల మాట

"పూర్ణ"ను ప్రపంచానికి పరిచయం చెయ్యడానికి మేమెంతో సంతోషిస్తున్నాము, ఒకింత గర్వపడుతున్నాము కూడా. పాకాల గ్రామం నుంచి ఎవరెస్ట్ శిఖరాన్ని అధిరోహించిన పూర్ణ సాహస యాత్రను సృజనాత్మకంగా చిత్రించగలిగినందుకు అమితానందం కలుగుతున్నది. ధైర్యసాహసాలకూ పట్టుదలకూ ఓర్పు సహనానికీ కూడా ప్రతిరూపం పూర్ణ. తన లక్ష్యంపైనే దృష్టినంతా కేంద్రీకరించడం వల్లనే ఆమెకు ఈ విజయం సాధ్యమయింది.

పూర్ణ యాత్రనంతటినీ, అందలి ప్రతి చిన్న ప్రయాసనూ, విజయాన్నీ కూడా ఎంతో అంకితభావంతో చిత్రించిన అపర్ణ అభినందనీయులు. పూర్ణ ప్రయాణంలో పాలుపంచుకున్న ప్రతివ్యక్తినీ కలిసి వివరాలు సేకరించడానికి ఎంతో అమూల్యమైన తన సమయాన్నీ కృషినీ వెచ్చించారు అపర్ణ. అందువల్లనే పూర్ణ పర్వతారోహణ వృత్తాంతాన్నంతా మనకు సమగ్రంగా అందించగలిగారు. అపర్ణ ఈ పుస్తకాన్ని ఎక్కడా ఆపకుండా చదివేలా, పాఠకులకు బాగా నచ్చేవిధంగా రూపొందించారు.

తన సంపాదకత్వ ప్రతిభతో ఈ పుస్తకాన్ని మరింత ఆకర్షణీయంగా మలిచారు అనుభవజ్ఞురాలైన సంపాదకురాలు శుభా శ్రీకాంత్.

నిజమైన ఆదర్శమూర్తులూ, నాయకులూ మృగ్యమైన ఈ రోజుల్లో పూర్ణ జీవితం ఎంతోమందికి ప్రేరణ. ఈ పుస్తకం చదవడం ద్వారా పెద్దలూ పిన్నలూ కూడా చిరకాల సంతోషాన్ని కలిగించే గొప్ప అనుభవాలను కోరుకునేలా ఉత్తేజితులౌతారని, ఆ విధంగా తమ జీవితాలను ఉన్నతీకరించుకుంటారని మా ప్రగాఢ నమ్మకం.

మేము ప్రతిపాదించగానే ప్రచురణకు హృదయపూర్వకంగా సహకరించి మమ్మల్ని ప్రోత్సహించిన డాక్టర్ ఆర్.ఎస్. ప్రవీణ్‌కుమార్, ఐ.పి.ఎస్.గారి సహకారం లేనిదే ఈ పుస్తకం సాధ్యపడేది కాదు. ప్రోత్సహించటమే కాదు, మాకు చివరివరకు మార్గదర్శనం కూడా చేశారాయన. అందుకు మేము సదా కృతజ్ఞులం. పర్వతారోహణ

శిక్షణ అధిరోహణలలోని వివిధ స్థాయిలలో పూర్ణ యొక్క హై రిసొల్యూషన్ ఫోటోలు అందించిన TSWREISకు మా కృతజ్ఞతలు.

ఈ పుస్తక ప్రచురణలో అన్ని విధాలుగా మాకు సాయపడిన అందరికీ ధన్యవాదాలు.

హిమాలయ పర్వతాల అద్భుత మహత్యాన్ని కనుగొనడంలో చిన్నారి పూర్ణ మలావత్ పొందిన అనుభవాలనూ, సాధించిన విజయాలనూ కళ్ళకు కట్టే ఈ పుస్తకంలోకి ఆనందంగా ప్రవేశించండి.

ప్రాణేశ్ సిరవర

రచయిత్రి అపర్ణ తోట

సోషల్ వర్క్‌లో పోస్ట్ గ్రాడ్యుయేషన్ చేసిన అపర్ణ తోట కవి, కథకురాలు. నగరవాసుల జీవన శైలే కాక బడుగువర్గాల వెతలూ, నిత్యజీవితంలోని అనేక రంగులూ ఆమె రచనలకు మూలాలు. చుట్టూ వున్న సంఘ జీవితంలోని అనేక పొరలు, వ్యక్తుల ఆవేదన, సంవేదనలు ఆమెను ఎక్కువ కదిలిస్తాయి. తమకు ఆపాదించిన అనేక కట్టుబాట్లను అధిగమించి పురోగమించే స్త్రీలను ఆమె బేషరతుగా సమర్థిస్తారు.

ఒక నవలారచయితగా పూర్ణ జీవిత కథ ఆమె తొలి ప్రయత్నం. పూర్ణ కథను తన కథగా ఆమె స్వంతం చేసుకున్నారు. తమకు అందిన దానితోనే సంతృప్తిపడి జీవితంతో రాజీపడకుండా అణచివేతతోనూ, వివక్షతోనూ నిరంతరం పోరాడి విజయం సాధించే అమ్మాయిలంటే ఆమెకున్న ప్రేమకు ఈ పుస్తక రచన ఒక నిదర్శనం.

"ప్రతి వ్యక్తి విజయగాథ సమాజానికి ఒక స్ఫూర్తి ప్రదాత. ఒక ఆశాజ్యోతి. ఎంతో వినయంగా తన యాత్ర ప్రారంభించినప్పుడు సమాజంలోని నిచ్చెనమెట్ల వ్యవస్థ గురించి పూర్ణకు తెలిసివుండకపోవచ్చు. ఈ మూగజీవుల వర్గానికి పూర్ణ సాహసం ఒక్కసారిగా ఆకాశంలోకి వేసిన ఒక గెంతు.

ఈ సంఘటనను పుస్తకరూపంలోకి తెచ్చి చరిత్రలో నమోదుచేసేలా పూర్ణ మమ్మల్ని ప్రోత్సహిస్తే, అపర్ణ తోట చాలా అందంగా ఉత్కంఠభరితంగా చిత్రించారు.

సంపాదకురాలు శుభా శ్రీకాంత్

సంపాదకురాలిగా 20 సంవత్సరాల అనుభవంకల శుభా శ్రీకాంత్ ఇంగ్లీష్ సాహిత్యంలో ఎం.ఎ. చేసారు. భాషా సమాచార రంగాలలో అభినివేశం కలవారు. కాల్పనిక, కాల్పనికేతర సాహిత్యంలోని అన్ని ప్రక్రియలకూ సంపాదకత్వం వహించారు. అంతేకాక మనస్తత్వశాస్త్రం, పురావస్తుశాస్త్రం, అనువాద విషయసంబంధమైన విషయాలలో పెక్కుమంది ప్రచురణకర్తలతో పనిచేసారు. మణిపాల్ యూనివర్సిటీ ప్రెస్, కువెంపు భాషాభారతి, మితిక్ సొసైటీ మొదలగువాటికి పనిచేసారు.

ప్రఖ్యాత పబ్లిషర్స్ అయిన ప్రిజమ్ పబ్లిషర్స్‌తో ఆమెకు వున్న దీర్ఘకాల అనుబంధంతో **'పూర్ణ'**కు సంపాదకత్వం వహించారు. తన భాషా శైలీ నైపుణ్యంతో సృజనాత్మకతతో **'పూర్ణ'**ను చదువరుల మనసు చూరగొనేలా తీర్చిదిద్దారు.

ఉపక్రమణిక

సాగరమాథా!

అవును. ఇక్కడున్నాను నేను. ప్రపంచపు పై కప్పు మీద.

విశ్వమంతా నన్ను హర్షిస్తున్నది. నక్షత్రఖచితమైన ఆకాశం నా కిరీటం. ఓ విశ్వ లలాటమా! నన్ను కౌగలించుకో! నీ దర్శనం కోసమే ఇంతదూరం వచ్చాను. తల్లీ! నన్ను నీ దగ్గరకు తీసుకుని ముద్దాడు!

నా కీర్తి సదా నీ హృదయ కుహరంలో ఒక శిలాజంలా వుండిపోనీ!

ఒక తల్లి తన నవజాత శిశువుని గర్వంగా లోకానికి చూపించినట్లే నన్ను నీ తోబుట్టువులకు చూపించు. అపురూపమైన ఈ అమ్మాయి నీ బిడ్డ అని అందరికీ తెలియచెప్పు. ఎక్కడో దక్షిణాదిన ఎండవేడికి మాడిపోయే మైదాన ప్రాంతంలోని ఒక అనామక జాతికి చెందిన ఈ పిల్ల, ప్రమాదభరితమైన పర్వతాలెక్కి ఆ ప్రయత్నంలో విగతజీవులైన ఎంతోమందిని దాటుకుంటూ ఆఖరికి నీ దరికి చేరింది. శక్తి స్వరూపిణి అయిన నీ దగ్గరకు!

నీ కోసమే ఇంతదూరం వచ్చాను తల్లీ!

నీ వొడి చేరడానికే వచ్చాను అమ్మా!

ఈ విశ్వం యొక్క అనంత స్వరూపం ముందు ఈ భూమీ, మా మానవాళీ ఒక కంటికి కనపడని రేణువులవంటివని తెలుసుకుని వినమ్రురాలినైనాను. మా జీవితాలు క్షణభంగురాలు. ఈ విశ్వం శాశ్వత సత్యం.

***

*Swaroes*కి నా వందనం. ఆకాశం ఒక్కటే మన హద్దు కాదు. అంతటా ప్రేమ వున్నది. ధైర్యమే మన బలం. శక్తే మన సంకల్పం. ఓర్పే మన క్షమ. మనలో

ఉన్న ఉత్సాహాగ్నిని ఎప్పటికప్పుడు కదిపి ఆరిపోకుండా చూసుకోవాలి. వెలిగివుండేలా కాపాడుకోవాలి.

పర్వతాలు ఎక్కుతూ వుండాలి. ఆశ అనే తాడును గట్టిగా పట్టుకోవాలి. ఆత్మసమ్మానం అనే కవచం తొడుక్కోవాలి. వాతావరణానికి అలవాటుపడటానికి మన స్వంత స్థితిని సృష్టించుకోవాలి. మన లక్ష్యాన్ని చేరుకోవాలి.

ఈ విశ్వానికే నుదుటి పైకి, ఇదుగో నేనొస్తున్నాను! తరాల తరబడి సాంఘికంగా వెనకబడిన నా సహోదరులు గౌరవంగా ప్రగతి పథం వైపు ప్రయాణం సాగించడానికి నాంది పలుకుతున్నాను. నా స్వంత సాహస యాత్రలాగే!

నేను విజయం సాధిస్తే మీరూ సాధించగలరు. మనందరం సాధించగలం.

పూర్ణా మలావత్

మహోన్నత సౌందర్యమూ, అతి భయానకమూ...

18 ఏప్రిల్ 2014

ఉదయం 6.45 గంటలు

ఎవరెస్ట్ శిఖరం

మామూలు ఉదయం వలే కనపడుతున్నా మామూలు ఉదయం కాదు.

తూర్పున సూర్యోదయం. చల్లగాలులు సేదతీరుస్తున్నట్లున్నాయి.

ఆ ప్రత్యేక ఉదయాన హిమాలయ పర్వత సమూహాన్ని సూర్య కిరణాలు ముద్దాడుతున్నాయి. అత్యున్నత ఎవరెస్ట్ శిఖరాగ్రం (8,850 మీటర్లు), దాని తరువాతదైన కారకోరం లేక కే2 (8,611 మీటర్లు), మూడవ ఉన్నత శిఖరం కంచన్జంఘా (8,516 మీటర్లు), నాలుగవ ఉన్నత శిఖరం లోత్సే (8,516 మీటర్లు), అవి కాక ఎవరెస్ట్ చుట్టూ వున్న శిఖరాలన్నీ సూర్యకాంతిలో ప్రకాశిస్తున్నాయి. కనపడని ఒక క్రమసూత్రం ప్రకారం అవి ఒక్కొక్కటే వెలుగు సంతరించుకుంటున్నాయి.

సూర్యుడిని చూడగానే ఎవరెస్ట్ శిఖరం బుగ్గలు ఎరుపెక్కాయి. తెల్లని సున్నపు ముద్దలా వున్న శిఖరం బంగారపు ఉత్తరీయం కప్పుకున్నట్లు కనిపించింది. సూర్యుడు మరింత ఉత్సాహం సంతరించుకుని అన్ని పర్వత శిఖరాలపై బంగారపు రజను చల్లగా, అవి ఒక్కొక్కటిగా వాటి వాటి ఎత్తులనూ అందాలనూ బట్టి మెరవసాగాయి. తరువాత అన్ని పర్వత శిఖరాలూ మళ్ళీ వెండివెలుగుల్లోకి మారిపోయాయి. ఆనాటి దినచర్య మొదలైంది.

అయితే ఈ దినచర్య అంత ప్రకాశవంతంగా సాగిపోలేదు. ప్రకృతి మరొకలా తలచింది. విశ్వం లయ తప్పింది. మహా శక్తివంతమైన ఆ హిమవన్నగంలో ఒక సూక్ష్మాతిసూక్ష్మమైన పగులు ఏర్పడింది.

పెద్ద పెద్ద హిమఖండాలు పగటివేళ వదులై రాత్రికి గడ్డకట్టాయి. హిమాలయాల పశ్చిమ భాగంలో చిన్న కదలిక మొదలైంది.

కనిపించని కత్తేదో మంచుని కోసినట్టుగా ఒక హిమఖండం అతి మెల్లగా అంగుళంలో అతి చిన్నవంతుగా కదిలి కదిలి, వేగం సంతరించుకుని హిమాలయాల నుండి వేరుపడి జారడం మొదలుపెట్టింది. 34.5 మీటర్ల ఆ అతిపెద్ద మంచుముక్క పశ్చిమ హిమాలయం నుండి తెగిపడింది.

113 అడుగుల మందంగా వున్న ఈ హిమ ఖండం 14.3 మిలియన్ కిలోగ్రాముల బరువుంది. వలిచిన నారింజపండు నుంచి మెత్తగా వేరుపడిన తొనలాగా అది ఎవరెస్ట్ శిఖరం నుంచి వేరుపడడంతోనే తన దారికి అడ్డొచ్చిన వాటినన్నిటినీ మింగేస్తూ మెరుపువేగంతో జారిపడింది.

ఒక మామూలు ఉదయాన అంత పెద్ద హిమఖండం పడడం!

అది ఖుంబు హిమపాతం మీదుగా వేగంగా మలుపులు తిరుగుతూ, దార్లు మార్చుకుంటూ క్యాంప్-1 (5,800 మీటర్లు) క్రిందుగా పడింది. దారిలో వున్న ప్రకృతి మొత్తం ఈ హిమఖండానికి తలవంచాల్సిందే. ఇంతటి ప్రకోపానికి తలవొగ్గక చేయగలిగింది మాత్రం ఏముంది?

మిలియన్ల టన్నుల బరువున్న ఈ మంచు కొద్ది క్షణాలలోనే క్రిందకు జారి నిలిచిపోయింది.

అలసిపోయిందా? సంతృప్తి చెందిందా?

ఇరవై అయిదు ప్రాణాలను బలితీసుకున్నందుకు బహుశా సంతృప్తిచెంది వుంటుంది!

ప్రతి పర్వతమూ ఎప్పుడో ఒకప్పుడు కూలిపోవాల్సిందే. ఒక పర్వతం రూపొందడానికి కొన్ని వేల సంవత్సరాలు పడుతుంది. పెద్ద పెద్ద భూశకలాలు కదిలివచ్చి ఒకదానినొకటి ఢీకొని ముడుతలు పడి పర్వతాలుగా ఏర్పడతాయి. నమ్మశక్యం కానంతటి తన కుటిలశక్తిని తెలియజెయ్యడానికే ఒక పర్వతం ఇలా కాకతాళీయంగా ఒక చిన్న ముక్కను జారవిడుస్తుంది.

మానవుల బలహీనతనీ, వారి అశాశ్వతత్వాన్నీ వారికి గుర్తుచెయ్యడానికా!

ఎవరెస్ట్ పర్వతం మహనీయమైనది, కానీ ప్రమాదకారి కూడా.

సౌందర్యభరితమైన మహానగం! కానీ మోసకారి కూడా!

అంతమందిని హత్య చేసిన ఎవరెస్ట్!

పర్వతాలన్నిటికీ భగవత్స్వరూపమైన ఎవరెస్ట్!

ఎవరెస్ట్! ఎనిమిదివేల అడుగుల ఎత్తైన మహాపర్వతం!

పూర్ణకు ప్రేమతో...

సామాజికంగా అన్ని విధాలా వెనుకబడిన వర్గానికి చెందిన ఒక చిన్న అమ్మాయి సాధించిన ఘన విజయం ప్రపంచానికే ఒక అద్భుతం. ఆ అద్భుతమే పూర్ణ మలావత్! ఆ చిన్నారి గురించి అందరికీ, ముఖ్యంగా పాఠశాల విద్యార్థులకూ వారి తల్లిదండ్రులకూ, తెలియాలంటే ఆమె గురించి అపర్ణ తోట ఇంగ్లీషులో రాసిన పుస్తకం తెలుగులోకి తప్పకుండా రావాలని నాకు అనిపించింది. పూర్ణని నేను చాలా ప్రేమించాను. అందుకని ఈ పుస్తకాన్ని తెలుగులోకి తర్జుమా చేయాలని అడగగానే సంతోషంగా అంగీకరించాను. మహోన్నతమూ, భయావహమూ కూడా అయిన ఎవరెస్ట్ పర్వత శిఖరాన్ని ప్రాణాపాయానికి వెరవక అమిత ప్రయాసకోర్చి ఎంతో సాహసంతో అధిరోహించిన చిన్నారి పూర్ణ ఈతరం పిల్లలందరికీ ఆదర్శం. అందరూ పూర్ణలా ఎవరెస్ట్ ఎక్కకపోయినా, ఎవరు నిర్దేశించుకున్న లక్ష్యాన్ని వాళ్ళు ఎంత కష్టపడైనా సాధించాలనే స్ఫూర్తిని, పూర్ణ సంకల్ప బలం నుంచి నేర్చుకోవచ్చు. ప్రతి ఒక్కరిలో ఏదో ఒక నైపుణ్యం దాగి ఉంటుంది. దాన్ని బయటకు తీసుకువచ్చి మెరుగు పెట్టుకోవడానికి తగిన ప్రోత్సాహం కావాలి. అలాగే వాళ్ళల్లో దృఢ సంకల్పం ఉండాలి. ఇదే పూర్ణ ప్రపంచానికి ఇచ్చే సందేశం. ఇప్పటికే ఆరు గొప్ప శిఖరాలు అధిరోహించిన పూర్ణ మిగిలిన ఆ ఒక్క గొప్ప శిఖరాన్ని కూడా అధిరోహించి ఆమె నిర్దేశించుకున్న లక్ష్యాన్ని పూర్తి చేసుకోవాలని మనస్ఫూర్తిగా కోరుకుంటూ, ఈ అద్భుతమైన చిన్నారిని ప్రపంచానికి పరిచయం చేసిన అందరిని అభినందిస్తూ ...

పి. సత్యవతి

అధ్యాయం ఒకటి

ఎగిరే సీతాకోకచిలుక

13 ఆగస్ట్ 2013

సాయంత్రం 4.30 గంటలు

సాంఘిక సంక్షేమ గురుకుల పాఠశాల, తాడ్వాయి.

సాయంత్రం అవుతున్నది. అయినా ఇంకా ఎండ కళ్ళు చెదరగొడుతున్నది. బిగించి వేసుకున్న జడలకు ఎర్రరిబ్బన్లు కట్టుకుని, కుంకుమ రంగు స్కర్టులు, గళ్ళ చొక్కాలు వేసుకున్న అమ్మాయిలు స్కూల్ వాలీబాల్ కోర్టులోని ఒక పెద్ద చెట్టు నీడలో నిలబడి వున్నారు. మెడలు పైకెత్తి తమ నెత్తిమీద దట్టంగా పరచుకుని వున్న చెట్టు కొమ్మల్లో దేనికోసమో వెతుకుతున్నారు.

'అదుగో, అక్కడుంది తను!' అని అరిచారెవరో, చెట్టు కొమ్మల్లో కనపడ్డ ఒక ఆకారాన్ని వేలుతో చూపిస్తూ.

'పూర్ణా!' అని ఇంకొకరు గట్టిగా పిలిచారు.

ఒక క్షణం తరువాత ఆ పిల్లలు చెట్టుపక్కనున్న తమ క్లాసురూమ్ సన్‌షేడ్ మీద పూర్ణని చూశారు. ఆ అమ్మాయి వెంటిలేటర్ అంచు మీదుగా పిట్టగోడ మీదకు పాకుతున్నది. అయితే ఆ పిల్ల డాబా మీదకు పోవడంలేదు. దానికి బదులు ఒక చేతిని పిట్టగోడకు ఆనించి రెండో చేత్తో ఒక గట్టి కొమ్మను పట్టుకుంది. మళ్ళీ వెనక్కి తోసుకువచ్చి పిట్టగోడను పట్టుకున్న చేత్తో ఆకుల సందున వున్న బంతిని అందుకున్నది. ఒక్క ఊపు ఊగి బంతిని కొట్టింది. బంతి ఆకుల మధ్య ఊగి చివరికి దభీమని కిందపడింది. పూర్ణ పాదాలు ఇంకా వెంటిలేటర్ అంచుమీదే వున్నాయి. ఒక చేత్తో పిట్టగోడను పట్టుకుని జాగ్రత్తగా సన్‌షేడ్ మీదకు దిగింది. అక్కడనుంచి మరొక గట్టికొమ్మ మీదకు దూకింది. అక్కడనుంచి పాకివచ్చి చెట్టు బోదె మీదుగా క్రిందికి

దూకింది. బట్టలు దులుపుకుని బంతి అందుకుని దాన్ని చూపుడువేలు మీద గుండ్రంగా తిప్పి నవ్వుముఖంతో వాలీబాల్ కోర్ట్‌లోకి నడిచింది.

ఆడేవాళ్ళంతా తమ తమ స్థానాల్లో నిలబడ్డారు. పూర్ణ సర్వీస్ జోన్‌లోకి వచ్చింది. కొద్దిగా నడుం పైభాగాన్ని ముందుకు వొంచి, చాపిన ఎడమ చేతిలోకి బంతిని తీసుకుని బలంగా ఎదురు కోర్ట్ లోకి కొట్టింది. ఆమె జట్టులోని మరొక పిల్ల ఎగిరి బంతిని పట్టుకుని ఎంతో ఒడుపుగా స్పైక్‌లోకి విసిరింది.

'గోల్!' ఉత్సాహంగా అరిచారు పిల్లలు.

స్వప్న విజిల్ ఊది ఒక పాయింట్ వేసింది.

పూర్ణ బంతిని పట్టుకోడం, పాయింట్ సాధించడం ఇది మొదటిసారి కాదు. బంతిని బాగా గట్టిగా పైకి కొట్టినప్పుడు అది చెట్టు కొమ్మల్లో ఇరుక్కోడమో, స్కూల్ భవనంపైకి పోవడమో మామూలే. బంతి ఎక్కడ పడినా పూర్ణ మాత్రమే దాన్ని సాధించుకురాగలదు. అది ఎక్కడ చిక్కుపడిందో స్వప్న గ్రహించేలోపే పూర్ణ అవలీలగా చెట్టు ఎక్కి ఒక కొమ్మ మీద నుంచి మరొక కొమ్మ మీదకు గెంతి కిటికీ అంచు మీద నుంచి కిటికీ కడ్డీలు పట్టుకునో నీటి పంపులను పట్టుకుని పాకో పైకి వెళ్లి బంతిని పట్టుకొస్తుంది. ఏ మార్గమూ లేకపోయినా ఏదో ఒక మార్గాన్ని సృష్టిస్తుంది. ఆమె నల్లటి సన్నని శరీరం అలా సులువుగా ఎక్కుతూ పాకుతూ వుండడాన్ని చూసి స్వప్న అబ్బురపడుతూవుంటుంది. ఆరోజు పూర్ణ ఆడిన విధానం చూసాక పర్వతారోహణ శిక్షణకు ఎవర్ని ఎంపికచేయాలో స్వప్నకి అర్థమయిపోయింది. పర్వతారోహణ క్యాంప్‌కు ఇద్దరు విద్యార్థులను ఎంపికచెయ్యమని కోరుతూ ఆ ఉదయం ఆమెకు సాంఘిక సంక్షేమ గురుకుల పాఠశాలల కార్యదర్శి నుంచి ఒక మెయిల్ వచ్చింది.

స్వప్నా, పూర్ణా తాడ్వాయిలోని సాంఘిక సంక్షేమ గురుకుల పాఠశాలలో చేరి మూడేళ్ళు. స్వప్న బాచెలర్ ఆఫ్ ఫిజికల్ ఎడ్యుకేషన్(B.P.Ed.) పూర్తికాగానే చేరిన మొదటి ఉద్యోగం ఇక్కడే. అప్పుడే ఆరో తరగతిలో చేరిన పూర్ణకున్న గ్రహణశక్తి, బాధ్యతాయుత ప్రవర్తన, శారీరక బలాలను స్వప్న గ్రహించింది. పూర్ణ మంచి క్రీడాకారిణి కూడా. గురుశిష్యుల మధ్య మంచి బంధం ఏర్పడింది. పాఠశాలలో జరిగే అన్ని ఆటల పోటీల్లోనూ స్వప్న పూర్ణ సహాయం తీసుకునేది.

పూర్ణ వాలీబాల్ ఆటలో అందెవేసిన చెయ్యి. జోనల్ స్థాయి ఆటల్లో తమ స్కూల్‌కు విజయాన్ని సాధించుకువచ్చేది. కోర్ట్‌లో పూర్ణ చురుకుదనం, ఎదుటిపక్షం వారి బలహీనతను ఉపయోగించుకునే తీరు చూసిన స్వప్న స్కూలు ప్రిన్స్‌పల్‌తో, "మేడమ్, పూర్ణనూ మరి ఇద్దరు పిల్లల్నీ నాతో పంపండి. ఎన్ని మ్యాచ్‌లయినా గెల్చుకొస్తాం!" అనేది.

మరునాడు స్వప్న క్రీడా పరికరాల గదిలో తనను కలుసుకోమని పూర్ణకు కబురుచేసింది.

"పూర్ణా! పర్వతారోహణ శిక్షణాశిబిరానికి ఇద్దరు విద్యార్థులను ఎంపికచెయ్యమని కోరుతూ నాకు సాంఘిక సంక్షేమ గురుకుల పాఠశాలల కార్యదర్శి నుంచి ఒక మెయిల్ వచ్చింది. ఇంటర్మీడియట్ మొదటి సంవత్సరం చదువుతున్న రవళి అందుకు అంగీకరించింది. మనకు తొమ్మిదో తరగతి నుంచి ఒకరు కావాలి. నువ్వు వెడతావా?" అడిగింది స్వప్న, కనుబొమ్మలు ఎగరేస్తూ.

"పర్వతారోహణ! అంటే ఏమిటది?" అంది పూర్ణ ఉత్సాహంగా.

"అది కూడా ఒక క్రీడే! తాళ్ళు, మరికొన్ని సాధనాలతో ఎత్తైన కొండలు ఎక్కడం నేర్పుతారు."

"నేను వెడతాను. నేనెప్పుడూ మావూరి చుట్టూ వుండే కొండల్ని ఎక్కుతూ వుంటాను!" అంది పూర్ణ, మరో ఆలోచన లేకుండా.

"అవునా! అయితే ఆ శిక్షణా శిబిరం సెలవుల్లో వుంటుంది..." అంది స్వప్న.

"అయ్యో! మరి సెలవుల్లో ఇంటికి వెళ్ళాలి కదా మేడమ్? కొంచెం ముందు పెట్టండి."

"అయ్యో పిచ్చిపిల్లా! నేను కాదుకదా నిర్ణయించేది. మన కార్యదర్శి నిర్ణయిస్తారు. అంతే కాదు, ఆ శిబిరం భోనగిరిలో వుంటుంది. వివిధ పాఠశాలల నుంచి వందమంది విద్యార్థులు పాల్గొంటారు. ఇది నీకు చాలా అరుదైన అవకాశం. నువ్వు వెడితే బాగుంటుంది." అంది స్వప్న.

"శిక్షణ ఎన్ని రోజులుంటుందో?"

"అయిదు రోజులు. సెప్టెంబర్ 30 నుంచి అక్టోబర్ 4 వరకూ. మరి నీ పేరు సిఫార్సు చెయ్యనా?"

"చెయ్యండి మేడమ్! మరి దీని సంగతేమిటి?" అంది పూర్ణ బంతిని చూపుడువేలు మీద తిప్పుతూ.

"మూడు గంటలకి మొదలుపెడదాం. ఇంక నువ్వు క్లాసుకు వెళ్ళు." అంది స్వప్న.

పూర్ణ బుంగమూతి పెట్టి బయటికి పరిగెత్తింది.

"ఆ పిల్ల ఒప్పుకుందా?" అనడిగింది ప్రిన్సిపల్ ధనలక్ష్మి.

"ఒప్పుకుంది మేడమ్!"

"మరి ఇంటర్ మొదటి సంవత్సరంలోని రవళి మాటేమిటి?"

"తనూ సరేనంది."

పదిహేడు సంవత్సరాల లోపు పిల్లల విభాగంలో ఆ అమ్మాయి రాష్ట్రస్థాయి కుస్తీ పోటీల విజేత.

"అయితే వీళ్ళిద్దరూ వెళ్ళడం ఖాయం అన్నమాట."

"అవును మేడమ్!"

స్వప్న ముఖం గర్వంతో మెరిసింది. రవళీ, పూర్ణా తన శిక్షణలో గొప్పగా ఆరితేరారు.

ఆమె క్రీడా విభాగం అధికారి మన్నన్‌ని పిలిచి,

"సర్ ! నేను ఇద్దరిని పంపిస్తున్నాను. మధ్యాహ్నానికల్లా వాళ్ళ వివరాలు మెయిల్ చేస్తాను." అని చెప్పి, తన డైరీలో మెడికల్ ఫిట్‌నెస్ సర్టిఫికేట్, నాన్-జ్యుడిషియల్ అగ్రిమెంట్ అని వ్రాసుకుని, "ఇవి స్కాన్‌చేసి అప్‌లోడ్ చేస్తాను. దరఖాస్తులు ఆన్‌లైన్‌లో పంపుతాను." అని ఆయనతో చెప్పింది.

తరువాత పూర్ణ తండ్రి దేవీదాస్‌కు ఫోన్ చేసింది.

***

'కొండలు ఎక్కడం ఆసక్తికరంగానే వుంటుంది. కానీ వాళ్ళు ఆ శిబిరాన్ని స్కూల్ నడిచే రోజుల్లో పెట్టొచ్చు కదా?' అనుకుంది పూర్ణ. అలా అయితే సెలవుల్లో చక్కగా ఇంటికి వెళ్ళొచ్చు.

ఆ కిందటి వారం పూర్ణ తండ్రి ఆమెను చూడడానికి వచ్చినప్పుడు పూర్ణ చిన్నాన్న దశరా సెలవులకి వచ్చి ఎక్కువ రోజులు వుంటాడని చెప్పాడు. కొంతసేపు శిక్షణాశిబిరానికి వెళ్ళడానికి ఎందుకు వొప్పుకున్నానా అని విచారించింది. తన చిన్నాన్న పిల్లలంటే పూర్ణకు చాలా ఇష్టం. తను తాడ్వాయి స్కూల్లో చేరినప్పుడే చిన్నవాడు పుట్టాడు. అంతేకాక అమ్మానాన్నలతో వుండాలని కూడా వుంది.

అమ్మానాన్నల్ని తలుచుకుంటే వాళ్ళు ఎండనకా వాననకా పొద్దుగూకులూ పడే కష్టం గుర్తొచ్చింది పూర్ణకు. నాన్న దేవీదాస్ రోజూ పాకాల నుంచీ కొండాపూర్ దాకా సైకిల్ తొక్కుకుని కరెంటు రిపేర్ పనికి పోతాడు. పొలంలో పని చేస్తాడు, కలుపు తీస్తాడు. ఏ పనీ లేకపోతే ఇంటిముందు కూర్చుని మంచాలకు నవ్వారు

అల్లుతాడు. ఇంటికి వెళ్ళినప్పుడు పూర్ణ ఎప్పుడూ తండ్రిని అతుక్కునే వుంటుంది. ఆయన చేసే పనుల్లో సాయంచేస్తుంది. పూర్ణ తాడ్వాయి స్కూల్లో చేరకముందు ఇంట్లో అందరూ అడవికి పోయి ఇప్పపూలు ఏరుకొచ్చేవాళ్ళు. బీడీలు చుట్టే ఆకులు కూడా ఏరి తెచ్చేవాళ్ళు. వంద ఆకులు ఏరితే ఒక రూపాయి వచ్చేది. ఇప్పపూలతో ఇప్పసారా కాచేవాళ్ళు.

దేవీదాస్ బంజారా జాతికి చెందినవాడు. అతని పూర్వీకులు రాజస్థాన్ నుంచి వలస వచ్చి పాకాలలో స్థిరపడ్డారు. అది కామారెడ్డి జిల్లాలో ఒక కుగ్రామం. ఉమ్మడి కుటుంబం విడిపోయాక దేవీదాస్‌కు ఒక ఎకరం పొలం వచ్చింది. ఆ ఒక్క ఎకరంతో బ్రతకడం కష్టం కనుక వేరే పనులు కూడా నేర్చుకోవలసి వచ్చిందతనికి. అక్కడ కరెంట్ పనివాళ్ళకి బాగా గిరాకీ వుందని తెలిసింది. ఎక్కువగా కరెంట్ పోతూ వస్తూ ఉండటం వలన బోర్ బావుల ఫ్యూజ్‌లు ఎగిరిపోతూ వుండేవి. అప్పుడు చుట్టుపక్కల గ్రామాల రైతులు కరెంట్ పని వచ్చినవాళ్ళని పిలుచుకుపోయేవాళ్ళు. అలా దేవీదాస్ పొలంలో పని లేనప్పుడు కొండాపూర్ పోయి కరెంట్ పని నేర్చుకున్నాడు.

కొండాపూర్‌లో వుండేవాళ్ళు గల్ఫ్ దేశాలకు పనికోసం వలస పోయేవాళ్ళు. కానీ దేవీదాస్‌కి అట్లా వెళ్ళబుద్ధి కాలేదు. అతనికి తెలిసినవాళ్ళు, కొంతమంది బంధువులు అట్లా వెళ్ళారు. ఒకసారి ఆ దేశాలకి పోతే వాళ్ళిచ్చిన పని పాకీదైనా సరే చెయ్యాల్సిందే. ఆడవాళ్ళు ఇంటిపనికో పిల్లల్ని చూసుకోడానికో కుదిరేవాళ్ళు. పనికి వెళ్ళిన కొత్తలో ఇంట్లో వాళ్ళకి డబ్బో బట్టలో ఎలెక్ట్రిక్ రేజర్లో సబ్బులో సెంటులో ఖర్జూరాలో పంపేవారు. అక్కడనుండి మొదటిసారి తిరిగి ఇంటికి రావడానికి వాళ్ళకి ఐదేళ్ళు పట్టేది. ఆ రాక వాళ్ళని కుంగదీసేది. ఎందుకంటే వాళ్ళ కోసం ఇంటి దగ్గర అప్పులు కాచుకుని వుండేవి. వాళ్ళు తమకి ఏమి బహుమతులు తెస్తారా అని ఇంట్లోవాళ్ళు కనిపెట్టుకుని వుండేవాళ్ళు. భార్య మళ్ళీ గర్భం దాల్చేది. తల్లికి చేయించవలసిన శస్త్రచికిత్స ఇంక ఎంత మాత్రం వాయిదా వెయ్యడానికి వుండదు. తమ్ముడొకడు వ్యాపారం పెట్టడానికి పెట్టుబడి అడుగుతాడు. చెల్లెలికి పెళ్లి చెయ్యాలి. కుటుంబం చేసిన అప్పుల మీద అధిక వడ్డీలు గుమ్మంలోనే ఎదురౌతాయి. దాంతో అతను మళ్ళీ వెళ్ళక తప్పదు, ఇంకా ఎక్కువ కష్టపడక తప్పదు.

దేవీదాస్‌కి ఇదంతా అర్థంలేని పని అనిపించింది. 'ఈ గల్ఫ్ దేశాలలో పని ఒక ఎండమావిలాటిది. నా పిల్లల్ని మాత్రం నేను అక్కడికి పంపను. కష్టమో సుఖమో ఇక్కడే.' అనేవాడు దేవీదాస్ తన భార్యతో.

దేవీదాస్, అతని భార్య లక్ష్మి పిల్లల్ని చదివించాలనీ, వాళ్ళకి మంచి భవిష్యత్తు

ఏర్పరచాలనీ కలలు కనేవారు. అందుకోసం కష్టపడేవారు. బాగా చదువుకోమని వాళ్ళని ప్రోత్సహించేవాళ్ళు. పేదరికపు కోరలనుంచి తప్పించుకోటానికి చదువులూ ఉద్యోగాలే మార్గం అని ఆ దంపతుల నమ్మకం.

దేవీదాస్‌కు పెద్దలనుంచి వచ్చిన ఆస్తి ఒక ఎకరం పొలంతో పాటు ఒక సైకిల్. ఉమ్మడి కుటుంబం చీలిపోయాక వాళ్లకి స్వంత ఇల్లు కూడా లేకుండాపోయింది. అతనూ లక్ష్మీ కష్టపడి రాత్రివేళ పడుకోడానికి ఒక పాకా, దానికానుకుని ఒక వంట గదీ వేసుకున్నారు.

సరిగ్గా ఎప్పుడో తెలియదుగానీ పూర్ణ గుండెలో కూడా చదువుకోవాలనే కోరిక గుడి కట్టుకుంది. ఒక వేసవిరాత్రి అందరూ ఆరుబయట కూచుని ఆకాశంలో మెరుస్తున్న నక్షత్రాల వంక చూస్తూ వుండగా, పూర్ణ అమ్మా నాన్నల్ని "మీరెప్పుడైనా బడికి పోయి చదువుకున్నారా?" అని అడిగింది. తన ఇద్దరు తమ్ముళ్ళు మాత్రమే బడి ముఖం చూసారనీ, తను ఎప్పుడూ వెళ్ళలేదనీ చెప్పాడు దేవీదాస్. తమ కుటుంబంలో బడికిపోయిన మొదటి తరంవాళ్ళు తన తమ్ముళ్ళేనన్నాడు. పూర్ణ తల్లి పలక బదులు ఒక కుండపెంకు తీసుకుని బడికి పోయేదట. పంతుళ్ళు ఆమెను ఎప్పుడూ కొట్టేవాళ్ళట. బడి నుంచి ఇంటికొస్తూ దారిలో ఆ పెంకుని పగలకొట్టేదట. పెంకు పగలగొడితే బడి మాన్పిస్తారని ఆశ. కానీ ఇంట్లోవాళ్ళు మళ్ళీ ఇంకొక పెంకు ఇచ్చి పంపేవారట. అయినా, రోజూ ఒక కుండపెంకు పగలగొట్టేది. చివరికి ఆమె కోరిక నెరవేరింది. తల్లిదండ్రులు ఆమెని బడి మాన్పించి గొడ్లు కాచుకు రమ్మన్నారు.

పూర్ణకీ, ఆమె అన్న నరేశ్‌కీ తల్లి బడి బాధలు వినడం చాలా ఆసక్తికరంగా వుండేది. కడుపుబ్బా నవ్వేవాళ్ళు. అప్పుడు వాళ్ళమ్మ వాళ్ళ చేతుల్ని నిమురుతూ "ఎప్పుడూ మాలాగా మీరు వుండొద్దు. ఈ పేదరికం మాతోనే పోవాలి. మీరు బాగా చదవాలి, ప్రభుత్వోద్యోగాలు చెయ్యాలి. మీ కాళ్లూచేతులూ మెత్తగా శుభ్రంగా వుండాలి." అనేది ప్రేమగా. "మీరెప్పుడూ వానాకాలంలో కురవని ఇంట్లో వుండాలి. ఇంత తినడానికీ ఎవరికైనా ఇంత పెట్టడానికీ సరిపడా వుండాలి మీకు." అని కూడా అనేది. అలా అంటున్నప్పుడు ఆమె కళ్ళవెంట నీళ్ళువచ్చేవి.

పూర్ణకు తల్లి లక్ష్మి అంటే ఆరాధన. ఆమె ఎప్పుడూ పొలానికీ వంటింటికీ మధ్యనే తిరుగాడుతుండేది. ఎప్పుడూ దేనిగురించీ ఫిర్యాదులు చేసేదికాదు, విసుక్కునేదికాదు. ఉన్నదాంట్లోనే ఇంటిని ఏ లోటూ లేకుండా నడిపే సమర్థురాలు. ఇంట్లో బియ్యం లేనప్పుడు రాగులతోనో జొన్నలతోనో అంబలి కాచేది. మంచి భవిష్యత్తు గురించి భర్త స్వప్నాలను సాకారం చేయడానికి ఆమె ఒక ఆలంబనగా నిలుస్తుంది.

రోజంతా కష్టపడి వచ్చిన దేవీదాస్‌కి కూతురు పూర్ణ ఎగురుతూ దూకుతూ పరిగెత్తుతూ వుంటే చూడడం ఆనందం. ఆమె ప్రతి చిలిపిచేష్ట అతనికి ఎంతో ఇష్టం. ఆ అమ్మాయిని భుజాల మీద ఎక్కించుకుని ఇంటిచుట్టూ పరిగెత్తుతూ వుంటాడు. ఇల్లంతా వాళ్ళ నవ్వులు నిండేవి. అప్పుడు లక్ష్మి తను చాలా అదృష్టవంతురాలినని మురిసిపోతుంది. పూర్ణ పెద్దదౌతున్న కొద్దీ దేవీదాస్ ఆ పిల్ల తెలివి చూసి మరీ మరీ సంతోషపడేవాడు. పూర్ణ వనాలలో స్వేచ్ఛగా ఎగిరే సీతాకోకచిలుక! దేవీదాస్ ఆమెనెప్పుడూ కట్టడి పెట్టలేదు. ఆమెకు పూర్తి స్వేచ్ఛ ఇచ్చాడు. చిన్నప్పుడు దగ్గరలోని అంగన్వాడీ కేంద్రానికి పంపించాడు. ఆ పిల్ల అక్కడనుంచీ తప్పించుకుని వాళ్ళమ్మ పనిచేసే పొలానికి పారిపోయేది. తరువాత ఇంటికి ఫర్లాంగ్ దూరంలో వున్న స్థానిక ప్రాథమిక పాఠశాలలో చేర్పించాడు. ఆ బడి పూర్ణకి బాగా నచ్చింది. ఆమె చురుకుదనం దేవీదాస్‌లో మరింత సంతోషం కలుగచేసింది.

ఒకరోజు ఆమె అన్న నరేశ్, వాళ్ళ నాన్న సైకిల్‌ని తొక్కడం చూసింది పూర్ణ. తండ్రికి పొరుగు ఊళ్ళకి పోవడానికి వున్న ఒకే ఒక్క ప్రయాణ సాధనం అది. నరేశ్ రెండురోజులపాటు దానితో కుస్తీపట్టి చివరికి బ్యాలన్స్ చెయ్యడం, తొక్కడం నేర్చుకున్నాడు. తను కూడా ప్రయత్నించి చూడాలనుకుంది పూర్ణ. పదేళ్ళవాడైన నరేశ్‌కి పూర్ణకి సైకిల్ ఇవ్వడం ఇష్టంలేదు. ఎలాగో బ్రతిమిలాడో చాక్లెట్లు లంచం పెట్టో అతని దగ్గర నుంచి సైకిల్ తీసుకోవాలని చూసింది పూర్ణ. కానీ అంత తొందరగా లొంగే రకంకాదు నరేశ్. ఆ పిల్లను తోసేసాడు. పూర్ణ అతన్ని కొట్టింది. అప్పుడు తగ్గాడు. తను కావాలనుకున్నది సాధించేవరకూ తన చెల్లెలు ఊరుకోదని ఆ అన్నకు తెలుసు.

త్వరలోనే పూర్ణ కూడా సైకిల్ తొక్కడం నేర్చేసుకుంది. అయితే సీట్ మీద కూర్చుని తొక్కగలంత పొడుగు లేనందువల్ల పెడల్‌కీ సీటుకీ మధ్య 'వి' ఆకారంలో వుండే ఖాళీలో ఒక కాలుపెట్టి నిలబడి, ఊరిలో చక్కర్లుకొట్టేది. బ్యాలన్స్ తప్పుబోయినప్పుడల్లా 'జై హనుమాన్! జై హనుమాన్!' అని గట్టిగా పైకి అనుకునేది. హనుమంతుడిని తలుచుకుంటే శక్తి వస్తుందని ఆమె నమ్మకం. రోజూ ఇంటి పక్కనుండే హనుమంతుడి గుడికి వెళ్ళేది. శక్తి ప్రదాత అయిన హనుమంతుడు తన భయాలన్నీ పోగొడతాడని నమ్మకం.

"అరె! తూ పడ్గీ తో?" (అయ్యో, నువ్వు పడిపోతే ఎలా?) అని కంగారుపడేవాడు నరేశ్.

"మా జావూ తో?" (పడకపోతేనో?) అనేది పూర్ణ.

అలా అంటూనే వూరికి అవతల వున్న స్నేహితురాలి ఇంటికి సైకిల్ తొక్కుతూ

పోయేది. తన శారీరక శక్తిసామర్థ్యాలని సవాలుచెయ్యడం విషయంలో ఆమె చాలా ధీమాగా వుండేది. ఒక కొత్త నైపుణ్యాన్ని పూర్తిగా సాధించేదాకా వదిలిపెట్టదు. ఆమెది చాలా దృఢమైన సంకల్పం. ఏదైనా ఒక ఆలోచనో ఒక సంకల్పమో మనసులో కలిగితే దాన్ని ఆచరణలో పెట్టేదాకా వదలదు.

ప్రాథమిక పాఠశాలలో చదివే రోజుల్లో ఒక ఉపాధ్యాయిని, 'పెద్దయ్యాక మీరేం చెయ్యాలనుకుంటున్నారు?' అని పిల్లల్ని అడిగింది. అప్పుడు పూర్ణ బాగా ఆలోచించి చివరికి, తను పోలీస్ కావాలనుకుంటున్నానని చెప్పింది. పోలీస్ దుస్తుల్లో ఉండే అధికారం, భయపెట్టే శక్తి ఆమెకి బాగా నచ్చాయి. ఆమె సైకిల్ నేర్చుకునే రోజుల్లో అనుకోకుండా ఒక రోజు ఒక మహిళా పోలీస్‌ని చూసింది. అప్పుడా పిల్ల కాళ్ళు వణికిపోయాయి. గుండె దడదడలాడింది. ఒక చెట్టు వెనక దాక్కుని కళ్ళు మూసుకుంది. ఆ పోలీసమ్మ తనని జైల్లో పెడుతుందేమో అని భయం వేసింది. కొంచెంసేపటి తరువాత ఆవిడ లేదని ఖాయంచేసుకుని ఒక నిట్టూర్పు విడిచి బయటికి వచ్చింది. తరువాత ఆ పోలీసు మరెవరో కాదు, తమ పొరిగింటి ఉమక్కేననీ, స్కూలువాళ్ళు ఇచ్చిన ఎన్.సి.సి. ఖాకీ దుస్తుల్లో వుందనీ తెలిసింది.

పూర్ణ ధైర్యస్తురాలు. ఆమె తల్లిదండ్రులు మాయామర్మం తెలియని ముక్కుసూటి మనుషులు. వాళ్ళ నుంచే ఆ పిల్ల మంచి ప్రవర్తన నేర్చుకుంది. పోలీసంటే తప్ప మరెవరికీ దేనికీ భయపడదు. తను నిజాయితీగా వుంటే ఎవరికీ దేనికీ భయపడక్కర్లేదని ఆమె ఉద్దేశం. తన మాట సత్యమని అనుకున్నప్పుడు ఎవరితోనైనా ధైర్యంగా వాదనకు దిగేది పూర్ణ. ఆమె అట్లా పోట్లాడుతున్నప్పుడు నరేశ్ చెల్లెలి గురించి కలతపడేవాడు. ఒకసారి ఒక స్కిప్పింగ్ తాడుకోసం తనకన్నా పెద్దపిల్లలతో తగాదాకి దిగింది. కొంత వాదన తరువాత తాడు పూర్ణకి ఇచ్చి ఆ పిల్లలు వెళ్ళిపోయారు.

నరేశ్‌కి భయంవేసింది. "పూర్ణా! అంత పెద్దపిల్లలతో పోట్లాడ్డానికి నీకు భయం వెయ్యలేదా?" అని అడిగాడు.

"భయం ఎందుకు? వాళ్ళు ఆడుకున్నాక తాడు నాకు ఇవ్వమని అడిగాను. వాళ్ళు నన్ను ఏడిపించడం మొదలుపెట్టారు. అంతే!" అని తాడుతో ఎగరడం మొదలుపెట్టింది.

పాకాలలోని చాలామంది ఆడపిల్లల చదువు ప్రాథమిక పాఠశాలతోనే ఆగిపోయేది. చాలా తక్కువమంది తల్లిదండ్రులు తమ ఆడపిల్లల్ని కామారెడ్డిలో వున్న బాలికల వసతిగృహానికి పంపి చదివించేవారు. అక్కడి ప్రాథమిక పాఠశాలలో ఒక ఉపాధ్యాయుడైన రవి సలహాపైన దేవీదాస్, పూర్ణను నిజామాబాద్ జిల్లాలోని తాడ్వాయిలో వున్న బాలికల గురుకుల పాఠశాలలో చేర్చడానికి అభ్యర్థన పంపాడు.

అర్హులైన అభ్యర్థులను అక్కడ లాటరీ పద్ధతిన ఎంపిక చేస్తారు. ఎన్ని రోజులైనా అక్కడినించి పిలుపు అందకపోయేసరికి, దేవీదాస్ పూర్ణని తమ ఊరికి 45 కిలోమీటర్ల దూరంలో వున్న కామారెడ్డిలోని గిరిజన సంక్షేమ వసతిగృహంలో చేర్చాడు.

ఆ రాత్రి ఎంత ఏడ్చిందో పూర్ణకి ఇంకా జ్ఞాపకం. ఆ వసతి గృహం ఒక శిథిలమైన గదిలో వుండేది. అంతేకాదు, అదే ప్రాంగణంలో ఆ గదికి దూరంగా సగం పడిపోయిన ఒక స్నానాల గది వుంది. అక్కడున్నది పదిమంది అమ్మాయిలు. బడేమో హాస్టల్‌కి రెండు కిలోమీటర్ల దూరంలో. పిల్లలు రోజూ నడిచి వెళ్లి నడిచి రావాలి. ఇక తిండి సంగతి తలుచుకుంటేనే భయం వేస్తుంది. ఆ దిక్కుమాలిన చోటునుంచి తనను అమ్మానాన్నా తీసుకెళ్ళిపోతే బావుండునని రోజూ ఏడ్చేది పూర్ణ. చదువు మానుకునైనా సరే, లేదా ఇంకో ఏడాది ప్రాథమిక పాఠశాలలో చదివినా సరే అక్కడినించి పారిపోవాలనిపించేది.

రెండు వారాల తరువాత దేవీదాస్ అక్కడికి వచ్చాడు. దరఖాస్తు చేసుకున్న ఆరుగురు పిల్లల్లో తాడ్వాయి గురుకుల పాఠశాలలో చేరే అదృష్టం పూర్ణకి దక్కింది. ఆమెని తాడ్వాయిలో చేర్పించాడు. చేరీచేరగానే ఆ బడి పూర్ణకి చాలా నచ్చింది. బడి ప్రాంగణం శుభ్రంగా వుంది. ఉపాధ్యాయులు జ్ఞానవంతులు. భోజనం బాగుంది. అంతకన్న ఏం కావాలి?

నాకు లాటరీ తగలకపోతే ఏమయ్యేది? అమ్మో! నేను కామారెడ్డిలోనే వుంటే ఏమయ్యేది? అనుకునేది పూర్ణ అప్పుడప్పుడూ.

కామారెడ్డి గిరిజన వసతి గృహంలో జీవితాన్ని తలుచుకుంటే ఇప్పటికీ వొళ్ళు జలదరిస్తుంది పూర్ణకి.

***

మధ్యాహ్న భోజనం తరువాత స్వప్న ప్రిన్సిపల్ గది పక్కనున్న ఆఫీస్‌కి వెళ్ళింది. బడిలో వున్న ఒకే ఒక్క కంప్యూటర్ ఆ గదిలోనే వుంది. దానికి ఇంటర్నెట్ కనెక్షన్ వుంది. అక్కడున్న ఆపరేటర్ని ఒక వెబ్‌సైట్ తెరవమని చెప్పింది. ఆమె కంప్యూటర్ ముందు కూర్చుని ఆన్‌లైన్ దరఖాస్తు పత్రం నింపింది.

విద్యార్థి పేరు	**తరగతి**	**వయసు**
రవళి.ఎం	ఇంటర్ మొదటి సంవత్సరం	16 సంవత్సరాలు
పూర్ణా మలావత్	9వ తరగతి A	13 సంవత్సరాలు

స్వప్న ఎంటర్ కీ నొక్కింది. ఆ వేలి స్పర్శ చరిత్ర సృష్టించబోతున్నదని ఆమె ఊహించి వుండదు.

అధ్యాయం 2

పర్వత స్పర్శ

30 సెప్టెంబర్ 2013

కొండ తన అర్హతను ఆసక్తిగా కనిపెడుతూ వున్నదనిపించింది పూర్ణకి.

ఒక కొండ! ఏటవాలుగా, దాదాపు నిటారుగా! ఆ నిలువెత్తు కొండని ఎలా ఎక్కాలి?

దాన్ని అన్ని కోణాల నుంచీ పరిశీలించింది పూర్ణ.

ఆ కొండ ఉపరితలం వెన్నపూసంత మెత్తగా వుంది.

తాను ఆ కొండ ఎక్కడాన్ని ఊహించింది. అదొక కఠినమైన పని.

మావూరి చుట్టుపక్కల ఇంత పెద్ద కొండని ఎప్పుడూ చూడలేదు.

ఒక గట్టి విజిల్ శబ్దం ఆమె ఆలోచనల్ని చెదరగొట్టింది.

"అమ్మాయిలూ! మీరందరూ అయిదు వరసల్లో నిలబడండి. ఒక్కొక్క వరుసకీ మూరెడు దూరం వుండాలి. త్వరగా..." అన్నాడు వాళ్ళ శిక్షకుడు పరమేశ్.

ఆ పిల్లల గుంపులో కొంత అలజడి.

"త్వరగా!" అన్నాడు మళ్ళీ పరమేశ్.

అమ్మాయిలు త్వరగా అయిదు వరసలు కట్టారు.

"ఇప్పుడు బావుంది. గుడ్ మార్నింగ్!" పరమేశ్.

"గుడ్ మార్నింగ్ సర్!" మెల్లగా చెప్పారు పిల్లలు.

"అరె భాయ్! జరంత ఎనర్జీతో చెప్పండి,"

"గుడ్ మార్నింగ్ సర్!" అందరూ ఒక్కసారి గట్టిగా చెప్పారు.

"బాగుంది. మళ్ళీ ఒకసారి గట్టిగా చెప్పండి."

"గుడ్ మార్నింగ్!" అందరూ ఒక్కసారిగా చెప్పారు. వాళ్ళలో శక్తి ఉత్తేజితమైంది.

పరమేశ్ నుండి శక్తీ ఉత్సాహం అందరికీ త్వరగా అంటుకుంటాయి. 'ట్రాన్సెండ్ అడ్వెంచర్స్' (Transcend adventures) అనే పర్వతారోహణ శిక్షణా సంస్థ వ్యవస్థాపకుడైన శేఖర్‌బాబు, పరమేశ్‌ని అక్కడ శిక్షకుడిగా నియమించాడు. నిజానికి పరమేశే శేఖర్‌బాబుకి పర్వతారోహణలో శిక్షణ ఇచ్చివున్నాడు. అతని దగ్గర నేర్చుకున్న తరువాత శేఖర్‌బాబు హిమాలయన్ ఇన్‌స్టిట్యూట్ వద్ద నుంచి సర్టిఫికేట్ సాధించాడు. కొన్ని సంవత్సరాల తరువాత అతనే ఈ సంస్థను ప్రారంభించి పరమేశ్‌ను ఒక శిక్షకుడిగా తీసుకున్నాడు. వాళ్ళిద్దరూ కలిసి ప్రతి సంవత్సరం బడిపిల్లలకి పర్వతారోహణ శిక్షణాశిబిరాలు నడుపుతున్నారు. పర్వతారోహణ పట్ల పిల్లలలో ఉత్సాహాన్నీ ఆసక్తినీ కలుగజేసి వాళ్లకి అందులో శిక్షణ ఇవ్వాలనేది ఆ ఇద్దరి ఆశయం.

పరమేశ్ పిల్లల వరుసని మళ్ళీ ఒకసారి పరీక్షించి ఒక పిల్ల వరుస తప్పడం గమనించాడు.

"ఓ అమ్మాయ్! సరిగ్గా వరుసలో నిలబడు." అరిచాడు.

పూర్ణ వెంటనే వరుసలో సర్దుకుంది.

"ఒక్కొక్కరే వరుసగా మీ పేర్లు చెప్పండి."

ఒక్కొక్కరే పేర్లు చెప్పసాగారు. పూర్ణ ఆ పేర్లన్నీ గుర్తుపెట్టుకోవాలనుకుంది కానీ సాధ్యంకాలేదు. ఆమె దృష్టి అంతా తన ఎదురుగా హుందాగా నిలబడి వున్న నిలువెత్తు కొండ పైనే వుంది. ఆ కొండపైనుంచి నేలమీదకు వేళ్ళాడుతున్న తాడు వంక చూసింది. ఆ తాడు చివర కూర్చోడానికి వీలుగా ఒక సీట్ లాంటిది వుంది. పొడుగ్గా తెల్లగా బక్కపలచగా వున్న ఒకతను దానిమీద కూర్చుని వున్నాడు. అతను తాడు సాయంతో చాలా సులువుగా కొండ ఎక్కడం మొదలుపెట్టాడు.

ఈ కొండ ఎక్కడం ఎలా? నేను పడిపోతేనో?

అలా అనుకుంటూ వుండగా తన పేరు చెప్పే వొంతు వచ్చింది.

"పూర్ణా మలావత్, తొమ్మిదో తరగతి, తాడ్వాయి స్కూల్." అని గట్టిగా చెప్పి పక్కమ్మాయి వైపు చూసింది పేరు చెప్పమని.

ఈ బుల్లిపిల్ల ఇక్కడున్న అందరికన్నా చిన్నది కాబోలు! ఈ పిల్ల కొండ ఎక్కగలదా? అనుకున్నాడు పరమేశ్.

పరమేశ్ త్వరపడి అభిప్రాయాలు ఏర్పరచుకొనే రకంకాదు. చూద్దాం ఎలా చేస్తుందో అనుకున్నాడు...

పిల్లలని ఒకసారి పరిగెత్తించాలని ఆయా పాఠశాలల క్రీడాశిక్షకులతో చెప్పాడు.

పరిగెట్టడం అయినాక పిల్లలందరితోపాటు ఉదయపు ఫలహారం కోసం వరుసలో నిలబడింది పూర్ణ.

"మరీ రెండు ఇడ్లీలేనా! ఇంకొన్ని తిను. ఇంకా రోజంతా పని వుంది మనకి." అన్నాడు శేఖర్‌బాబు ఆమె పళ్ళెం వంక చూస్తూ.

పూర్ణ అతని వంక అయోమయంగా చూసి నవ్వేసింది కానీ, మళ్ళీ ఇడ్లీ వేసుకోలేదు.

తినడం అయ్యాక పరమేశ్ పిల్లలను పిలిచాడు. పిల్లల హాజరు తీసుకోమని పి.ఇ.టి.లతో చెప్పాడు.

పరమేశ్ పిల్లలతో మాట్లాడుతూ ఉండగా, శేఖర్‌బాబు కొండకు వేళ్ళాడే తాడు దగ్గరకు వెళ్ళాడు.

"మీరెందుకు ఇక్కడికి వచ్చారో తెలుసుగా?" పిల్లల్ని అడిగాడు పరమేశ్.

"తెలుసు సర్."

"అయితే చెప్పండి," అని పూర్ణ వైపు చూశాడు.

"కొండలెక్కడం నేర్చుకోడానికి."

"మరి ఎక్కుతారా?"

"ఎక్కుతాం సర్." పిల్లలంతా ముక్తకంఠంతో గట్టిగా చెప్పారు.

"సెబాష్! మీకు ఆసక్తి కలిగింది. ఉత్సాహం వచ్చింది. ఒక కొత్త నైపుణ్యం అలవరచుకోవాలంటే ముందు మనకి సానుకూల దృక్పథం వుండాలి." అని కొండ వైపు చూపుతూ,

"ఈ కొండ ఎత్తు అయిదువందల యాభై అడుగులు. మనం మూడు వందల యాభై అడుగులు మాత్రమే ఎక్కుతాం. కొండలెక్కడం అనేది చాలా సాహసవంతమైన క్రీడ. ఇందువలన మనం సాధించేదేమిటీ అని మీరు అనుకోవచ్చు," అన్నాడు.

"శక్తి!" అంది ఒక అమ్మాయి.

"ఒక పనిమీద కేంద్రీకరించడం." అన్నారు ఇంకొకరు.

"అవును. శారీరకంగా శక్తి, మానసిక సమతౌల్యం వస్తాయి. అంతే కాదు, మిమ్మల్ని మీరు తెలుసుకోగలరు కూడా."

కొండలెక్కగానే మనని మనం ఎలా తెలుసుకోగలం? ఆశ్చర్యంగా అనుకుంది పూర్ణ.

"మీరు చాలా అదృష్ట వంతులు. ఇంత చిన్న వయస్సులో ఇలాంటి అవకాశాలు అందరికీ రావు. మీరు మీ శక్తినంతా ఉపయోగించాలి."

"తప్పకుండా సర్."

"ఇదొక వినోదయాత్ర అనుకునేవాళ్ళు ఇప్పుడే వెళ్లిపోవచ్చు. మీరు కష్టపడకపోతే మిమ్మల్ని మధ్యలోనే పంపించివేస్తాం. అర్థం అయిందా?"

"అయింది సర్."

"గెలవడం ఓడడం అనేవి శిక్షణలో సాధారణం. మీరు నూరు శాతం చేసే పనిమీద ధ్యాస పెడితే మీకు విజయం ఖాయం. చెప్పేది జాగ్రత్తగా వినండి. పరిసరాలని జాగ్రత్తగా పరిశీలించండి. శిక్షణాకాలం పూర్తయ్యేనాటికి మీరు కొండలు ఎక్కడంలో నైపుణ్యం సాధిస్తారు. లేదంటే..." అని పిల్లల వైపు తీవ్రంగా చూశాడు పరమేశ్.

పిల్లలు వాళ్ళ పి.ఇ.టి.ల దగ్గరనుంచి కొండలు ఎక్కే షూస్ తెచ్చుకోడానికి వెళ్ళారు. వాళ్ళ నడుములకు హార్నేస్ ఎలా కట్టుకోవాలో శేఖర్‌బాబు చూపించాడు. (ఈ హార్నేస్ గురించి పుస్తకం చివర బొమ్మతో కూడిన వివరణ వుంది.) తరువాత ఆయన తన హెల్మెట్ పెట్టుకుని తాడు సాయంతో కొండ ఎక్కడం మొదలుపెట్టాడు. అతను ఎక్కుతున్నప్పుడు తాడుతో పాటు అతని శరీరం కదలడం చూశారు పిల్లలు. పూర్ణ సంభ్రమాశ్చర్యాలలో మునిగిపోయింది. ఆయన మూడువందల యాభై అడుగులనీ కొద్ది నిమిషాలలోనే ఎక్కేసాడు.

ఒక తాడుతోనూ హార్నేస్‌తోనూ కారబినర్(carabinar) తోనూ కొండలెక్కడం, దిగడంలో వుండే నైపుణ్యాన్ని చూపించాడు. ముందుగా ఆయన తాడునూ హార్నేస్‌నూ కారబినర్‌నూ కలిపి లాక్(lock) చేసాడు. కొండ ఎక్కేటప్పుడు కారబినర్‌ను కుడిచేతిలో పట్టుకుని అవసరమైనప్పుడు బ్రేకులు వేసాడు.

"ఈ పద్ధతిని బిలేయింగ్ (belaying) అంటారు. ఎక్కేటప్పుడు మీ శరీరం మీద, వేగం మీద మీకు అదుపు వుండాలి."

దిగేటప్పుడు కూడా శరీరాన్ని ఎలా బ్యాలెన్స్ చేసుకోవాలో పిల్లలకు చెప్పమని శేఖర్‌బాబుని అడిగాడు పరమేశ్.

శేఖర్‌బాబు తాళ్ళ సాయంతో వేగంగా కొండ దిగడం చూపించాడు. క్యారమ్ బోర్డ్ మీద స్ట్రైకర్ జారినట్టు నున్నగా జారి వచ్చాడు.

పరమేశ్ స్పీడ్ జంపింగ్ చూపించాడు. అనుభవజ్ఞులైన పర్వతారోహకులు వేగంగా సులువుగా ఎలా కొండలు దిగివస్తారో వివరించాడు.

"ఈ శిక్షణ సమయంలో నేను అనేక సాంకేతిక పదాలు వాడతాను. వాటిగురించి ఇప్పుడు కొంచెం చెబుతాను వినండి," అన్నాడు పరమేశ్.

పించ్ హోల్డ్ (pinch hold): తాడుకి వున్న పట్టు(grip)ని బొటనవేలుకీ చూపుడువేలుకూ మధ్య పట్టుకోవాలి (గిల్లడం లాగా).

త్రీ పాయింట్ టెక్నిక్ (Three point technique): ఎక్కేటప్పుడు రెండు కాళ్ళూ ఒక చెయ్యీ (three limbs) కొండమీద వుండాలి.

బకెట్ హోల్డ్ (bucket hold): అరచేతులూ వేళ్ళూ కూడా కొండని పట్టుకుని వుండాలి.

సైడ్ కట్ హోల్డ్ (side cut hold): పక్కల నుండి పట్టు చిక్కించుకోడం.

అండర్ కట్ హోల్డ్ (under cut hold): కొండలో వున్న పగుళ్ళతో పట్టు చిక్కించుకోడం.

ఫ్రిక్షన్ ఆర్ ప్రెషర్ హోల్డ్ (friction or pressure hold): అరచేతిని అదిమిపట్టి వత్తిడితో పట్టు సాధించడం.

మొదటి బ్యాచ్‌లోని అయిదుగురు అమ్మాయిలు కొండ ఎక్కడానికి సిద్ధమయ్యారు.

"మీ కాలివేళ్ళూ చేతివేళ్ళూ కొండ అంచు మీదో, కొండలోని పగుళ్ల మీదో ఆనించి పట్టు సాధించండి," అన్నాడు పరమేశ్. అది ఎలా చెయ్యాలో చేసి చూపించాడు.

"దిగి వచ్చేటప్పుడు బ్యాలన్స్ కోసం కొండమీద ఎంతవరకూ పాదం మోపగలరో అంతా మోపండి,"

"ఇక పదండి. మీ మనస్సాక్షి చెప్పిన మాట వినండి. కొండతో బంధం పెంచుకోండి. తనతో స్నేహం చెయ్యండి. ఇప్పుడిక మీ మిట్టేన్స్ (Mittens- చేతులకి వేసుకునే తొడుగులు) తీసేసి పదండి. మీ పరికరాలన్నీ తీసుకున్నారుగా?"

"తీసుకున్నాం సర్."

హఠాత్ నిశ్శబ్దం అలముకుంది. ఉదయపు సూర్యుడు ఆకాశంలో మరింత పైకి ఎగబాగాడు.

"రెడీ?" పరమేశ్ గొంతు ఆ పెద్ద రాతిని ఢీకొని ప్రతిధ్వనించింది.

"ఎస్ సర్!"

పరమేశ్ విజిల్ వేయగానే పిల్లలు కొండ వైపు పరిగెత్తారు. పూర్ణ తన భయాలన్నీ వెనక్కు నెట్టి ముందుకు పరిగెత్తింది.

రెండు అడుగులు వేసి పట్టుకోసం పెనుగులాడింది.

"హో..." పూర్ణ కిందపడింది.

ఆమె అరచేతులు దోక్కుపోయాయి. లేచి నిలబడి, ప్యాంట్ దులుపుకుంటూ రోజా అక్క ఒక్కతే కొండను కొంతమేరకు ఎక్కిన విషయం గమనించింది.

తిరిగి కొండవేపే చూస్తూ, నేనీ కొండను ఎక్కుతాను! అని నిశ్చయించుకుంది.

ఒకసారి గాఢంగా శ్వాసతీసుకొని 'జై హనుమాన్!' అని చిన్నగా అనుకుంది.

పూర్ణ కొండ మీద పట్టు సాధించడానికి వేళ్ళతో పగుళ్ళకోసం వెదికింది. ఒక పగులు దొరికింది. అందులో వేళ్ళు జొనిపి రెండు అడుగులు ముందుకు వేసింది. మరొక పట్టు దొరకగా మరి రెండు అడుగులు వేసింది. ఇంకొక దానికోసం చూసింది, అదీ దొరికింది. మరి రెండు అడుగులు. చేతులు చాపి మరో పట్టుకోసం చూసింది. తనముందు విస్తృతంగా వ్యాపించి వున్న కొండమీద కొంతవరకే తన కళ్ళు ఆనగలవు. శరీరాన్ని ముందుకు నెట్టుకుంటూ, మరికొన్ని పట్టులు సాధించి పైకి పాకడం మొదలుపెట్టింది. ఆమె బుగ్గల మీదా కణతల మీదా చెమట ధార కడుతోంది. ఆమె చేతి తడిగుర్తులు కొండమీద పడుతున్నాయి. పూర్ణ పట్టుదలగా ముందుకు సాగుతోంది.

అంతలోనే "పూర్ణా!" అని పిలిచాడు పరమేశ్. ఆమె ఒక్కసారిగా ఉలిక్కిపడి వెనక్కి చూసింది. దాదాపు పట్టు సడలినంత పనయింది. కొండ వంక చూసి గట్టిగా ఊపిరి పీల్చుకుంది.

"ఇక చాలు! దిగు." అన్నాడు పరమేశ్.

పూర్ణకి పరిస్థితి అర్థం అయింది. తను మరీ ఎత్తుకి పోలేదు. కానీ తను పట్టు సడలి క్రింద పడితే బాగా దెబ్బ తగులుతుంది. దిగడానికి పట్టుకోసం చూసింది. ఎక్కడమంత సులువు కాదు దిగడం. కొండలోని ఒక పగులుమీద ఒక చేతిని వుంచి మరో చేత్తో దిగడానికి ప్రయత్నించింది. భయం వేసింది. కాళ్ళతో పట్టు సాధించాలని చూసింది. నేల మీదకు ఎలా దిగాలి? కాళ్ళు బాగా వణికాయి.

"పూర్ణా! ఒక అరచెయ్యి క్రిందకి దించు. ఒకటే... కొంచెం కిందికి. అలాగే... అదే... అక్కడే నీకు పట్టు దొరికింది. గుడ్!" పూర్ణ, శేఖర్‌బాబు సలహాలను పాటించింది.

జాగ్రత్తగా నేలమీదకు దిగింది. ఇంకా ఆమె కాళ్ళు వణుకుతూనే వున్నాయి. చెమటతో మొహం తడిసిపోతోంది.

ఆ పెద్ద కొండ ఎక్కడానికి దిగడానికి పిల్లలకి దాదాపు ఒక గంట పట్టింది.

"ఇప్పుడు చెప్పండి. మీకు ఎక్కడం కష్టమైందా? దిగడం కష్టమైందా?" అని పరమేశ్ వాళ్ళని అడిగాడు.

"దిగడం సర్." అంది రవళి.

"అది నిజం. ఎందుకంటే మీకింకా దిగే నైపుణ్యం రాలేదు. మీలో కొంతమంది చాలా భయపడి మధ్యలో బిగుసుకుపోయారు. ఒక పిల్ల కేకలు పెట్టింది. కొంతమంది బ్రేక్ డాన్స్ చేసారు." పిల్లలు నవ్వేశారు.

"మీరు బాగానే చేస్తున్నారు. ఇప్పుడు మీ శరీరాన్ని ఎలా బ్యాలెన్స్ చేసుకోవాలో నేర్చుకుందురుగాని. కొండ ఎక్కడం దిగడంలోని ఒడుపులు నేర్చుకుంటే మీకు మరింత ఆత్మవిశ్వాసం వస్తుంది. కొండలు ఎక్కడం, దిగడం, పర్వతారోహణలకు ఉపయోగించే పరికరాలను గురించి కూడా మీకు వివరిస్తాము. ఇప్పుడు మీరు కొండలెక్కడంలో వుండే ఒక పద్ధతిని నేర్చుకున్నారు. ఆ విషయం తెలుసా మీకు?" అని వాళ్ళ సమాధానం కోసం ఆగాడు పరమేశ్. వాళ్ళ దగ్గర నుంచి సమాధానం రాలేదు.

"దీన్ని సంప్రదాయ ఆరోహణ అంటారు. Trad climbing అని కూడా అంటారు.

పరమేశ్ ఒక తాడు తీసుకుని, "తాడు పర్వతారోహకులకు జీవనాడి వంటిది. ఈ తాడుతో రకరకాల ముడులు వెయ్యడం నేర్చుకోవాలి మీరు. ముడులు తాడును దృఢంగా ఉంచుతాయి. ఈ తాళ్ళు దాదాపు వంద మీటర్ల పొడుగు వుంటాయి. వాటిని చుట్టచుట్టి దాయడం చాలా ముఖ్యం. చివరి రోజు మీకు వ్రాత పరీక్షతో పాటు ప్రాక్టికల్స్, మౌఖిక పరీక్ష కూడా వుంటుంది. మీ ప్రతిభను బట్టి మీకు గ్రేడ్ ఇస్తాము.

"ఈ కోర్స్‌ని ప్రత్యేకంగా సాంఘిక సంక్షేమ గురుకుల పాఠశాల విద్యార్థుల కోసం రూపొందించాము. ఇది మీకొక అరుదైన అవకాశం. మీ పాఠశాలలలోని బాలుర శిక్షణ నిన్నటితో పూర్తయింది. వాళ్ళు చాలా బాగా నేర్చుకున్నారు. ఇప్పుడు మీ వంతు. మీరు సిద్ధమేనా?"

"సిద్ధం సర్."

"అయితే ఇప్పుడు మీకు పెద్ద బండరాళ్ళు ఎక్కడం నేర్పాలి. అవి 10 నుంచి 15 అడుగుల ఎత్తైన గుట్టలు."

పరమేశ్ వాళ్ళని భోనగిరి కొండ చుట్టుపక్కల వున్న చిన్న చిన్న గుట్టల దగ్గరకు తీసుకువెళ్ళాడు. పూర్ణ అతని వెనకాలే నడిచింది.

వాళ్ళు ప్రారంభించడానికి ముందు పరమేశ్ వాళ్లకి అనేక హిచ్‌ల గురించి వివరించాడు. "దీన్ని క్లోవ్ హిచ్ అంటారు. తాడుని లంగరుకి కట్టడానికి ఉపయోగిస్తుంది. లంగరు (anchor) అంటే కొండ మీద ఒక ప్రదేశంలో ఏదైనా ఒక కొక్కెంలాంటిదాన్ని పాతి దానికి తాడు కట్టడం. ఇటాలియన్ హిచ్ అంటే కరాబినర్‌ను తాడు జారకుండా కట్టే సాధనాన్ని జతచేసి ఎక్కడం. చివరగా గర్త్ హిచ్ అంటే విసిరే తాడును హార్నేస్‌కు కట్టడం అన్నమాట. హిచ్ అంటే దేనికైనా కట్టడం అని అర్థం. హార్నేస్ అంటే గుర్రానికి వేసే జీనులాంటిది. ఒక కవచం లాంటిది. పట్టి వుంచేది."

తరువాత వాళ్లకు రాళ్ళమీద, గుట్టలమీద పడకుండా బ్యాలన్సు చేసుకోడం ఎలాగో వివరించాడు.

పూర్ణ తాడు సాయంతో ఎక్కేటప్పుడు చాలా ధైర్యంగా ఆత్మవిశ్వాసంతో ఎక్కింది గానీ దిగడం కష్టమైంది. రెండు కాళ్ళని కొంత ఎడంచేసి తాడు గట్టిగా పట్టుకోవాలని గుర్తుపెట్టుకుంది. క్రిందకు దిగగానే ఏదో సాధించినట్లు ఆమె కళ్ళు మెరిసాయి.

పిల్లలు అయిదుగురు చొప్పున బృందాలుగా బయలుదేరి తిరిగి వస్తున్నప్పుడు పూర్ణ తను మరొకసారి ఎక్కడానికి వరుసలో నిలబడింది. పరమేశ్ అది గుర్తించి, ఆమెని కనిపెట్టి వుండమని శేఖర్‌బాబుకి సైగ చేసాడు.

ప్రశాంతంగా ఉన్నట్టే వుండి అదనుకోసం ఎదురుచూసే ఆ చురుకైన కళ్ళు అతనికి తెలుసు.

మూడవ రోజుకి పూర్ణ కొండలెక్కడంలోని ప్రాథమిక పరిజ్ఞానాన్నీ, ఒడుపునూ సాధించింది. పరమేశ్ శిక్షణనూ సూచనలనూ సలహాలనూ క్రమం తప్పకుండా పాటించింది. ఆమె సహజంగా సిగ్గరి. మితభాషి. అయినా చాలా త్వరగా తాడుకు వేసే ముడులనూ హిచ్‌లనూ గ్రహించింది. అన్నిటికన్నా తేలికైనది మదర్ నాట్ (mother knot). ఎనిమిదవ అంకెలా వుండే ముడినీ, రీఫ్ నాట్ (Reef knot) అనబడే చదరపు ముడినీ కూడా నేర్చుకుంది. ఆమెకు ఫిషర్‌మ్యాన్ నాట్ (fisherman knot), డబుల్ ఫిషర్‌మ్యాన్ నాట్ (Double fisherman knot) నచ్చాయి. ఆ

ముడులు వేయడంలో ఒక ప్రత్యేకత వుంది. బో లైన్ నాట్ (Bow line knot) కొంచెం తికమక పెడుతుంది కానీ అది కూడా నేర్చుకుంది. అవేకాదు, మిడిల్ మ్యాన్ నాట్ (middleman knot), గైడ్ మ్యాన్ నాట్ (guide man knot), ఫ్రిక్షన్ నాట్ (friction knot), ఎండ్ మ్యాన్ నాట్ (End man knot) కూడా నేర్చుకుంది. (ఇవ్వన్నీ తాడుకు వేసే రకరకాల ముడులు. సందర్భాన్ని బట్టి పర్వతారోహకులు వీటిని వాడతారు. బొమ్మలతో కూడిన వీటన్నిటి వివరణ ఈ పుస్తకం చివరిపేజీలలో వుంది.)

ఆ సాయంత్రం అమ్మాయిలంతా భోనగిరి కొండకు 25 కిలోమీటర్ల దూరంలో వున్న ఆలేరు సాంఘిక సంక్షేమ గురుకుల పాఠశాలలో విడిది చేసారు. శిక్షణ పొందే విద్యార్థుల కోసం ఈ పాఠశాల సెలవుల్లో కూడా తీసే వుంటుంది.

మరునాడు పిల్లలకు మరింత ఆసక్తికరంగా గడిచింది. పర్వతారోహణలో వాడే ప్రతి పరికరాన్నీ ప్రదర్శించి వాటిని ఎలా ఉపయోగించాలో వివరించాడు పరమేశ్. ఆ పరిభాషను కూడా వివరించాడు. ఎక్కువ ఎత్తులు ఎక్కడానికి ముఖ్యమైన నైపుణ్యం తాడును జారిపోకుండా కట్టుకోవడం. ఆ పట్టుకునే వ్యక్తి (ఇకనుంచీ బిలేయర్ అని పిలుద్దాం) నేలమీద నిలబడి కొండపైనున్న లంగరుకు కట్టివున్న తాడు క్రిందకి జారిపోకుండా తాడు పొడవు, దాని బిగువు సరిచూస్తాడు. పట్టువిడుపులు సరిచూస్తాడు. ఎక్కే వ్యక్తీ, బిలేయర్ ఒకరికొకరు సహకరించుకోవాలి. కొండ ఎక్కడం దిగడంలో బిలేయర్ తాడుని పైకీ కిందకీ సమానంగా లాగుతూ ఆరోహకుడు పడిపోకుండా చూసుకోవాలి. ఎక్కే వ్యక్తి పైకి వెడుతున్నకొద్దీ బిలేయర్ తాడు బిగువు(tension) సరిచూసుకుంటూ వుండాలి. దిగేటప్పుడు బిలేయర్ బిలేయింగ్ సాధనంతో (దీనిని వెర్సో -verso- అంటారు) తాడును నెమ్మదిగా వదులుతాడు. ఇదికాక మరో పరికరం వుంటుంది, దాన్ని డిసెండర్ అంటారు. దానితో కూడా తాడును వదలవచ్చు.

పూర్ణ బిలేయింగ్ కూడా సాధన చేసింది. కారబినర్ బిగించుకుని, అది సరిగ్గా బిగిసిందనీ తను ఎక్కడానికి సిద్ధంగా వున్నాననీ గట్టిగా చెప్పింది.

బిలేయర్ "అయితే పద," అని అనుజ్ఞ ఇచ్చాడు.

కొన్ని అడుగులు వేసాక "తాడు బిగించి పట్టుకో," అంది.

బిలేయర్ తాడును మరికొంచెం బిగించాడు.

పైకి వెళ్ళాక "లంగరు దగ్గరకు వచ్చాను," అని కేకేసింది.

"సరే,"

"నన్ను క్రిందకు లాగండి." అంది పూర్ణ.

"లాగుతున్నాను."

క్రిందకు దిగి "అమ్మయ్య, నేను క్షేమంగా దిగేశాను!" అంది.

ఎక్కేవాళ్లకి ఈ తాడు జీవంలాంటిదనీ, అయితే ఎవరెస్టు వంటి అత్యున్నత పర్వతాలకి ఈ టెక్నిక్ సరిపోదనీ, దానికి వేరే పరికరం వుంటుందనీ చెప్పాడు పరమేశ్. దాని పేరు జుమర్. దాన్ని ఎక్కేటప్పుడు ఎసెండర్‌గానూ (ఎక్కే సాధనంగా), దిగేటప్పుడు డిసెండర్‌గానూ (దిగే సాధనంగా) ఉపయోగిస్తారు.

ఈ పరికరానికి బరువు మోసే సామర్థ్యం ఎక్కువ. అతి చిన్న పరికరం 1,200 కిలోల బరువు మొదలుకొని ఎంతవరకూ మొయ్యగలదో అంతవరకూ మొయ్యగలదు. పూర్ణకు తను ఫిజిక్స్‌లో చదువుకున్న 'విరుపు స్థానం' (break point) అనే భావన గుర్తొచ్చింది. అంటే ఒక ప్రయోగంలో ఒక చోట ఆగి, తరువాత ఎలా నడవాలో నిర్ణయించుకునే బిందువు అన్నమాట. ఒక కరాబినర్ బిగించినప్పుడు 2500 కిలోలు, బిగించక ముందు 8000 కిలోలు మోస్తుందంటే పూర్ణ ఆశ్చర్యపోయింది. రకరకాల పరికరాలను ముట్టుకుని చూడమని పరమేశ్ పిల్లలని ఉత్సాహపరచాడు. పూర్ణ ఒక పిటన్(pitton)ని పట్టుకుని చూసింది. ఒక పర్వతారోహకుడు లంగరు నుంచి ఊతంకోసం పిటన్ పట్టుకుని వేళ్ళాడడం ఊహించింది. (పిటన్ అనేది ఒక పెద్ద మేకు లేక కొక్కెంలాంటిది. దాన్ని తాడుకి ఊతంగా కొండకి గుచ్చుతారు.)

ఎంత చిన్న పరికరం ఇది! ఎంత క్లిష్టమైన పనికి ఉపయోగిస్తుంది! అనుకుని పూర్ణ దానిని అమిత గౌరవంతో చూసింది. తరువాత దానిని శేఖర్‌బాబుకి ఇచ్చింది.

మూడవ రోజు ఎండ పొడ బాగుంది. ఆ రోజు శిక్షణలో ఒక సంఘటన జరిగింది. ఆ సంఘటన కొంత కలవరమూ కొంత ప్రేరణా కూడా కలిగించింది. భారతి అనే అమ్మాయి తాడు సాయంతో చాలా వేగంగా కొండ దిగుతూ బ్యాలన్స్ తప్పింది. నేలకి కాస్త దగ్గిరగా కుప్పకూలింది. తలకి మంచి హెల్మెట్ వున్నా కూడా గాయమై రక్తం వచ్చింది. పిల్లలందరూ భయకంపితులై పోయారు. శేఖర్‌బాబు వాళ్ళను ఊరుకోబెట్టి భోనగిరి నుంచి డాక్టర్‌ని పిలిపించాడు. గాయం ప్రమాదకరమైనది కాకపోయినా తలమీది చర్మం చెక్కుకుపోయింది కనుక రెండు కుట్లు వెయ్యాలన్నాడు డాక్టర్. ఆమెని క్లినిక్‌కి తీసుకువెళ్ళారు. అక్కడ మత్తుమందు లేదు. మత్తు ఇవ్వకుండానే భారతికి కుట్లు వేసారు. భారతి ఓర్చుకుంది. దెబ్బ తగ్గేవరకూ ఆమెను ఇంటికి పంపాలనుకున్నాడు శేఖర్‌బాబు.

"నాన్నా! నేను పోను." అంటూ ఏడ్చింది భారతి.

ఆమె శేఖర్‌బాబును నాన్నా అనడం ఆశ్చర్యం కలిగించింది పూర్ణకి.

"నేను ఇంటికి పోను. శిక్షణ పూర్తిచేస్తాను. నా స్నేహితులతో ఇక్కడే వుంటాను."

"సరే బిడ్డా! మాతోనే వుండు. అయితే నీకు తగ్గేదాకా విశ్రాంతి తీసుకోవాలి మరి."

పూర్ణకి ఆరోజు పరమేశ్ ఎంతో ప్రేమాస్పదుడుగా దయామయుడుగా కనిపించాడు. పరమేశ్‌కి భారతి మూడురోజులుగానే తెలుసు.

"ఎంత పిచ్చిపిల్లవి నువ్వు! మత్తుమందు లేకుండా కుట్లు వేస్తే ఏడవనిదానివి ఇంటికి వెళ్ళమంటే ఏడుస్తావా! కానీ ఒకటి, నీకు తగ్గేదాకా కొండ ఎక్కే ప్రసక్తే లేదు."

తరువాత రెండు రోజులూ అమ్మాయిలంతా కొండ ఎక్కి దిగడంలో కఠినమైన సాధన చేసారు. వివిధ పరికరాలను ఉపయోగించి వివిధ టెక్నిక్‌లతో ఎక్కి దిగారు. ఎక్కడంలో మంచి విధానం ఏమిటో తెలుసుకోడం మీద పూర్ణ ధ్యాస పెట్టింది. ఐదవ రోజు ఎక్కి దిగడం, వ్రాత పరీక్ష, మౌఖిక పరీక్ష పూర్తిచేసారు. వాళ్ళు సులువుగా 350 అడుగులు ఎక్కేసారు.

అధ్యాయం 3

పిట్టంత పిల్ల, కొండంత సంకల్పం

4 అక్టోబర్ 2013

భోనగిరి

సాయంత్రం 4.30 గంటలు

అప్పటికప్పుడు అందిన వస్తువులతో నిర్మించిన మామూలు వేదిక. అప్పటి వరకూ జరిగిన శిక్షణా కార్యక్రమానికి సమాపనోత్సవం. భోనగిరిలో శిక్షణ పొందిన బాలబాలికలంతా అక్కడ సమావేశమయ్యారు. ఆలేరు సాంఘిక సంక్షేమ గురుకుల పాఠశాలలోకి ఒక నల్లని కారు వచ్చింది. కారులోనుంచి దిగిన వ్యక్తులు పూర్ణకి సరిగ్గా కనపడలేదు. శేఖర్‌బాబు, పరమేశ్, మరికొంతమంది గురుకుల పాఠశాలల ప్రిన్సిపల్స్ కారును చుట్టుముట్టారు. కరచాలనాలు, కుశలప్రశ్నల తరువాత ఒక స్ఫురద్రూపి తమ వైపు రావడం చూసింది పూర్ణ.

ఆహ్! ఆయనే డాక్టర్ ప్రవీణ్ కుమార్ ఐ.పి.ఎస్.! అనుకుంది పూర్ణ.

అప్పటివరకూ తన బడి కూడా ఆంధ్రప్రదేశ్ సాంఘిక సంక్షేమ గురుకుల పాఠశాలలలో ఒకటి అని పూర్ణకు తెలియదు. (ఇప్పుడు రాష్ట్రం రెండుగా - ఆంధ్రప్రదేశ్, తెలంగాణాలుగా విడిపోయింది.)

అన్ని పాఠశాలలకూ అధికారి (సెక్రెటరీ) అయిన డాక్టర్ ఆర్.ఎస్. ప్రవీణ్ కుమార్ ఐ.పి.ఎస్.ను చూడాలని పూర్ణ చాలా ఆసక్తిగా ఎదురుచూస్తున్నది. ఆయన తమ సమాపనోత్సవానికి ముఖ్య అతిథిగా వచ్చారు!

ఆయన చాలా హుందాగా నడిచి వస్తున్నారు. అంత హుందాగా నడిచే వ్యక్తుల్ని పూర్ణ ఇంతవరకూ చూడలేదు. ఆమె ముందు నుంచి ఆయన నడిచి వెడుతుంటే ఆయన నీడ ఆమెపై పడింది. పిల్లలందరితోపాటు ఆమెకూడా చప్పట్లు కొట్టింది.

దీవెన అనే అమ్మాయి ఆయనకి పుష్పగుచ్ఛం యిచ్చింది.

అంతవరకు గంభీరంగా వున్న ఆయన వదనంలో చిరునవ్వు వికసించింది. 'థాంక్ యు!' అన్నాడు మందస్మితంతో.

పూర్ణకి ఆయన చిరునవ్వు ఎంతో ప్రేమాస్పదంగా అనిపించింది.

ఆయన పొడుగుపాటి శరీరం, నున్నటి తల ఆయన్ని అందరిలోకి ప్రత్యేకంగా నిలబెట్టినా నల్లని ఆయన శరీర వర్ణం తమలో ఒకడిగా చేర్చింది. ఆయన అందరి వందనాలనూ స్వీకరిస్తున్నట్లు తల ఊపాడు. తరువాత తన ఎదురుగా వున్న గంభీరమైన భోనగిరి కొండ వైపు చూపు నిలిపాడు.

"అద్భుతం! అయితే మీరంతా ఈ కొండ ఎక్కారన్నమాట!" అన్నాడు అందరి వైపు చూస్తూ.

"350 అడుగులు ఎక్కాం సర్!" ఒక్కసారి అందరూ అరిచినట్లు చెప్పారు.

ఆయన చిరునవ్వు దరహాసంగా మారింది.

తరువాత సభా మర్యాదననుసరించి శేఖర్‌బాబు ముఖ్య అతిథిని వేదిక పైకి ఆహ్వానించాడు.

ముఖ్య అతిథి ప్రసంగాన్ని పిల్లలంతా చాలా శ్రద్ధగా విన్నారు.

"మీలో అమితమైన శక్తి నిక్షిప్తమై వున్నది. ఎప్పుడైనా అనుకున్నారా మీరు ఈ కొండ ఎక్కగలమని? ఎప్పుడూ అనుకోలేదు కదూ? కానీ ఈ ఎత్తైన కొండ ఎక్కేశారు. అంటే ఇక మీరు ఎంత ఎత్తైనా ఎక్కగలరు. ఎంతటి పర్వతాలైనా ఎక్కగలరు. మనిషి చంద్రుడి పైకి వెళ్ళాడు. అది ఊహించగలరా? మొదట చంద్రయానం మాట విన్నప్పుడు ప్రపంచమంతా నవ్వేసింది, అది సాధ్యమా అని. కానీ మనిషి చందమామ పైన కాలు పెట్టాడు. ఎత్తుగా ఏటవాలుగా వుండే 350 అడుగుల కొండ ఎక్కడం అంటే ముందు మీరు కూడా అట్లా నవ్వేస్తారు, అది సాధ్యమా అని. కానీ మీరు ఎక్కేసారు. ఎక్కినందుకు గర్వంగా వున్నారు. ఎలా ఎక్కగాలిగారు మీరు? మీ దగ్గర ఎక్కే సాధనాలు ఉన్నందుకు కాదు. ఎక్కే నైపుణ్యాలు నేర్చుకున్నందుకు కాదు. మీకున్న దృఢ సంకల్పంతో, అది ఇచ్చిన బలంతో మాత్రమే ఎక్కగలిగారు. కాబట్టి మీకు గట్టి సంకల్పం వుంటే ఎంత ఎత్తయిన శిఖరమైనా ఎక్కగలరు. ఏ లక్ష్యమైనా సాధించ గలరు. మీకేం కావాలో మీరు తెలుసుకుని దాన్ని సాధించడానికి కృషి చెయ్యాలి. ఇది భోనగిరి కొండ మాత్రమే! ప్రపంచంలోనే ఎత్తైన పర్వత శిఖరం ఎవరెస్ట్ అని మీకు తెలుసుగదా? మీరు ఎవరెస్ట్ శిఖరం ఎక్కాలని కోరుకోవాలి. అందుకే నేను

ఈ శిక్షణ కార్యక్రమానికి 'ప్రాజెక్ట్ ఎవరెస్ట్' అని పేరు పెట్టాను. కనుక మీరు కష్టతరమైన లక్ష్యాలను నిర్దేశించుకోండి. ఎప్పుడూ పెద్ద పెద్ద లక్ష్యాలను గురించి ఆలోచించండి. సాధించే కృషి చెయ్యండి."

ప్రవీణ్‌కుమార్ అందరికీ సర్టిఫికెట్లు ప్రదానం చేశారు. బాలికల విభాగంలో పూర్ణ, రోజా ఉత్తమ ప్రతిభ ప్రదర్శించినందుకు సర్టిఫికెట్లు తీసుకున్నారు. బాలుర విభాగంలో నాగరాజుకు ఆ పతకం దక్కింది. పతకం తీసుకునేటప్పుడు పూర్ణ కూడా ప్రవీణ్‌కుమార్ లాగానే తల ఎత్తుకుని హుందాగా నడుచుకుంటూ వెళ్ళింది. సర్టిఫికెట్‌తో పాటు ఆమెకు 5000 రూపాయల నగదు కూడా ఇస్తూ, "బాగా చేసావు." అని అభినందించాడు ప్రవీణ్‌కుమార్. రాష్ట్రం మొత్తం నుంచి భోనగిరికి వచ్చిన నూటపదిమందిలో పూర్ణను ఈ పురస్కారానికి ఎంపిక చేసారు.

పూర్ణకి చాలా సంతోషంగా వుంది. ఆయన అభినందన ఆమె హృదయంలో నాటుకుపోయింది.

తరువాత పిల్లలకు మిఠాయిలు పెట్టారు. ప్రవీణ్‌కుమార్, శేఖర్‌బాబు, మరికొందరు సంభాషణల్లో మునిగిపోయారు. ప్రవీణ్‌కుమార్ వాళ్ళ సంభాషణను దీక్షగా విన్నాడు.

"భారతీ! ఇలా రా!" అని పిలిచాడు శేఖర్‌బాబు.

భారతి పరిగెత్తుతూ పోయి పరమేశ్ పక్కన నిలబడింది.

ప్రవీణ్‌కుమార్ ఆ పిల్ల భుజంతట్టి "బాగా చేసావు." అన్నాడు.

తరువాత శేఖర్‌బాబు నాగరాజుని పిలిచాడు. చెట్టు క్రింద పిల్లలతో కూర్చున్న నాగరాజు ఒక్క ఊపున లేచి శేఖర్‌బాబు దగ్గరకు వెళ్ళాడు.

తరువాత పూర్ణ వంతు వచ్చింది. ఆయనతో ఏం మాట్లాడాలో అనుకుంటూ వెళ్ళింది.

"అయితే పూర్ణా! నువ్వు ఫస్ట్ వచ్చావు కదా?" అని చెయ్యి చాపాడు ప్రవీణ్ కుమార్, కరచాలనం కోసం.

"అవును సర్!" అంటూంటే నల్లని ఆమె మొహంలో ఒక మెరుపు మెరిసింది. తన చిన్న చెయ్యి చాపింది.

ఆమె చేతిని ఆప్యాయంగా పట్టుకుని "నీలాంటి ఛాంపియన్లని కలుసుకోడం ఎంత బావుంటుందో! ఈ శక్తిని ఇలాగే నిలుపుకో." అన్నాడు.

పూర్ణ తన స్నేహితుల దగ్గరకు ఉరికింది.

ఆయన నన్ను చాంపియన్ అన్నాడు!

భోనగిరి కొండ క్రింద వున్న ఒక పెద్ద చెట్టు నీడన కూర్చున్న తన స్నేహితుల దగ్గరకు పరిగెత్తుతున్న పూర్ణను చూసాడాయన.

చిన్నారి పూర్ణ ఎదురుగా పెద్ద కొండ. ఎంత వ్యత్యాసం!

చిన్నారి పూర్ణ! ఆమె దృఢ సంకల్పం!

ఆ వ్యత్యాసం ఆయన్ని అబ్బురపరచింది.

ఇంత చిన్నపిల్ల అంత పెద్దకొండను జయించింది. కేవలం పట్టుదలతో!

మనిషి మనసులోని శక్తి ఎంత గొప్పది! అనుకున్నాడు.

అద్భుతం! నిజంగా అద్భుతం!

శేఖర్‌బాబు వైపు చూసి, "ఇంకా చెప్పండి, పిల్లలు ఎలా చేసారు?" అని అడిగాడు.

"సర్, పిల్లలు చాలా బాగా చేసారు. అబ్బాయిలూ అమ్మాయిలూ అందరూ బాగా ఉత్సాహంగా తమ శక్తిసామర్థ్యాలను ప్రదర్శించారు. దృష్టినంతా లక్ష్యంమీదే పెట్టారు."

"బాగుంది. మీ ఇద్దరూ కూడా చాలా బాగా చేసారు. నేను మిమ్మల్ని ఈ ప్రాజెక్ట్‌కు తీసుకున్నందుకు సంతోషంగా వుంది."

"సర్! నిజాయితీగా చెప్పాలంటే కొంతమంది పిల్లలకు ఈ కొండ ఎక్కడం అనేది నల్లేరు మీద బండి నడకలాంటిది. వారిలో ఇంకొంతమందికి చాలా శక్తిసామర్థ్యాలున్నాయి. వాళ్ళు కొండ ఎక్కడానికే పుట్టారనిపిస్తుంది. ఈ సంగతి ఆ పిల్లలకీ, వాళ్ళ పి.ఇ.టి.లకు కూడా తెలియదు."

"చాలా ఆసక్తికరమైన విషయం. అయితే వీళ్ళకు తరువాత లెవెల్ శిక్షణ ఇద్దామా?"

"అందరికీ వద్దు సర్! కొంతమందిలోనే ఆ చురుకుదనం వుంది. వాళ్ళు ఎంత ఎత్తుకైనా ఎదగగలరు."

"ఊహూ..."

"అవును సర్! కొంతమంది తప్పకుండా మంచి పర్వతారోహకులు అవుతారు."

"అయితే మన తరువాతి లెవెల్ శిక్షణ ఏమిటి?"

శేఖర్‌బాబు కొంచెంసేపు గంభీరంగా ఆలోచించి "హెచ్.ఎం.ఐ. సర్." అన్నాడు.

"హిమాలయా మౌంటేనీరింగ్ ఇన్‌స్టిట్యూట్? మీరు నిజంగానే అంటున్నారా? మనకు దగ్గరగా ఇంకేమీ లేవా?"

"లేవు సర్. దక్షిణ భారతంలోనే మౌంటేనీరింగ్ స్కూల్స్ లేవు. మన పిల్లలు హెచ్.ఎం.ఐ.లో చేరడానికి అర్హులు."

టెన్జింగ్ నార్కే 1953లో ఎవరెస్ట్ శిఖరాన్ని అధిరోహించాక, పర్వతారోహణను కూడా ఒక వ్యవస్థీకృతమైన క్రీడగా గుర్తించి పండిట్ జవహర్లాల్ నెహ్రూ హిమాలయన్ మౌంటేనీరింగ్ ఇన్‌స్టిట్యూట్‌ని వ్యవస్థాపించారు.

ఈ పిల్లలకు హిమాలయన్ మౌంటేనీరింగ్ ఇన్సిట్యూట్‌లో శిక్షణా! ఎంత విడ్డూరం!

శేఖర్‌బాబు తన ఆలోచనకు ఒక క్షణం విచారించాడు.

హెచ్.ఎం.ఐ.ని రక్షణ మంత్రిత్వ శాఖ నిర్వహిస్తుంది. ఈ పిల్లలేమో ఉన్నత పాఠశాల విద్యార్థులు. అయితే ప్రయత్నిస్తేనే కదా విషయాలు తెలిసేది. ఇది కేవలం ఒక ప్రతిపాదనే. ఇందులో పోయేదేమీ లేదు.

ప్రవీణ్‌కుమార్ బయలుదేరే వేళయింది. అతని గన్‌మన్ కారు తెమ్మని డ్రయివర్‌కి వైర్లెస్‌లో పురమాయించాడు. వెంటనే కారు వచ్చేసింది. డ్రయివర్ తలుపు తీసి పట్టుకున్నాడు. ప్రవీణ్‌కుమార్ చెట్టు క్రింద కూర్చున్న పిల్లలకు వీడ్కోలుగా చెయ్యి ఊపి బయలుదేరాడు. వాళ్ళు ఒక్కసారిగా లేచి నిలబడ్డారు.

పర్వతారోహకులు!

తనలో తను అనుకుంటూ కారులో కూర్చున్నాడు. కారు బయల్దేరింది.

పదిహేను నిమిషాల తరువాత శేఖర్‌బాబుకి ఆయన దగ్గర్నుంచి ఫోన్ వచ్చింది.

ప్రవీణ్‌కుమార్ నేరుగా విషయాన్ని ప్రస్తావిస్తూ, "శేఖర్‌బాబూ! మనం ఈ హెచ్.ఎం.ఐ. ప్రతిపాదన విషయంలో ముందుకుపోవచ్చు. కానీ ముందుగా నా పై అధికారి, సాంఘిక సంక్షేమ గురుకుల పాఠశాలల ముఖ్య కార్యదర్శిని మీరు ఒప్పించాలి."

"మీ పై అధికారిని నేను ఒప్పించడమా! సర్, మీరు నాతో హాస్యం ఆడట్లేదు కదా? నేనెలా ఒప్పించగలను సర్!" అన్నాడు శేఖర్‌బాబు మర్యాదమాటలు పక్కనపెట్టి.

"మీరు ఒప్పించగలరు. నేను మీ ఇద్దర్నీ సమావేశపరుస్తాను. ఈలోగా సమర్థులైన ఇరవైమంది పిల్లల జాబితా తయారుచెయ్యండి." అంటూ ఫోన్ పెట్టేసాడు ప్రవీణ్ కుమార్.

***

రెండు వారాల తరువాత హైదరాబాద్ పరిసరాలలోని గౌలిదొడ్డి అనే చోట వున్న గురుకుల పాఠశాలలో జరిగే శిక్షణా శిబిరంలో పాల్గొనడానికి తయారైంది పూర్ణ. ఎంపికైన విద్యార్థులకు డార్జిలింగ్‌లోని హిమాలయన్ మౌంటేనీరింగ్ ఇన్‌స్టిట్యూట్‌లో ఇవ్వబోయే శిక్షణకు ముందు ఇక్కడ ఇచ్చే ప్రాథమిక శిక్షణ అది.

అధ్యాయం 4

శీతల పర్వతారోహణకు సంసిద్ధత

26 అక్టోబర్ 2013

సాయంత్రం 6.00 గంటలు

సికిందరాబాద్ రైల్వే స్టేషన్

హిమాలయన్ మౌంటెనీరింగ్ ఇన్‌స్టిట్యూట్‌లో శిక్షణ కోసం వెడుతున్న పంతొమ్మిదిమంది పిల్లలు ఉద్విగ్న మానసులై వున్నారు. ప్రవీణ్‌కుమార్ అనే విద్యార్థి విశాఖపట్నంలో వీరితో కలుస్తాడు. సాంఘిక సంక్షేమ గురుకుల పాఠశాల అనే పేరు వీపులపై వ్రాసివున్న టీ షర్టు ధరించి, స్కూల్ యూనిఫామ్‌లో ఉన్న పిల్లలు చక్కగావున్నారు. రైలు కూత వేసి బయలుదేరగానే వాళ్ళ ఉత్సాహం మిన్నంటింది. చాలామందికి ఇదే మొదటి రైలు ప్రయాణం. వాళ్ళ ఉద్విగ్నత ఆపశక్యం కాకుండా వుంది. అదివరకు రైలు ప్రయాణం అనుభవం వున్న పిల్లలు వీళ్ళకన్న అధికులమైనట్టు ప్రవర్తిస్తున్నారు. కొంతమంది ప్రశాంతంగా వుండడానికి ప్రయత్నిస్తున్నారు. ఏది ఏమైనా రాష్ట్రం దాటి వెళ్ళడం మాత్రం అందరికీ ఇది మొదటిసారే. పిల్లల మాటల్ని ఇముడ్చుకుంటూ రైలు ముందుకు సాగింది.

ఈ పిల్లలంతా స్లీపర్ క్లాస్‌లో న్యూ జల్పాయిగురి రైల్వేస్టేషన్‌కు వెడుతున్నారు. అక్కడ నుంచి వాళ్ళు డార్జిలింగ్‌కు కారులో వెడతారు. వాళ్ళు 36 గంటలు ప్రయాణం చేసి ఆ జంక్షన్ చేరుకుంటారు. అంటే మరునాడు సాయంత్రానికన్నమాట.

అంతా సరిగ్గా వుందో లేదోనని పరమేశ్ కంపార్ట్‌మెంటు కలయజూసాడు. పిల్లలంతా బెర్తుల మీద పడుకున్నారు. వాళ్ళ సామాన్లు బెర్తుల క్రింద సర్దుకున్నారు. సౌకర్యంగానే వున్నారు. మర్నాటి ఉదయం ఉపాహారానికి, మధ్యాహ్నం భోజనానికి సరిపడా ఆహారం వుంది. అన్నిటికీ మించి పిల్లలు ఉత్సాహంగా వున్నారు. పరమేశ్‌కి తృప్తిగా వుంది. మూడవసారి పిల్లల హాజరు తీసుకున్నాడు. మొదటిసారి సికిందరాబాద్

రైల్వే స్టేషన్ ప్లాట్‌ఫామ్ మీద, రెండవసారి రైలు బయల్దేరేటప్పుడు తీసుకున్నాడు. పూర్ణ, రోజా, భారతి, దీవెన, అభిలాష, సైకా కృష్ణవేణి, రామలక్ష్మి, సరిత, రవళి, రూప, ఆనంద్, గంగాధర్, సత్యారావ్, మధుకర్, అంజని ప్రసాద్, మోహన్ ప్రసాద్, నాగరాజు, శ్రీకుమార్, శ్యామ్ ప్రసాద్. విశాఖపట్నంలో ప్రవీణ్‌కుమార్ కలిస్తే పదిమంది అమ్మాయిలు, పదిమంది అబ్బాయిలు.

ఆహా! ఇరవైమంది కౌమారంలో వున్నవారు, ముగ్గురు పెద్దవాళ్ళు!

పరమేశ్ మనసులో ఈ ఆలోచన కుదురుకున్నది. అతను పి.ఇ.టి. సురేఖ వైపు చూసాడు. ఆమె అతని వంక 'నేనున్నాను మీకేం ఫరవాలేదు' అన్నట్లు చూసి నవ్వింది. ఆమెకు పిల్లలతో మంచి అనుబంధం వుంది. ఎందుకంటే ఒక నెలనుంచీ వాళ్ళతో కలిసి పనిచేస్తున్నది. అంతేకాక ఆమె అంతకుముందు ఒక సాంఘిక సంక్షేమ శాఖ గురుకుల పాఠశాలలో పనిచేసి వున్నది. పరమేశ్ సహాయకుడు అనిల్ కూడా వాళ్ళతో వస్తున్నాడు.

ఖాజీపేట స్టేషన్లో రైలు ఇంజిన్ మార్చుకున్నది. పిల్లలు ఉదయపు ఉపాహారం తిని అంత్యాక్షరి ఆడడం మొదలుపెట్టారు. అక్కడ రైలు ఇరవై నిమిషాలు ఆగి, బయలుదేరింది. ఒక పావుగంట గడిచాక పరమేశ్‌లో ఆందోళన మొదలైంది. తనకు ఎందుకు ఆందోళన కలిగిందో అతనికి కొద్ది నిమిషాల్లో అర్థమైంది. ఖాజీపేటలో కుడివైపుకి తిరగవలసిన రైలు ఎడమవైపుకి తిరిగింది. తోటి ప్రయాణీకులకు కూడా ఎందుకో తెలియదు. వెంటనే టి.టి.ఇ. దగ్గరకు పరిగెత్తాడు.

'ఒడిశాలో తుఫాను. శ్రీకాకుళం దగ్గర రెండు వంతెనలు కూలిపోయాయి. అందుకని దారి మళ్ళించవలసి వచ్చింది.' అని చెప్పాడు టి.టి.ఇ.

అయ్యో! ప్రవీణ్‌కుమార్! అతనెలా ఎక్కుతాడు రైలు? రైలు విశాఖపట్నం మీదుగా పోవడం లేదు. అతను శిబిరానికి ఎట్లా వస్తాడు?

పరమేశ్, శేఖర్‌బాబుకు ఫోన్‌చేసి జరుగుతున్నది చెప్పాడు. ప్రవీణ్‌కుమార్ డార్జిలింగ్ చేరేలా తను చూస్తానని చెప్పాడు శేఖర్‌బాబు. సాయంత్రానికి అతనికి తెలిసింది- తమ రైలు ఎప్పటిలాగా ఖాజీపేట-విజయవాడ-విశాఖపట్నం-భువనేశ్వర్-కొల్‌కతా-న్యూ జల్పాయ్‌గురి మార్గంలో కాకుండా ఖాజీపేట-కరీంనగర్-నాగపూర్-మధ్యప్రదేశ్-న్యూ జల్పాయ్‌గురి మార్గంలో వెడుతున్నదని. ఇది అనుకోని రైలు కనుక ప్రతి స్టేషన్‌లోనూ రెండు రైళ్ళ జనాన్ని ఇముడ్చుకోవలసి వచ్చింది. పరమేశ్‌కి ప్లాట్‌ఫామ్ మీదకు దిగి పిల్లలకి తినడానికి ఏమైనా కొనడం కూడా కష్టమైంది. ఎక్కడ ఏకాస్త దొరికినా కొని దానితో ఆకలి తీర్చుకోవాల్సి వచ్చింది.

బయలుదేరిన యాభై ఆరు గంటలకి రైలు జల్పాయ్‌గురి చేరింది! సాయంత్రం అయినా ఎండ మొహం మాడ్చేలా వుంది. డార్జిలింగ్ చేరడానికి శేఖర్‌బాబు టాక్సీలు ఏర్పాటు చేసాడు. టాక్సీలు ఎక్కబోయే ముందు తమ జాకెట్లను సిద్ధంగా వుంచుకోమని చెప్పాడు పరమేశ్. ఎండ హైదరాబాద్‌లో కన్నా తీవ్రంగా వుంటే జాకెట్లేమిటని ఆశ్చర్యపోయారు పిల్లలు. మూడున్నర గంటలు ప్రయాణం చేసి రాత్రి ఏడున్నరకి డార్జిలింగ్ చేరారు.

పిల్లలు తమ తమ గదుల్లోకి చేరారు. జాకెట్లు వేసుకున్నా చలి పళ్ళు గిట్టకరుచుకునేలా చేస్తోంది. కాళ్ళూ చేతులూ వణుకుతున్నాయి. జీవితంలో మొదటిసారిగా వాళ్ళు సబ్ జీరో ఉష్ణోగ్రతలో ప్రవేశించారు. త్వరత్వరగా తయారై భోజనం చేసి వెచ్చని బొంతలు కప్పుకుని పడుకున్నారు.

పరమేశ్ భోజనాల దగ్గరే మరునాటి కార్యక్రమం వివరించాడు. హెచ్.ఎం.ఐ. సంరక్షకులని అనుమతించదు కనుక సురేఖతో సహా ముగ్గురూ కూడా శిక్షణలో చేరిపోయారు.

28 అక్టోబర్ 2013

ఉదయం 5.45 గంటలు

హెచ్.ఎం.ఐ. మైదానం

పిల్లలంతా వ్యాయామం కోసం సమావేశమయ్యారు. ఇంకా పొగమంచు దట్టంగానే వుంది. ఉష్ణోగ్రత 6°c వుంది. సుదీర్ఘ ప్రయాణం చేసివచ్చినా, కొత్త వాతావరణంలో వున్నా, తమ వేసట అంతా మర్చిపోయి పిల్లలు సమయానికి మైదానంలో జమకూడారు.

పరమేశ్ ముఖం సంతోషంతో వెలిగిపోయింది.

ఆయన ఇంతవరకూ వేలాదిమంది పిల్లలకు శిక్షణ ఇచ్చి వున్నాడు. కానీ ఈ పిల్లలు వేరు. వీళ్ళ కడుపులో ఒక అగ్ని వుంది. వీళ్ళు భవనాలలో సురక్షితంగా గారాబంగా పెరిగివచ్చిన పిల్లలు కారు. వీళ్ళకు చదువు అనేది ఒక అందని మానిపండు లాంటిది.

మొదట జూనియర్ అసిస్టెంట్ వచ్చి హాజరు తీసుకున్నాడు. సీనియర్ అసిస్టెంట్ ఆరుగంటలకి వచ్చాడు.

'ఈ పిల్లలా!?' అని ఆశ్చర్యపోయాడు.

హాజరు పట్టీ చూసి, మళ్ళీ పిల్లలని కలయజూసి, పరమేశ్‌తో "వీళ్ళు మరీ

చిన్నవాళ్ళు. మనం ఎప్పుడూ ఇంత చిన్నపిల్లలకి శిక్షణ ఇవ్వలేదు. ఎలా ఇవ్వగలం వీళ్ళకి?" అన్నాడు.

"కానీ ఇది ఒక ప్రత్యేకమైన కోర్సు. మా దగ్గర వ్రాతపూర్వకమైన అనుమతి వుంది. ప్రవీణ్‌కుమార్ సర్ ఈపాటికే అనుమతి తీసుకున్నారు. ఆయన కెప్టెన్ శామ్యూల్‌తో మాట్లాడారు కూడా." అన్నాడు పరమేశ్.

కెప్టెన్ శామ్యూల్ లార్లిన్‌తుంగా, హెచ్.ఎం.ఐ.కి అధికారిక ప్రిన్సిపల్.

"కావచ్చు. కానీ ఈ శిక్షణకు కనీస అర్హత వయస్సు 17 సంవత్సరాలు. 15 సంవత్సరాల లోపు పిల్లలని మనం ఎలా అంగీకరించగలం? వీళ్ళంతా 15 సంవత్సరాల లోపు చిన్నపిల్లలు భాయ్! మనం ఈ విషయాన్ని సాగదీస్తున్నాం!"

పరమేశ్ చార్ట్ చూసాడు. పిల్లలంతా 17 సంవత్సరాల లోపు వారే. కానీ వాళ్ళలో 13 సంవత్సరాలవాళ్ళు కూడా వుంటారని అనుకోలేదు.

"కానీ మాకు అనుమతి వుంది సర్." అన్నాడు.

సీనియర్ ఇన్‌స్ట్రక్టర్ కొన్ని నిమిషాలు ఆలోచించాడు.

"అచ్ఛా! పహలే ఇన్ కో రన్నింగ్ కేలియే లేజావో (ముందు వీళ్ళని రన్నింగ్‌కి తీసుకుపొండి)." అన్నాడు.

జూనియర్ ఇన్‌స్ట్రక్టర్ ఈల వేయగానే పిల్లలు హెచ్.ఎం.ఐ. దగ్గరవున్న కొండ చుట్టూ నాలుగు కిలోమీటర్లు పరిగెత్తడానికి సిద్ధమయ్యారు. పరుగు మొదలుపెట్టారో లేదో ఒకరు పొట్టపట్టుకుని బాధతో మెలికలు తిరుగుతూ కుంటుతూ వెనక్కి వచ్చారు.

అతను ఆయాసపడుతూ "సర్! నాకు కడుపు నెప్పిగా వుంది." అన్నాడు.

సీనియర్ ఇన్‌స్ట్రక్టర్ పరమేశ్ వంక తీవ్రంగా చూసాడు.

సుదీర్ఘ ప్రయాణం, వాతావరణంలో మార్పు పిల్లలకు సరిపడలేదని పరమేశ్ గ్రహించాడు. పిల్లలు అతివేడి ప్రదేశాన్నించి అతి చల్లని ప్రదేశానికి వచ్చారు. ఈ కొత్త వాతావరణానికి అలవాటుపడడానికి వాళ్ళకి కొంత సమయం అవసరం.

జూనియర్ ఇన్‌స్ట్రక్టర్ తన శక్తినంతా ఉపయోగించి 'రన్' అని అరిచాడు. కానీ ఆయన గొంతులో ఆ తీవ్రత రాలేదు. ఈ పిల్లలు చాలా చిన్నవాళ్ళు. హెచ్.ఎం.ఐ. ట్రెయినీలు అనడానికి వీల్లేదు.

ఉపాహారం తీసుకునేటప్పుడు "ఈ పిల్లలు చాలా లేత వయస్సువాళ్ళు. వాళ్ళు శిక్షణకు ఫిట్‌గానే ఉన్నప్పటికీ అది చాలదు." అన్నాడు సీనియర్ ఇన్‌స్ట్రక్టర్. "వాళ్ళ

ఊపిరితిత్తులు, కండరాలు, ఎముకలు, శరీరం పొడవు ఇంకా ఎదగవలసివుంది."

కొన్ని నిమిషాల మౌనం తరువాత మళ్ళీ ఆయనే "సరే కానివ్వండి. మా కోర్స్ డైరెక్టర్ ఇంకా మూడురోజుల్లో వస్తారు. ఈ లోగా వీరికి థియరీ పాఠాలు, పర్వతారోహణ పరికరాలను ఉపయోగించడం, కొండలు ఎక్కడానికి తగిన వ్యాయామాలు నేర్పిద్దాం. అప్పుడు చూద్దాం." అన్నాడు.

పరమేశ్ ఊపిరి పీల్చుకున్నాడు.

సాయంత్రానికి విశాఖపట్నం నుంచి రావాల్సిన ప్రవీణ్‌కుమార్ తండ్రిని తీసుకుని వచ్చాడు. అతను తన సాహసోపేతమైన ప్రయాణం గురించి చెబుతుంటే పిల్లలు ఉత్సాహంగా అతని చుట్టూ మూగారు. డార్జిలింగ్ అందాలను చూసి అబ్బురపడ్డాడు ప్రవీణ్‌కుమార్ తండ్రి. అంత చల్లని వాతావరణం ఆయన ఇంతవరకూ చూడలేదు.

"మనం భారతదేశంలోనే వున్నామా సర్?" అన్నాడు అక్కడ వున్న నేపాలీ శిక్షకులను చూస్తూ.

"అవును కదా!" అన్నాడు పరమేశ్.

29 అక్టోబర్ 2013

పరమేశ్‌ను కోర్స్ డైరక్టర్ గదికి పిలిపించారు. అతను పిల్లలను శిక్షణకు అనుమతిస్తే బాగుండునని మనసారా కోరుకుంటున్నాడు. దైవాన్ని ప్రార్థిస్తున్నాడు. డైరెక్టర్ గదిలో కాలు పెట్టీపెట్టగానే అతని ఆందోళన ఆశ్చర్యంగా మారింది.

"అరె! జ్యోతి సర్!"

రోషన్ ఘట్‌రాజ్‌ను స్నేహితులూ సహోద్యోగులూ జ్యోతి అని పిలుస్తారు.

"నన్ను గుర్తుపట్టలేదా? నేను పరమేశ సింగ్‌ని. 2001 బ్యాచ్‌లో మీ విద్యార్థిని."

2001లో పరమేశ్ సింగ్ హెచ్.ఎం.ఐ.లో శిక్షణ పొందినప్పుడు జ్యోతి సర్ కోర్స్ ఇన్‌స్ట్రక్టర్‌గా వుండేవాడు.

కొన్ని క్షణాల తరువాత "ఆ! గుర్తుకొచ్చింది పరమేశ్! ఎలా వున్నావు?" అన్నాడు.

"బాగున్నాను సర్! కానీ నేనిప్పుడు పెద్ద చిక్కులో ఇరుక్కున్నాను."

"ఆ! విన్నానులే ! కూర్చో."

జ్యోతిని ఒప్పించడానికి పరమేశ్ కొండలెక్కడంలో పిల్లలకు తానిచ్చిన శిక్షణ, ఈడుకిమించిన వాళ్ళ సామర్థ్యం, చురుకుదనం, తెలివితేటల గురించి చెప్పుకువచ్చాడు.

"ఒకపని చేద్దాం సర్! వాళ్లకు ఒక పరీక్ష పెడదాం, వాళ్ళతో టైగర్ హిల్ ఎక్సర్‌సైజ్ చేయిద్దాం. వాళ్ళు ఉదయం ఏడు గంటలకి బయలుదేరి మధ్యాహ్నం రెండు గంటలకి తిరిగి వస్తారు." అని సూచించాడు పరమేశ్.

"మామూలుగా అయితే ఒంటిగంటకే తిరిగిరావాలి." జ్యోతి సవరించాడు.

"అవును సర్! కానీ వాళ్ళ వయస్సును బట్టి వాళ్లకి మరొక గంట అదనంగా ఇద్దాం."

"గంట కాకపోతే గంటన్నర తీసుకో! కానీ జాగ్రత్త! వాళ్ళు పిల్లలు. వాళ్ళకేమైనా అయితే వాళ్ళ తల్లితండ్రులకి మనం సమాధానం చెప్పాలి. నీకు తెలుసనుకో!" పరమేశ్ కళ్ళల్లోకి సూటిగా గంభీరంగా చూస్తూ అన్నాడు జ్యోతి. జ్యోతిని గురించి పరమేశ్‌కి బాగా తెలుసు. అతను పిల్లల గురించి మంచి శ్రద్ధ తీసుకుంటాడు. కేవలం ఒక బాధ్యతగా కాక వాళ్ళ మీద ప్రేమతో.

గదిలోనుంచి వస్తూ పరమేశ్ ఇలా అనుకున్నాడు– 'ఇది ఒక ఏరివేత పరీక్ష కాదని పిల్లలకు చెప్పాలి. పిల్లల శరీర దారుఢ్యం, వారికి శిక్షణావకాశం ఈ పరీక్ష మీదా, తన తీర్పు మీదా ఆధారపడి వుంటాయి. ఇప్పుడు అతనికి పిల్లల పట్ల తన బాధ్యత మరింత గుర్తుకువచ్చింది.

30 అక్టోబర్ 2013

ఉదయం 10.30 గంటలు

కోర్స్ డైరెక్టర్స్ ఆఫీస్, హెచ్.ఎం.ఐ.

మరుసటి రోజు ఉదయం పూర్ణ, ఆమె స్నేహితులు టైగర్ హిల్స్ వైపు జాగింగ్ ప్రారంభించారు. మూడు రోజుల తరువాత వాళ్ళు ఇప్పుడు ఈ వాతావరణంలో సులువుగా ఇమడగలిగారు. టైగర్ హిల్ హెచ్. ఎం. ఐ. నుంచి పదకొండు కిలోమీటర్ల దూరం వుంది. సముద్రమట్టానికి 2,590 మీటర్ల ఎత్తున వుంది. ఆ కొండమీద సూర్యోదయాన్ని చూడడం పర్యాటకులకు కనువిందు. టైగర్ హిల్ పైనుంచి కంచన్‌జంఘా పర్వత శ్రేణి మొత్తాన్ని చూడవచ్చు. ఆకాశం నిర్మలంగా వున్నప్పుడు 172 కిలోమీటర్ల దూరంలో వున్న ఎవరెస్టు శిఖరాన్ని కూడా చూడవచ్చు. కొన్ని గంటలలో పిల్లలు టైగర్ హిల్ పైకి ఎక్కారు.

టైగర్ హిల్ వాతావరణం కూడా హిమాలయ ప్రాంతపు వాతావరణాన్ని పోలి వుంది. గాలిలో ప్రాణవాయువు శాతం తక్కువగా వుంది. మొదటిసారి అక్కడికి వచ్చినవాళ్ళు పదిహేను నిమిషాలకన్నా ఎక్కువసేపు వుండడం క్షేమం కాదు. పిల్లలకు

అక్కడనుంచి కంచన్‌జంఘా శ్రేణిని చూపించాలని ఉత్సాహపడ్డాడు పరమేశ్. కానీ పొగమంచు దట్టంగా వుండడంతో అది సాధ్యంకాలేదు. వాళ్ళతో వచ్చిన అధికారి ఇక వెనుతిరగమని ఆజ్ఞాపించాడు. మరొక పదిహేను నిమిషాలు ఆగితే పొగమంచు విడిపోతుందేమో చూద్దామని పరమేశ్ కోరాడు కానీ, అలా జరగలేదు.

వాళ్ళు హెచ్.ఎం.ఐ.కి తిరిగి రాగానే పరమేశ్ టైమ్ చూసాడు. మధ్యాహ్నం ఒంటి గంటే అయింది.

"మళ్ళీ వెడదామా?" అన్నాడు పరమేశ్ హాస్యానికి.

"పోదాం సర్!" అన్నారు పిల్లలు గట్టిగా.

"భోజనం చేసి పోదాం సర్! ఆకలి మండిపోతోంది." అన్నాడు మధుకర్.

పిల్లలంతా పగలబడి నవ్వారు.

ఎత్తులకు అలవాటుపడేలా చేసే క్రమాన్ని హైట్ గైనింగ్ ప్రాసెస్ అంటారు. అందుకోసం పిల్లల్ని హెచ్.ఎం.ఐ. బేస్ క్యాంప్‌కి పంపడానికి అనుమతి ఇచ్చాడు జ్యోతి. పర్వతారోహణకు ఇది అత్యవసరమైన శిక్షణ.

1 నవంబర్ 2013

డార్జిలింగ్ నుంచి యుక్సొమ్‌కు

డార్జిలింగ్ నుంచి ఏడు గంటలు ప్రయాణం చేసి యుక్సొమ్ (Yuksom) చేరుకున్నారు. మధ్యలో రెండుగంటలు జోరేథాంగ్(Jorethang)లో భోజన విరామం. యుక్సొమ్, పశ్చిమ సిక్కిమ్‌లో ఒక పెద్ద గ్రామం. 1,780 మీటర్ల ఎత్తులో వుంటుంది. సముద్ర మట్టానికి 5,840 అడుగుల ఎత్తులో వుంటుంది. యుక్సొమ్ నుంచి వాళ్ళు మళ్ళీ వెనక్కి హెచ్.ఎం.ఐ. బేస్ క్యాంప్ చౌరిఖాంగ్‌కు మూడు రోజుల పాటు బఖిమ్-జోంగ్రీ లా(Bakhim-Dzongri La) మార్గంలో నడుచుకుంటూ వచ్చారు. పశ్చిమ సిక్కిమ్ లోని ఈ మార్గం చాలా ప్రముఖమైనది. బాగా ఎత్తులో వున్నది. దట్టమైన అడవులతో కొండాకొలనులతో పచ్చిక బయళ్ళతో అందంగా వుంది. నవంబర్ మొదట్లో అక్కడి ఉష్ణోగ్రత హాయిగా వుంది. ఈ మార్గం కంచన్‌జంఘా వద్ద ముగుస్తుంది.

2 నవంబర్ 2013

యుక్సొమ్ నుంచి బఖిమ్

బఖిమ్ భూమికి 3100 మీటర్ల లేదా సుమారుగా 9000 అడుగుల ఎత్తున వుంది. దీన్ని క్యాంప్-1 అంటారు. యుక్సొమ్ నుంచి బఖిమ్‌కి పన్నెండు కిలోమీటర్ల

దూరం. పిల్లలు పొద్దున్న ఏడు గంటలకి ఎక్కడం మొదలుపెట్టాలి. బాగా ఎత్తైన ప్రదేశాలు ఎక్కడం అలవాటున్న పెద్దవాళ్ళు ఈ దూరానికి అయిదారు గంటలు తీసుకుంటారు.

'వీళ్ళు పిల్లలు కదా! సాయంత్రం నాలుగు గంటలకు చేరినా ఫరవాలేదు. దారిలో తినడానికి కొన్ని చాకొలెట్లు బిస్కెట్లు పట్టుకుపోదాం. భోజనం ఆలస్యంగా చేద్దాం.' అన్నారు హెచ్.ఎం.ఐ. ఉద్యోగులు.

కొండలేక్కేటప్పుడు ఎదురయ్యే అనారోగ్యాల గురించి పరమేశ్‌కి తెలుసు. ఆరు గంటల్లో ఎక్కడం అయిపోవచ్చు కానీ, తను మొదటిసారి బఖిమ్ వెళ్ళడానికి ఆరుగంటల పైనే పట్టిందని పరమేశ్‌కి గుర్తొచ్చింది.

పిల్లలందరూ తమ రక్‌సాక్‌లలో నిద్రపోవడానికి ఉపయోగించే సంచులు, కొన్ని బట్టలు, దారిలో తినడానికి కొన్ని తినుబండారాలు సర్దుకున్నారు. ప్రతి గంటన్నరకూ పిల్లలకు కొంత విరామం ఇచ్చేలా కార్యక్రమం రూపొందించారు, పరమేశ్‌తో కలసి హెచ్.ఎం.ఐ. ఉద్యోగులు. ఏ సెలయేటి పక్కనో ఆగి చాక్లెట్టో బిస్కెట్టో తినేలాగా.

ఒక మూడు గంటల నడక తరువాత భారతి ఒక చెట్టునానుకుని నిలబడి సంచీ కింద పడేసి నేలమీద కూలబడిపోయింది.

"ఇక నావల్ల కాదు సర్! బాగా అలసిపోయాను. నేను తిరిగి వెళ్లిపోనా?" అన్నది. అది కొండలెక్కడం వలన వచ్చిన అనారోగ్యం కాదని గ్రహించాడు పరమేశ్.

"భారతికి వంట్లో బాగా లేదు. మీలో ఎవరో ఒకరు ఆమె సామాను మోస్తారా?" అని తక్కిన పిల్లల్ని అడిగాడు.

ఎవరూ ముందుకు రాలేదు. వాళ్ళ సామానే వాళ్ళు మోసుకోలేకపోతున్నారు.

"రండి, మనం అందరం ఆమె సామాను పంచుకుందాం." అన్నాడు.

అప్పటికీ ఎవరూ ముందుకు రాలేదు.

"నేను సాయం చేస్తాను సర్!" అంటూ ఆనంద్ వచ్చాడు.

ఆ వెంటనే మరికొందరు సందేహిస్తూనే "మేమూ చేస్తాం," అన్నారు.

"అలా వుండాలి!" అని, పరమేశ్ భారతి సంచీని ఆనంద్‌కు ఇచ్చాడు.

ఆనంద్ భారతి సంచీ తీసుకున్నాడు. అందులోని కొన్ని వస్తువులను మరి ఇద్దరి సంచీల్లోకి సర్దాడు పరమేశ్.

"ఇప్పుడు సంచి రెండు కిలోల కన్నా బరువు లేదు. ఇదిగో తీసుకో." భారతికి యిచ్చి, ఆమె దాన్ని బిగించుకోవడంలో సాయపడ్డాడు.

ఆ బృందం బఖిమ్‌కు ఆరున్నర గంటల్లో చేరింది. వాళ్ళను స్వాగతించిన హెచ్.ఎం.ఐ. ఉద్యోగుల మొహాల్లో ఆశ్చర్యం పరమేశ్‌కు ఆనందం కలిగించింది.

భారతిని డాక్టర్‌కి చూపించారు. ఆమెకు శారీరకంగా ఏ అనారోగ్యమూ లేదు. కేవలం ఇంటి బెంగ! ఒక్కరోజులో ఆమె మామూలుగా అయిపోయింది.

యుక్సామ్‌కూ బఖిమ్‌కూ మధ్య 5000 అడుగుల ఎత్తు వ్యత్యాసం వుంది కనుక పిల్లలు రెండు రాత్రులపాటు అక్కడే విశ్రాంతి తీసుకుంటే మంచిదని హెచ్.ఎం.ఐ. ఉద్యోగులు సలహా ఇచ్చారు. తరువాతి మజిలీ జోంగ్రీ (Dzongri) 13,200 అడుగుల ఎత్తున వుంది. అక్కడి విపరీతమైన ఉష్ణోగ్రతలను తట్టుకోవాలంటే నెమ్మదిగా ఎక్కడమే ఉపాయం. వాళ్ళ శారీరక పటుత్వాన్ని అంచనా వేసుకోవడం కోసం, భోజనం తరువాత వాళ్ళను ఒక చిన్న కొండ దగ్గరకు నడిపించారు. మరునాడు కూడా వాళ్ళ వ్యాయామం ఇలాంటి నడకే.

2 నవంబర్ 2013

ఆ రోజు దీపావళి పండుగ. హెచ్.ఎం.ఐ.ఉద్యోగులు పిల్లలకు తలా రెండు కొవ్వొత్తులు ఇచ్చి వాటిని మూడు ముక్కలుగా తుంచమన్నారు. ఒక వంటాయనని పిలిచి మిఠాయిలు చేయించారు. పిల్లలు తాముంటున్న ఇంటి చుట్టూ కొవ్వొత్తులు వెలిగించారు. మంచు శిఖరాల మధ్య ఆ ఇల్లు మెరిసిపోయింది.

4 నవంబర్ 2013

బఖిమ్ నుంచి జోంగ్రీ

క్యాంప్-2 అని కూడా పిలిచే 13,200 అడుగుల ఎత్తునున్న జోంగ్రీకి బయలుదేరారు. పచ్చదనమూ తెల్లని మంచుతో కలిసిన ఎంతో అందమైన ప్రదేశం అది. విలక్షణమైన ఈ మార్గం అంతర్జాతీయ ప్రఖ్యాతిగాంచినది. బాగా అలవాటైన పెద్దవాళ్ళు ఈ మార్గం ద్వారా వెళ్ళడానికి ఎనిమిది గంటలు తీసుకుంటే మన పిల్లలు ఏడున్నర గంటల్లోనే చేరిపోయారు.

బృందం అంతా జోంగ్రీ నుంచీ హెచ్.ఎం.ఐ.కి తిరిగి వచ్చింది.

ఆ సాయంత్రం భోజనశాల నుంచి ఎవరో గట్టిగా 'మంటలు! మంటలు!' అని అరవడం వినిపించింది పరమేశ్‌కి.

పరమేశ్ పరిగెత్తి అక్కడికి వెళ్ళాడు. మోహన్ గంతులు పెడుతున్నాడు. తక్కిన

పిల్లలు ఏం జరుగుతోందో తెలుసుకోడానికి ప్రయత్నిస్తున్నారు. ఆనంద్ కొంటెగా నవ్వుతూ పరమేశ్ సెల్‌ఫోన్‌లో ఆ దృశ్యాన్ని వీడియో తీస్తున్నాడు. జరిగిన సంగతి ఇది. అక్కడ వేడినీళ్ళు వున్నాకూడా మోహన్ తన చేతుల్ని చన్నీళ్ళతో కడిగాడు. ట్యాప్‌లో వచ్చే నీళ్ళు అతి చల్లగా వుంటాయని, ఆ చల్లని నీళ్ళు వేడినీళ్ళ లాగానే చర్మాన్ని మంట పుట్టిస్తాయని మోహన్‌కి తెలియదు. ఆ మంట తగ్గడానికి దాదాపు పదిహేను నిమిషాలు పట్టింది. అదే అదనుగా తీసుకుని లోహం కరవడం (Metal bite) అనే విషయాన్ని గురించి పిల్లలకు వివరించాడు పరమేశ్. ఉదాహరణకి ఒక చెంచాను ఆరుబయట రాత్రంతా వదిలి వుంచి దాన్ని పట్టుకుంటే అది చర్మానికి అతుక్కుపోయి చర్మం వూడి వస్తుంది. ఏ వస్తువైనా పట్టుకునే ముందు ఉన్ని గ్లవ్స్ వేసుకోవాలని పిల్లల్ని హెచ్చరించాడు పరమేశ్.

మోహన్ ఒక పావుగంటలో కోలుకున్నా వాళ్ళ హిమాలయ యాత్ర మొత్తంలో స్నేహితులు అతన్ని ఆటపట్టిస్తూనే వున్నారు.

5 నవంబర్ 2013

జోంగ్రీ నుంచి హెచ్.ఎం.ఐ.

ఆ బృందం ఉదయం ఏడుగంటలకంతా జోంగ్రీ నుంచి హెచ్.ఎం.ఐ. బేస్ క్యాంప్‌కి బయలుదేరింది. అది భూమట్టానికి 14,600 అడుగుల ఎత్తున వుంది. వాళ్ళు అక్కడికి మధ్యాహ్నం 3.30కి చేరారు. వాళ్ళు చివరి నాలుగు గంటలూ నడిచి ఎక్కినదంతా మంచుమార్గమే. ఎక్కడా దరిదాపుల్లో పచ్చదనమే లేదు. చెట్లూ పచ్చగడ్డీ పొదలూ ఏమీ లేవు. అంతా అంతులేని మంచు దుప్పటి. అనంతాకాశాన్ని సైతం ఆక్రమించిన మంచు కొండలు వాళ్ళ కళ్ళలో ప్రతిబింబించాయి. మంచు డేరాలు ఆకాశానికి ఎగిసినట్లున్నాయి. ఆకాశపు కోణాలు మంచులో దోపినట్టుగా వుంది. ఆ దృశ్యం అలా ఊపిరి తీసుకోనీకుండా నిలిపివేస్తున్నది. ఆ హిమాలయాల మర్మ సౌందర్యం పిల్లల్ని మంత్రముగ్ధుల్ని చేసింది.

పరమేశ్ పిల్లలందర్నీ జాగ్రత్తగా గమనిస్తున్నాడు. ఎందుకంటే ఇటువంటి ఎత్తైన ప్రదేశాల్లో, ఇటువంటి వాతావరణంలో చాలామందికి ఎత్తైన ప్రదేశాల్లో వచ్చే తీవ్రమైన అనారోగ్యం (acute mountain sickness) వస్తుంది. కొంతమందికి కడుపులో వికారం, తీవ్రమైన తలనొప్పి, కండరాల నొప్పి, ఊపిరాడకపోవడం వంటి లక్షణాలు వస్తాయి. అన్నిటికన్నా ప్రమాదకరమైనది హైపోథర్మియా. అంటే కొండల మీద వీచే అతి చల్లని గాలులు సోకి శరీర ఉష్ణోగ్రత బాగా తగ్గిపోవడం అన్నమాట. దీన్ని నివారించడానికి సరైన వెచ్చని దుస్తులు ధరించడం చాలా అవసరం.

మరొక ప్రమాదకరమైన వ్యాధి ఊపిరి తిత్తుల్లోకి నిమ్ము చేరడం. దీన్ని పల్మినరి ఎడీమా అంటారు. అంటే గాలిలో వుండే అతిసూక్ష్మమైన మంచు బిందువులు ఊపిరి తీసుకునేటప్పుడు లోపలి వెళ్ళిపోతాయి. అవి లోపలికి పోయి కరిగి నీళ్ళుగా మారతాయి. ఊపిరితిత్తుల్లో నీళ్ళు చేరి ప్రాణవాయువుకు చోటు లేకుండా చేస్తాయి. వేడి ప్రాంతాల్లో గాలిలో 70 శాతం ప్రాణవాయువు(oxygen), మిగతా 30 శాతం వేరే వాయువులు వుంటాయి. ఎత్తైన ప్రదేశాల్లో అంటే హిమాలయాల వంటి ప్రదేశాల్లో గాలిలో 20 శాతం మాత్రమే ప్రాణవాయువు వుంటుంది. తక్కిన భాగం వేరే వాయువులు వుంటాయి. ప్రాణవాయువు కోసమని ఊపిరితిత్తులు బాగా గాలి పీలుస్తాయి. ఇది మనిషిలో చాలా సాధారణమైన జీవప్రక్రియ. నిద్రలో కూడా సాగిపోయే ప్రక్రియ. అట్లా శరీరానికి ప్రాణ వాయువు అందకపోతే కృత్రిమంగా అందించవలసివస్తుంది. ఇటువంటి ప్రమాదాలు జరక్కుండా వుండడానికి వాతావరణానికి అనువుగా వుండేలా చూసుకోవాలి. అనుభవజ్ఞులైన పర్వతారోహకులు కూడా ఇటువంటి ప్రమాదాల బారిన పడుతూవుంటారు. పర్వతారోహకుడు తను పర్వతాలు ఎక్కే ప్రతిసారీ కూడా వాతావరణానికి అలవాటుపడే విధంగా చూసుకోవాలి. అంత ఎత్తుల్లో బ్రతికి బట్టకట్టాలంటే వాతావరణానికి అలవాటుపడ్డప్పుడు శరీరం దానంతటదే ఎక్కువ ఎర్ర రక్తకణాలను తయారుచేసుకుంటుంది. అవి ఎక్కువ ప్రాణ వాయువును పీల్చుకుంటాయి. ఆరోగ్యం నిలకడగా వుంటుంది.

తను తీసుకువచ్చిన పిల్లలకు ఇటువంటి లక్షణాలేవీ రానందుకు పరమేశ్‌కు ఆనందంగా వుంది. పిల్లలు హెచ్.ఎం.ఐ. ప్రాంగణంలో ఆడుకుంటున్నారు. ప్రతి అయిదారు గంటలకూ వారి శారీరక పరిస్థితిని పరిశీలించి వాకీ టాకీ ద్వారా చెప్పమని హెచ్.ఎం.ఐ. ఉద్యోగులు బేస్ క్యాంప్ ఉద్యోగులకు సూచనలిచ్చారు. ఎవరికైనా అనారోగ్య లక్షణాలు కనిపిస్తే వెంటనే హెచ్.ఎం.ఐ.కి పంపాలి. సాంఘిక సంక్షేమ శాఖ గురుకుల విద్యాలయాలలో చదివే పిల్లలు ఏ వాతావరణంలోనైనా ఇమిడిపోయే అద్భుతమైన శక్తియుక్తులను ప్రదర్శిస్తున్నారు.

తమ శాఖ కార్యదర్శి ప్రవీణ్‌కుమార్‌కు పిల్లలు ఆరోగ్యంగా వున్నారని హెచ్.ఎం.ఐ. ఉద్యోగులు ఎప్పటికప్పుడు తెలియజేస్తున్నారు.

10 నవంబర్ 2013

మౌంట్ రేనాక్

పిల్లలు విజయవంతంగా మౌంట్ రేనాక్ ఎక్కారు. ఇది కంచన్‌జంఘా పర్వత శ్రేణిలో సముద్రమట్టానికి 16,500 అడుగుల ఎత్తులో వుంది. ఇది వారి మొదటి నిజమైన పర్వతారోహణ సాహస యాత్ర. ప్రథమ విజయం. ఇంత కష్టమైన యాత్ర

చెయ్యలేకపోయిన ముగ్గురు పిల్లలని బేస్ క్యాంప్‌లో వదిలిపెట్టారు. మౌంట్ రేనాక్ పైనుండి చూసిన దృశ్యానికి పిల్లలు మంత్రముగ్ధులైపోయారు. సంభ్రమంలో మునిగి తేలారు. అంతటా పరచుకున్న శ్వేత వర్ణం. అక్కడక్కడా పచ్చదనం, కొండ రంగు. చలిగాలి హోరు. అక్కడ వాళ్ళు భారత జాతీయ జండా పాతి సాంఘిక సంక్షేమ గురుకుల పాఠశాలల నినాదాలిచ్చారు.

13 నవంబర్ 2013

డార్జిలింగ్

ఎన్నడూ పొందని ఆనందంతో పిల్లలు తిరిగి డార్జిలింగ్ వచ్చారు. వాళ్ళల్లో విజయోత్సాహం! ప్రకృతి ఔన్నత్యాన్నీ విస్తృతినీ అనుభవించి ఆనందించిన వేళ అది. జ్యోతి సర్ పిల్లల్ని చూసి సంబురపడ్డాడు. అందరూ ఆరోగ్యంగా ఉన్నందుకు ఆయనకు సంతోషం కలిగింది.

విజయోత్సాహంతో పాటు ఒక లోకోత్తరమైన అనుభవంలో నుంచి వచ్చిన ప్రశాంతత కూడా ఆయనకు వాళ్ళ వదనాలలో కనిపించింది. అది కేవలం భౌతికపరమైన విజయంతో సాధించినది కాదు. ఒక ఆత్మిక అనుభవం. హెచ్.ఎం.ఐ.కి శిక్షణకు వచ్చిన వేలాదిమంది వదనాలలో ఇదే ప్రశాంతతను ఆయన చూశాడు. కానీ చిన్నారి అమాయక బాలబాలికలలో ఈ భావం చూడడం ఇదే మొదలు. అమాయకత్వం కలసిన ఇటువంటి ఉదాత్తత ఆశ్రమాలలో ఉండే యోగుల ప్రశాంతతను పోలివున్నట్లు అనిపించింది.

ఆయనకు తన మొదటి బాధ్యత గుర్తు వచ్చింది.

ఇంత చిన్న పిల్లలకు ఎట్లా శిక్షణ ఇవ్వాలి? వీళ్ళను పర్వతాల దగ్గరకు ఎట్లా తీసుకుపోవాలి?

'శిక్షణ కోర్స్ కానివ్వండి. వాళ్ళు ఎట్లా చేస్తారో చూద్దాం...' అని కెప్టెన్ శామ్యూల్ సలహా ఇచ్చాడు.

వాళ్ళు చివరివరకూ సాగలేరని జ్యోతి అనుకున్నాడు. కానీ ఆయన అనుకున్నది తప్పు అని పిల్లలు నిరూపించారు. ఆయన శిక్షణాక్రమం తెలిపే పట్టికను జాగ్రత్తగా పరిశీలించాడు. ఆ పిల్లలు మంచు గడ్డలపై అద్భుతంగా నడిచారు. ఎత్తులు ఎక్కారు. జుమరింగ్, కొండలెక్కడంలోనూ ప్రతిభ చూపించారు. వాళ్ళ ప్రతిభా పాటవాలు చూసిన శిక్షకులు వాళ్లకు మరిన్ని నైపుణ్యాలు నేర్పడానికి ఉత్సాహపడ్డారు.

పర్వతారోహణ సమయంలో పిల్లలను రాత్రివేళల్లో బాగా కనిపెట్టి వుండమని

జ్యోతి ఉద్యోగులకి చెప్పాడు. వాళ్ళు నిద్రకు ఉపయోగించే సంచులు వాడడం ఇదే మొదలు. అవి వాళ్లకు బాగా పెద్దవయ్యాయి.

పిల్లలకు భాష ఒక సమస్య. హెచ్.ఎం.ఐ. ఉద్యోగులు హిందీ, ఇంగ్లీష్ మాట్లాడతారు. చాలామంది పిల్లలకు హిందీ అర్థంకాదు, అసలు మాట్లాడలేరు. వచ్చీరాని ఇంగ్లీష్‌లోనో సైగల ద్వారానో పని గడుపుకోవాలి. అయినప్పటికీ పిల్లలు వాళ్ళతో బాగానే కలసిపోయారు.

16 నవంబర్ 2013

శిక్షణ పొందిన పిల్లలకు పట్టప్రదానం ఏర్పాటుచేసింది హెచ్.ఎం.ఐ. ఆ ఉత్సవానికి ప్రవీణ్‌కుమార్ ఐ.పి.ఎస్.ను, శేఖర్‌బాబును ఆహ్వానించారు. ఆ ఉత్సవం కోసం అంత దూరం నుంచి ప్రవీణ్‌కుమార్ రావడం పిల్లలకు చాలా సంతోషం కలిగించింది. చాలా హుషారుగా వున్నారు.

ఆయన వస్తూనే పరమేశ్‌తో “ఏరీ! పిల్లలెక్కడ? నేను వాళ్ళని వెంటనే చూడాలి.” అన్నాడు.

“అవును సర్! నేనూ వాళ్ళను చూడాలని తపించిపోతున్నాను.” అన్నాడు శేఖర్‌బాబు.

ప్రవీణ్‌కుమార్‌ను చూడడానికి పిల్లలు గబగబా నడవలోకి పరిగెత్తుకొచ్చారు. వాళ్ళు చేసిన ఒక్కుమ్మడి వందనంతో నడవ ప్రతిధ్వనించింది. ఆయనతో కరచాలనం కోసం ఇరవై చేతులు పోటీపడ్డాయి. ఆయన పట్ల ప్రేమ, కృతజ్ఞత కలసిన కరచాలనాలు అవి.

వాళ్ళలో ఆయనకు భవిష్యత్తు కనపడింది. స్వేరోస్ (SWAEROES) భవిష్యత్తు కనపడింది. భవిష్యత్తు ప్రతిరూపాలైన స్వేరోస్.

వాళ్ళ వంక చూస్తూనే కొంచెం ఆందోళనగా “పిల్లలూ! మీరు చలి దుస్తులు ఎందుకు వేసుకోలేదు?” అని అడిగాడు.

పిల్లలు తమని తాము చూసుకుని ఆశ్చర్యపడ్డారు. శేఖర్‌బాబు, ప్రవీణ్ మాత్రమే స్వెట్టర్లు వేసుకుని వున్నారు. తొలిపొద్దు వ్యాయామం అయినాక స్నానంచేసిన వాళ్ళు స్వెట్టర్లు వేసుకోడం మర్చిపోయి, ప్రవీణ్‌కుమార్‌ను చూడ్డానికి పరిగెత్తుకొచ్చారు. ప్రవీణ్‌కుమార్ తన స్మార్ట్ వాచ్ చూసుకున్నాడు. అందులో ఉష్ణోగ్రత 4 డిగ్రీల సెంటిగ్రేడ్ చూపించింది!

అధ్యాయం 5

ఆటంకాలను అధిగమిస్తూ, భవిష్యత్తే లక్ష్యంగా...

“వీళ్ళున్నారు చూశారా, ప్రవీణ్‌కుమార్‌జీ! వీళ్ళు అలాంటిలాంటివాళ్ళు కాదండి. 8000 మీటర్ల ఎత్తు ఎక్కగల సత్తా వున్నవాళ్ళు!” అన్నాడు జ్యోతి.

‘తను నిజంగానే విన్నాడా జ్యోతి మాటలు?’ అని ఒక్క క్షణం నోట మాట రాలేదు ప్రవీణ్‌కుమార్‌కి. జ్యోతి మోహంలో కనపడే భావాల కోసం చూసాడు. జ్యోతి దేనిమీదా దృష్టి లగ్నంచెయ్యకుండా ఏటో చూస్తున్నాడు. అయితే ఆయన ఆ మాటలు హాస్యానికి మాత్రం అనలేదు.

జ్యోతి ఏమి చెప్పదలచుకున్నాడో ప్రవీణ్‌కుమార్‌కి అర్థమైంది. అంటే వీళ్ళు 8000 మీటర్ల ఎత్తుమీద ప్రాణవాయువు అందని ప్రమాదకరమైన ప్రదేశాలను (Death zones) కూడా అధిరోహించగలరన్నమాట! ఆ ప్రదేశాల మాటలా వుంచి అసలు పిల్లల్ని హెచ్.ఎం.ఐ.కి పంపడానిక్కూడా తను సందేహించాడు. జ్యోతి తప్ప ఇంకెవరు పై మాటలు మాట్లాడినా ప్రవీణ్‌కుమార్ నమ్మేవాడుకాదు. ఇప్పుడా మాటలు ఆయన్ని గట్టిగా ప్రభావితంచేసాయి.

జ్యోతి అభిప్రాయం ప్రకారం ఈ పిల్లలు తరువాత చేయబోయే పెద్ద సాహసానికి సిద్ధంగా వున్నారన్నమాట.

తను జ్యోతి మాటలకు సమ్మతించాడా? తానూ అలాగే అనుకుంటున్నాడా?

ఇప్పటికిప్పుడే తనేం చెప్పలేడు. ఆ సంగతి తరువాత ఆలోచించాలి.

పిల్లలకు పట్టాలు ప్రదానం చేసిన తరువాత జ్యోతి, ప్రవీణ్‌కుమార్‌కి హెచ్.ఎం.ఐ. ప్రాంగణం అంతా తిప్పి చూపించాడు. హెచ్.ఎం.ఐ. క్యాంప్‌కు పిల్లలను పంపినందుకు ప్రవీణ్‌కుమార్‌ను అభినందించాడు. శిక్షకుల, తక్కిన ఉద్యోగుల నిబద్ధతను, శ్రద్ధను ప్రశంసించాడు.

జ్యోతికి కృతజ్ఞతలు చెబుతూ "ఏమైనా పిల్లలే అసలైన హీరోలు సర్! వాళ్ళ పట్టుదలా, శక్తీ అనుపమానమైనవి. వాళ్ళ నుంచి వాళ్ళే ప్రేరణ పొందుతారు. స్వయంసిద్ధులు!" అని, పిల్లల నుండి వీడ్కోలు తీసుకున్నాడు.

శేఖర్‌బాబు, పరమేశ్, ప్రవీణ్‌కుమార్ క్యాంటీన్‌కు వెళ్ళారు.

"పిల్లలను ఎల్లుండి మళ్ళీ టైగర హిల్స్‌కు తీసుకుపోవాలి సర్! వాళ్ళు అక్కడ నుంచి మళ్ళీ ఒకసారి కంచన్‌జంఘా పర్వత శ్రేణిని చూడాలి." అన్నాడు పరమేశ్.

"గోడలు ఎక్కే శిక్షణ కూడా రూపొందించాం సర్!" అన్నాడు శేఖర్‌బాబు.

"అద్భుతం! మీరు తిరిగి వచ్చాక కలుద్దాం." అన్నాడుప్రవీణ్ కుమార్.

***

ఆయన కారు పచ్చదనంతో మెరిసిపోతున్న టీ తోటల మధ్యగా ఘాట్ రోడ్ల మీద వంకలు తిరుగుతూ డార్జిలింగ్‌లోని బాగ్‌డోగ్రా విమానాశ్రయానికి సాగిపోతున్నది. ముందు సీట్‌లో కూచున్న ఆయనకి అక్కడి చల్లనిగాలి తాజా అనుభూతినిస్తున్నది.

ఆయనకి సమయంకన్నా విలువైనది ఏదీ లేదు. తన జీవితం గురించి ఆయనకు ఒక స్పష్టమైన దృష్టి వున్నది. తనేం చెయ్యాలో ఏం సాధించాలో అవగాహన వున్నది. ఇప్పుడు ఆయనకొక లక్ష్యం వున్నది. ఒక కార్యం సాధించే పనిలో వున్నాడు. దానిని ఎవరూ నిరోధించలేరు. ఎందుకంటే అది స్వార్థపూరితమైన కార్యసాధన కాదు. ఆయన కృషి అంతా సాటి మానవుల కోసమే. ప్రజాస్వామ్య పాలనలో వుంటూనే ఆ ఫలితాలను అనుభవించకుండా, వివక్షకు నిరక్ష్యానికి గురి అవుతున్న సమూహాలకు సమానహక్కులూ అవకాశాలూ కల్పించడానికి కేవలం తానొక పనిముట్టుగా పనిచేస్తున్నానని ఆయన భావన. సమానత, అవకాశాలే కాదు భారత రాజ్యాంగం కల్పించిన కనీస మానవ హక్కులైనా సాధించగలగాలి.

ఇప్పుడు ఆయన మనసులో జ్యోతి మాటలే ప్రతిధ్వనిస్తున్నాయి. పదేపదే వినిపిస్తున్నాయి. సీట్‌లో అటూ ఇటూ అసహనంగా కదిలాడు. అతని డ్రయివర్ దే (De) అతని మనసు మరల్చడానికి ప్రయత్నిస్తూ టీ ఆకులు తెంపుతున్న మనుష్యులను చూపించాడు. కానీ ఆయన మనసు అటు పోలేదు.

ఆ పిల్లలకు 8000 మీటర్ల పైకి ప్రమాదకరమైన ప్రదేశాల్లోకి (Death Zones) ఎక్కే సత్తా వుంది!

ప్రపంచం మొత్తం మీద ఇటువంటి డెత్ జోన్స్ 14 వున్నాయి. వాటినుంచి బ్రతికి బయటపడడం చాలా కష్టం. అందుకే వాటిని డెత్ జోన్స్ అంటారు. అంటే

మృత్యుకుహరాలు అన్నమాట! 8000 మీటర్ల ఎత్తులో గాలి వొత్తిడి సముద్ర మట్టానికన్నా 30 శాతం పడిపోతుంది. కనుక అక్కడ పీల్చే గాలిలో ప్రాణవాయువు కూడా 30 శాతం తగ్గుతుంది. సున్నాకన్నా తక్కువ వుండే అక్కడి ఉష్ణోగ్రత అతిపెద్ద సవాలు. 8000 మీటర్లు, ఆపై ఎత్తులో ఉష్ణోగ్రత -50 డిగ్రీలకు కూడా పడిపోతుంది. శిక్షణ ద్వారా వ్యాయామం ద్వారా శరీర ధారుఢ్యం సాధించినా, అలాంటి వాతావరణంలో మానసికంగా స్థిరంగా వుండడం కష్టం. కానీ మానసిక స్థైర్యమే సాధించాలి. అన్ని ప్రదేశాల్లో కన్న ఈ డెత్ జోన్స్‌లో చనిపోయినవారే ఎక్కువ అని ప్రవీణ్‌కుమార్‌కి తెలుసు.

అతి ప్రమాదకరమైన ప్రదేశాలలో ఈ పిల్లలు నిభాయించుకురాగలరా? ఈ మాటలు ఆయనకు గగుర్పాటు కలిగించాయి.

ఎనిమిది వేల మీటర్ల ఎత్తు ఎక్కే సత్తా వున్న పిల్లలు!!

ఈ పిల్లలు డెత్ జోన్స్‌ని జయించగలరని జ్యోతి నమ్మకం. అభం శుభం తెలియని అమాయకులు! అయితే జ్యోతి ఎప్పుడూ ఒట్టిమాటలు చెప్పదు. అందులోనూ పిల్లల విషయంలో! సాంఘిక సంక్షేమ శాఖ గురుకుల విద్యార్థుల గురించి జ్యోతి అంచనా అది.

నా పిల్లలు! నా స్వేరోస్! అనుకుంటే ఆయన హృదయం గర్వంతో ఉప్పొంగింది.

నా స్వేరోస్ ఉన్నత శ్రేణి పర్వతారోహకులు! ఏడెనిమిది వేల మీటర్ల ఎత్తు ఎక్కే స్థోమతుగలవారు!

తన స్వేరోస్! పర్వతారోహకులు!

ఈ వాతావరణంలో సాధారణ యువకులెవరూ చన్నీటి స్నానం చెయ్యలేరు. చలి దుస్తులు ధరించకుండా గది బయటకు అడుగు పెట్టరు. సముద్ర మట్టానికి 16,500 అడుగుల ఎత్తున వున్న పర్వతం ఎక్కడానికి వాళ్లకి ఎంత మనోబలం కావాలి! కనీసపు శిక్షణతో అంత సాధించారంటే వాళ్లకి ఎంత శక్తి, ఎంత శరీర దారుఢ్యం అనువంశికంగా వచ్చివుండాలి?

వీళ్ళను పంపడమా? మానడమా?

సీట్‌పై చెయ్యి పెట్టుకునే చోట ఆయన వేళ్ళతో దరువు వెయ్యసాగాడు.

వీళ్ళను పంపాలా, వద్దా?

ఈ బాధ్యత నేనెందుకు భుజాన వేసుకుంటున్నాను? నా ఉద్దేశం వీళ్ళకొక అవకాశం ఒక అనుభవం కల్పించడం. ఇది చాలదా?

ఇలా అనుకోగానే అతని ఎదుట వెలుగు నిండిన వదనాలతో నిలిచారు పిల్లలు.

పూర్ణ! ఎంత సంతోషంగా కనిపించింది? శక్తి స్వరూపిణి! చేసే పనిమీదే పూర్తి ధ్యాస! ఒక కుగ్రామం నుంచి వెళ్లి 16,500 అడుగుల ఎత్తైన మౌంట్ రేనాక్‌ను అధిరోహించింది!

భారతి! పట్టుదలకి ప్రతిరూపం.

రోజా! పర్వతాలు ఎక్కడంలో తన స్వంత నైపుణ్యం కనిపెట్టిన పిల్ల!

వాళ్ళు మరిన్ని విజయాలు సాధించడానికి అర్హులు కారా?

ఆ విషయాన్ని నేనెందుకు నిరూపించాలి? ఎవరికి నిరూపించాలి?

***

ప్రవీణ్ కుమార్‌కి బదిలీ ఎందుకు అవసరం?

అతనికి తెలుసు, ఎందుకో! అందుకే ఒక దీర్ఘమైన నిట్టూర్పు విడిచాడు.

ఒక వనంలో రెండు బాటలున్నాయి,

ఎవరూ ఎక్కువ ప్రయాణించని తోవను

నేను ఎన్నుకున్నాను,

ఆ ఎంపికే గొప్ప మార్పుకు దారితీసింది.

పోలిస్ శాఖ నుంచి సాంఘిక సంక్షేమ శాఖకు బదిలీ కోసం రెండేళ్ళ క్రితం ఆయన అర్జీ పెట్టి వున్నాడు. ఆయన అసిస్టెంట్ సూపరింటెండెంట్ ఆఫ్ పోలీస్‌గా ఉద్యోగం ప్రారంభించి ఇప్పుడు జాయింట్ కమీషనర్‌గా వున్నాడు. పోలీస్ శాఖలో ఇప్పటికి 17 సంవత్సరాలు పనిచేసాడు. ప్రెసిడెంట్ గాలంట్రీ మెడల్‌తో సహా భారత ప్రభుత్వం నుంచి అనేక పతకాలు సాధించాడు. ఇంతవరకూ ఆ మెడల్ పొందిన ఆరువేల మందిలో ఆయన ఒకడు. భారతదేశంలోని 20 లక్షల మంది పోలీస్ ఆఫీసర్లలో ఆ మెడల్‌కు ఎంపికైనవారు ఆరువేల మంది!

ఆంధ్రప్రదేశ్‌లో నక్సలైట్, మావోయిస్ట్ టెర్రరిస్ట్‌ల అణిచివేత కోసం పనిచేసే ప్రత్యేక శాఖ అయిన గ్రే హౌండ్స్‌లో పనిచేసాడు. అందులో చేపట్టే రహస్య కార్యకలాపాలు ప్రాణాపాయం కలిగించేలా వుంటాయి. పోలీస్ శాఖలో ఎంత మన్నన సంపాదించినా ఆయన సంతుష్టి చెందలేదు.

నేనేం పొందానిక్కడ? కీర్తా? గౌరవమా? నన్నూ, నా కుటుంబాన్నీ అభివృద్ధి చేసుకోడమే జరుగుతున్నది.

నేను, నాది, నా కోసం! ఇదేనా నా జీవిత ధ్యేయం?

ఆయనా ఆయన కుటుంబమూ సౌఖ్యంగా వున్నారు. ఒక పెద్ద బంగళా, కార్లు, డ్రయివర్లు, సెక్యూరిటీ మనుషులు, అనేకమంది నౌకర్లు. అధికారం వుంది. భౌతికంగా అన్ని సౌకర్యాలు వున్నాయి. అవేనా మనిషికి కావలసినది? అవి ఆయనకు సంతృప్తినివ్వడంలేదు. అదంతా విలువలేనిదిగా అనిపిస్తున్నది. కీర్తి, గౌరవం సౌకర్యాలతో పాటు అసంతృప్తి కూడా పెరుగుతూ వస్తున్నది. తను అనుభవిస్తున్న స్థితికీ, తను కోరుకుంటున్న వ్యవస్థకీ మధ్య వున్న అఘాతం ఆయన్ని నిద్ర పోనివ్వడం లేదు.

బీదల కోసం, కనీసావసరాలు తీరనివారి కోసం ఆయన హృదయం తపిస్తున్నది. సమాజపుటంచులలో వున్నవారు, అత్యాచారాలకు గురైన ఆదివాసీ స్త్రీలు, బాల్య వివాహాల వలన చిన్నతనంలోనే తల్లులవుతున్న అమాయక స్త్రీలు, పదో క్లాసులో మొదటి శ్రేణి తెచ్చుకుని కూడా చెడు సావాసాలు పట్టి లివర్ జబ్బుతో చనిపోయిన చిన్నవాడు, త్రాగుబోతు భర్తలచేత రోజూ దెబ్బలుతినే స్త్రీలు, బీదరికం వలన భవిష్యత్తు ఛిద్రమైపోయిన అనేకమంది బాలలు, చదువుకోవాలని వున్నా బ్రతుకు తెరువుకోసం కష్టపడక తప్పని బాల కార్మికులు- ఇటువంటి అభాగ్యులందరూ ఆయన్ని కలవర పెట్టేవాళ్ళు. ఏం చెయ్యాలి వీళ్ళ కోసం?

ప్రత్యేక తెలంగాణా ఉద్యమం సమయంలో ఉస్మానియా యూనివర్సిటీలో జరిగిన విద్యార్థుల ఆందోళనను అణచివేసే పోలీస్ చర్యలో తను పాల్గొన్నాడు. పగలంతా వాళ్ళ ఆందోళనను అణచివేశాడు. వాళ్ళను అదుపు చేశాడు. సాయంత్రం వేళల్లో ఏ టీ స్టాల్లోనో ఆ విద్యార్థులతోనే చర్చల్లో పాల్గొనేవాడు. విద్యార్థులు ఎదురుకుంటున్న ముఖ్యమైన సమస్యల మీద మాట్లాడేవాళ్ళు. వాళ్ళల్లో రెండు విషయాలు గమనించాడు. పేదరికం ఒకటైతే నిరాశ మరొకటి. గ్రామీణ విద్యార్థులలో ఆశలున్నాయి ఆకాంక్షలున్నాయి. వారి కళ్ళల్లో ఆశలున్నాయి. కలలున్నాయి. కానీ అవి తీరే దారికి పేదరికం పెద్ద అవరోధం. రాజ్యం వాళ్లకి ఉపాధి కల్పించలేక పోతోంది. అందుకే వాళ్లకి రాజ్యం పట్ల రాజ్యం నడిపే విద్యా సంస్థల పట్ల అపనమ్మకం, అసంతృప్తి. ఆ వ్యవస్థలో తనూ ఒక భాగమైనందుకు తనమీద తనకే కోపం వచ్చింది.

ఈ కోపమే ఒక మేలుకొలుపు అయింది. ఒక నిర్ణయాత్మకమైన మలుపు అయింది. వెంటనే విద్యాసంబంధమైన సెలవు తీసుకుని హార్వర్డ్ యూనివర్సిటీలో పబ్లిక్ అడ్మినిస్ట్రేషన్‌లో మాస్టర్స్ చెయ్యడానికి వెళ్ళాడు. అక్కడ ఆయన ప్రపంచ వ్యాప్తంగా ఎన్నో దేశాల నుంచి వచ్చినవారిని కలిసాడు. వాళ్ళలో చాలామంది భౌతిక సౌకర్యాలను త్యజించి తమ నిజమైన లక్ష్యాన్ని సాధించడానికి వచ్చినవారు.

ఒక సత్కార్యం కోసం వచ్చినవాళ్ళు. మానవాళి పురోభివృద్ధికి తమ వంతు కృషి చెయ్యడానికి వచ్చినవాళ్ళు. అది వాళ్ళ జీవితాలలో గొప్ప మార్పు తెచ్చింది.

జీవితం మరీ అంత నిరాశామయం కాదు, నిస్సారం కాదు.

అని ఒక రాత్రి తనకు తనే చెప్పుకున్నది గుర్తుచేసుకున్నాడు. ఆత్మవిశ్వాసాన్ని తిరిగి పొందాడు.

తన లక్ష్యమేదో తనకి తెలిసింది. దాన్ని సాధించడానికి తాజాగా కృషి మొదలుపెట్టాలి.

అప్పటికీ ఆయనకు నిద్ర కరువైంది. కానీ అంత కలవరం లేదు. అపరాధభావం లేదు. తన కల నెరవేర్చుకునే పథకం ఆలోచించసాగాడు.

చాలాసార్లు ఆయనకు తన బాల్యం గుర్తొచ్చేది. తెలంగాణాలోని అచ్చంపేట కళ్ళముందు కదిలేది. అప్పటి కొన్ని సంఘటనలు జ్ఞాపకాల్లో చిరస్థాయిగా నిలిచిపోయాయి. ఒక రోజు తన తండ్రి తన తల్లితో ఎంతో బాధతో చెబుతున్న సంగతి విన్నాడు. తండ్రి ఆ రోజు ఒక వేడుకకి వెళ్లి భోజనం చేసినప్పుడు ఆయన తిన్న విస్తరాకును ఆయన్నే తీసివెయ్యమని ఆ యింటివాళ్ళు చెప్పినప్పుడు తను ఎంత బాధపడిందీ చెబుతున్నాడు. తన తండ్రి ఒక ఉపాధ్యాయుడై వుండి కూడా అస్పృశ్యుడు కావడం వల్ల అలా జరిగింది. ఒకసారి అనుకోకుండా తన ఉపాధ్యాయుడి చొక్కా ముట్టుకున్నందుకు ఆయన ప్రవీణ్‌కుమార్‌ని చెంపమీద కొట్టాడు. క్లాసులో ముందు బెంచీల మీద అగ్రవర్ణాల పిల్లలు కూర్చుంటే, తను చివరి బెంచీమీద కూర్చునేవాడు. పెద్దవుతున్నకొద్దీ తనకి వాళ్ళమీద ప్రతీకారం తీర్చుకోవాలనిపించేది. అదృష్టం కొద్దీ తన కోపాన్నీ శక్తినీ కూడా చదువు వైపు మళ్లించుకోగలిగాడు. కానీ ఇప్పటికీ తన తోటి సోదరులకు జరుగుతున్న అన్యాయం ఆయనని అపరాధభావానికి గురిచేస్తూనే వుంది.

హార్వర్డ్ చదువు కాగానే ఒక స్పష్టమైన దృక్పథంతో లక్ష్యంతో ఆయన మాతృభూమికి తిరిగి వచ్చాడు. వస్తూనే ముఖ్యమంత్రిని కలుసుకుని తనను సాంఘిక సంక్షేమ శాఖలో నియమించమని కోరాడు. ఆ శాఖలోనే తను దేశానికి ఉపకరించ గలనని వివరించాడు. తను కూడా ఆ శాఖ వలన ఉపయోగం పొందినవాడినేనని చెప్పాడు. అవును, ఆయన కూడా సాంఘిక సంక్షేమ హాస్టల్ విద్యార్థే ఒకప్పుడు.

ఖాకీ బట్టలు వేసుకుని లాఠీ పట్టుకున్న వ్యక్తి సాంఘిక సంక్షేమ శాఖలో ఏం పని చెయ్యగలడు? అనే ప్రశ్న అటు పోలీస్ శాఖవారిలోనూ ఇటు సాంఘిక సంక్షేమ శాఖవారిలోనూ ఉదయించింది. అధికార గణం కనుబొమ్మలు చిట్లించింది. ఆయన

నిర్ణయాన్ని ముగ్గురు ఆఫీసర్లు మాత్రమే సమర్థించారు. అదృష్టం కొద్దీ ముఖ్యమంత్రి అంగీకరించి ఆయన్ని సాంఘిక సంక్షేమ శాఖకి బదిలీ చేయించాడు.

అయితే ఆయన చేరగానే ఆ శాఖ గురుకుల పాఠశాలల ఉపాధ్యాయ సంఘం నుంచి తీవ్ర నిరసన ఎదురైంది. అప్పుడు ఆయన వారిని సమావేశపరిచి, తను ఇచ్ఛాపూర్వకంగా ఈ శాఖకు బదిలీ చేయించుకున్నాననీ, అణగారిన వర్గాల పిల్లల చదువే తన లక్ష్యమనీ వివరించిన తరువాత కొన్ని రోజులకు వాళ్లకి ఆయనలో నమ్మకం కుదిరింది.

అక్కడ కుదురుకున్నాననుకునేలోగా ఆయనకు కొన్ని నిజాలు తెలిసొచ్చాయి. జ్ఞానం వేరు, అనుభవం వేరు అని కూడా తెలిసింది.

రెండు వారాల్లో ఆయన కొన్ని పాఠశాలలను సందర్శించాడు. మొదటి సందర్శనే ఒక పెద్ద విద్యుదాఘాతం. ప్రభుత్వ పథకాలున్నాయి. కానీ పేదరికం, వివక్షా కూడా అలాగే వున్నాయి. ఆయన సమస్యను లోతుగా పరిశీలించాడు. వివక్ష దాని ఆదిమ రూపంలో కొనసాగుతూనే వుంది.

చాలా గురుకుల పాఠశాలలు మురికోడుతున్నాయి. కేవలం ఒక ఎనిమిది శాతం పాఠశాలలకు మాత్రమే మౌలిక సదుపాయాలున్నాయి. విద్యార్థుల తల్లితండ్రులకు గౌరవం లేకపోగా అసలు వాళ్ళెవరో కూడా తెలియదు. పిల్లలకు ఏం బోధించాలో ఎలా బోధించాలో ఉపాధ్యాయులకు అవగాహన లేదు. ఒక పాఠశాలలో ఇంగ్లీష్ ఉపాధ్యాయిని ప్రవీణ్‌కుమార్ పాఠం బిగ్గరగా చదవమని అడిగితే తెలివితప్పి పడిపోయింది. ఆవిడ నకిలీ సర్టిఫికేట్‌తో ఉపాధ్యాయురాలిగా చేరిందని తెలిసింది.

పాఠశాల వంటగది కంపుగొడుతున్నది, అశుభ్రంగా వున్నది. పిల్లలు విచారంగా నిరుత్సాహంగా ఓపికలేనట్లు వున్నారు. పిల్లలు కూడా శుభ్రంగా లేరు. వ్యవస్థ ఇంత అవమానాన్ని ఇన్నాళ్ళుగా పెంచి పోషిస్తున్నది. ఆయన దిగ్భ్రమ చెందాడు. ఈ పరిస్థితులను మార్చాలనే సంకల్పం మరింత గట్టిపడింది.

ఆ రాత్రి భోజనాల దగ్గర ఈ విషయాల గురించి ఆయన తన భార్యతో రెండు గంటలు మాట్లాడాడు. ఆయన భార్య లక్ష్మీబాయి కూడా అర్థం చేసుకున్నది. ఆయన పిల్లలు చిన్నవాళ్ళవడం వలన సమస్య తీవ్రత వాళ్లకి అర్థంకాలేదు. కానీ తండ్రి బాధపడుతున్నాడని తెలుసుకున్నారు. మరునాడు ఒక బాలికల పాఠశాలకు ఆమె కూడా ఆయనతో వెళ్ళింది. అక్కడ రోతగా వున్న పాయిఖానాలను చూసింది. మనుషులెవరూ అంత దుర్భరమైన పరిసరాలలో వుండతగరు. ఆమె మౌనంగా పరిసరాలను పరిశీలించింది.

దారిలో ఇద్దరికీ మాటలు పెగలలేదు. భోజనాల దగ్గర కూడా నిశ్శబ్దం. చివరికి ఆమె అన్నది, "నువ్వు చెప్పింది నిజం ప్రవీణ్! నువ్వు చాలా గౌరవప్రదమైన పనికి పూనుకున్నావు. వాళ్ళకు మేలుచెయ్యడం పైనే దృష్టి పెట్టు. వాళ్ళకి నీ సాయం కావాలి."

ప్రవీణ్‌కుమార్ యుద్ధ ప్రాతిపదికన పని మొదలుపెట్టాడు. ఆయన ఒకదాని తరువాత ఒక పాఠశాలకు వెళ్ళాడు. ఆయన ఆశయం ఒకటే. వాళ్లకు నాణ్యమైన విద్య అందించాలి. వాళ్ళ విషయంలో సమగ్రమైన అభివృద్ధి జరగాలి. ఆరోగ్యం, పరిశుభ్రత వుండాలి. తరువాత ఆరు నెలల్లో ఆయన తన ఇంట్లో ఉన్నదే తక్కువ. ఒక జిల్లా నుంచి మరొక జిల్లాకు, ఒక పాఠశాల నుంచి మరొక పాఠశాలకి వెళ్లి అక్కడి పాలన, ఆర్థిక విషయాలు, జమా ఖర్చులు, లోపాలు అన్నీ క్షుణ్ణంగా పరిశీలించాడు. వాళ్లకి కావలసిన సదుపాయాలు కనుక్కుని వాటిని అమర్చడానికి కృషి చేశాడు. ఈ లోగా కొన్ని కొత్త కార్యక్రమాలు రూపొందించాడు. పిల్లలను బాగా చదువుకోమనీ, ఉపాధ్యాయులను బాగా బోధించమనీ ప్రోత్సహించాడు. సోమరి ఉపాధ్యాయుల చేత క్రూరుడనిపించుకున్నాడు. ఆయన ఆశయాలను అర్థంచేసుకున్న ఉపాధ్యాయులకూ అధికారులకూ ఆయన రాక తాజాగాలి పీల్చుకున్నట్లుగా వుంది. క్రమక్రమంగా అంతా గాడిలో పడడం మొదలైంది.

తరువాత ఆయన పూర్వ విద్యార్థుల సమావేశం ఏర్పాటు చేసాడు. బాగా చదివినవాళ్ళు కూడా చాలామంది భవనాలకు కాపలాదార్లుగానూ మరికొన్ని చిన్న చిన్న ఉద్యోగాలలోనూ స్థిరపడ్డారు. అప్పుడాయన పిల్లల సమగ్రాభివృద్ధి మీద దృష్టి పెట్టాడు. ప్రత్యామ్నాయ విద్యాబోధన ప్రవేశపెట్టి కొందరు ఎన్‌జీవోలను కూడా పాల్గొనేలా చేసాడు. పిల్లలకు చదరంగం ఆడడం, గుర్రపు స్వారీ నేర్పడం, ఫిల్ములు తియ్యడం నేర్పడం ప్రారంభించాడు. స్త్రీ పురుష వివక్ష, ప్రకృతి పరిరక్షణ, పరిశుభ్రత, పారిశుద్ధ్యం మొదలైనవాటిని గురించి తెలియచెప్పడమేకాక మరికొన్ని జీవన నైపుణ్యాలను కూడా బోధించడం ప్రారంభించాడు. పదిహేను సంవత్సరాల క్రిందట నిలిపివేసిన సైన్స్ సదస్సులు, క్రీడా కార్యక్రమాలు పునరుద్ధరించాడు.

పూర్వం కార్యదర్శులుగా పనిచేసినవారి పదవీకాలం రెండు మూడు నెలలు మాత్రమే అని తెలిసి ఆయన ఆశ్చర్యపోలేదు. సంక్షేమం అనేదాన్ని ఎంత నిర్లక్ష్యం చేసారో పాఠశాలల రూపమే చెబుతోంది. ప్రభుత్వ యంత్రాంగాన్ని నమ్మి తమ పిల్లల్ని ఇక్కడ చేరిస్తే ఆ వేలాదిమంది పిల్లలపై ఈ నిర్లక్ష్యం ప్రభావం స్పష్టంగా కనపడుతోంది. ప్రతి బాలికలోనూ బాలుడిలోనూ వున్న ప్రతిభను వెలికితీసి వాళ్ళు వెలిగేలా చెయ్యాలి. వాళ్లకు చెందవలసినవన్నీ వాళ్లకు దక్కేలా చూడాలి. ఎక్కడా సమాధానపడకూడదు. ప్రతి పిల్లా, పిల్లవాడూ సాధికారత సాధించిన పౌరుడిగా

తనలోనూ తన చుట్టూనూ ఆనందం నింపాలి.

పేదరికమూ ఏ మాత్రం నాణ్యత లేని బ్రతుకు అయినప్పటికీ ఆ పిల్లలలో వున్న చురుకుదనాన్ని ఆయన గ్రహించాడు. వాళ్ళపట్ల ఎవరూ శ్రద్ధ చూపనప్పటికీ వాళ్ళల్లో వున్న జీవనోత్సాహం, సరి అయిన ఆహారం లేకపోయినా వాళ్ళల్లో వున్న శక్తీ ఆయన్ని అబ్బురపరిచింది. జీవనోత్సాహం, పుట్టుకతో వచ్చిన శక్తి! నిజంగా ఒక వరం అనుకోవాలి. ఇది క్రీడలలో రాణించడానికి నిజంగా ఒక వరమే. వీళ్ళలో అంతర్గతంగా వున్న ప్రతిభను ఒక గాడిలో పెట్టడమే తన కర్తవ్యం అని నిర్ణయించుకున్నాడు.

వివిధ గురుకుల పాఠశాలలలో పనిచేస్తున్న ఫిజికల్ డైరక్టర్ల ప్రొఫైల్స్ పరిశీలించి, వారి అర్హతలనూ అనుభవాలనూ పరీక్షించి, వారితో ప్రత్యక్ష్యంగా మాట్లాడి, వడబోసి చివరికి ఒక పి.డి.ని ప్రత్యేక క్రీడాధికారిగా ఎంపిక చేశాడు. క్రీడలు పిల్లల శారీరక మానసిక వికాసానికి ఎంతో ఉపకరిస్తాయని నమ్మి పనిచేస్తున్న మన్నన్ అనే ఆయన ఆ విధంగా ఎంపిక అయ్యాడు. సాంఘిక సంక్షేమం గురించి మన్నన్ కూడా తన అభిప్రాయాల వంటి అభిప్రాయాలే కలిగి ఉన్నాడని గుర్తించాడు. క్రీడలు క్రమశిక్షణనూ, శారీరక మానసిక సమతులనాన్నీ పెంపొందిస్తాయి కనుక, వాటి వలన పిల్లలు చదువులో కూడా బాగా రాణిస్తారని మన్నన్ ఉద్దేశం. క్రీడలు పిల్లలో వుండే వేసటను తగ్గించి చదువుపై మనసు కేంద్రీకరించేలా చేస్తాయి.

ప్రవీణకుమార్ సాంఘిక సంక్షేమ శాఖ ప్రిన్సిపల్ సెక్రెటరీ రేమండ్ పీటర్‌ని కలిశాడు. రేమండ్ పీటర్ ఒక విజ్ఞుడైన అధికారి. సాంకేతికతను అభిమానించేవాడు. స్వయంగా సాంకేతిక నిపుణుడు. రవాణా శాఖలో సాంకేతిక పద్ధతులను ప్రవేశపెట్టి, ఆ శాఖలో అవినీతిని తగ్గించాడు. సామాన్య జనానికి అందుబాటులో వుంటాడు. సాంఘిక సంక్షేమ శాఖలో కూడా అదే విధమైన పారదర్శకతను పాటిస్తున్నాడు. సాంఘిక సంక్షేమ గురుకుల పాఠశాల విద్యార్థులకు ఒక సాహసోపేతమైన క్రీడను ప్రవేశపెట్టాలని ప్రవీణ్ కుమార్ ఆయనతో ప్రతిపాదించాడు. పదో తరగతి, పన్నెండో తరగతి పిల్లలు బోర్డ్ పరీక్షల కోసం శ్రద్ధగా చదువుకోవాలి కనుక తొమ్మిది, పదకొండో తరగతి పిల్లలకు ఈ శిక్షణ ఇప్పించాలని ప్రతిపాదించాడు. రేమండ్ పీటర్‌కి ఈ ప్రతిపాదన నచ్చింది. కొండలు ఎక్కడంపై ఆసక్తి వున్నవారికి శిక్షణ ఇచ్చే పాఠశాల నడుపుతున్న శేఖర్‌బాబును సంప్రదించమని సలహా ఇచ్చాడాయన. శేఖర్‌బాబు ఎవరెస్ట్ శిఖరాన్ని అధిరోహించిన మొదటి దక్షిణ దేశస్తుడు.

విజయవంతంగా శిఖరారోహణ చెయ్యడం వేరు, పిల్లలకు శిక్షణ ఇవ్వడం వేరు- అందులోనూ కొండలు ఎక్కడంలో ఎటువంటి అనుభవమూ లేని చిన్నపిల్లలకు-

అని ప్రవీణ్ కుమార్ అభిప్రాయం. శేఖర్‌బాబు గొప్ప పర్వతారోహకుడే కానీ ఎంత వరకూ మంచి శిక్షకుడు? తన పిల్లలకు గొప్ప సాధకుల కన్న గొప్ప బోధకులు అవసరం అనుకుంటాడు ప్రవీణ్‌కుమార్. అందుకని శేఖర్‌బాబుతో దాదాపు మూడు గంటలు సంభాషించాడు.

మూడు గంటల సంభాషణలో పిల్లలు కొండలెక్కడంలోని సంభావ్యత, పరిధిల గురించిన చర్చ జరిగింది. శేఖర్‌బాబుకు తనకి ప్రావీణ్యంవున్న క్రీడపై గల ఆసక్తి, హృదయపూర్వకమైన ప్రేమా, క్రీడా సామర్థ్యమూ ప్రవీణ్‌కుమార్‌కి నచ్చాయి. అంతేకాక ఆయన, మరీ ఇక్కడి పిల్లల స్థాయిలో కాకపోయినా, ఒక సామాన్యమైన కుటుంబం నుంచి వచ్చినవాడు కావడం కూడా ఒక కారణం. ఆయన తండ్రి రోడ్డు రవాణా శాఖలో డ్రయివర్‌గా పనిచేసాడు. అతని జీతం రోజూ రెండు పూటలా తినడానికి మాత్రం సరిపోయేది. శేఖర్‌బాబు ఎవరెస్ట్ శిఖరం అధిరోహించినా, ట్రాన్సెండ్ ఎడ్వెంచర్స్ (Transcend Adventures) అనే సంస్థను నడుపుతున్నా నిగర్వి, వినయసంపన్నుడు. దుస్తుల విషయంలోకానీ ప్రవర్తనలోకానీ ఎంతో సాదాసీదాగా వుంటాడు. ప్రవీణ్‌కుమార్‌ని కలిసినప్పుడు ఆయన రబ్బర్ చెప్పులు వేసుకుని వున్నాడు. ఆయన ఆలోచన, జీవితం, అంతా పర్వతారోహణ చుట్టూ పరిభ్రమిస్తూ వుంటుంది. యువతకు పర్వతారోహణ నేర్పడం ఒక్కటే ఆయన ఆశయం. అంతసేపు జరిగిన సంభాషణలో తన గొప్పతనం గురించి, తను సాధించిన విజయాల గురించి అసలు ప్రస్తావించలేదు. అటువంటి వ్యక్తిని కనుక్కున్నందుకు తనని తనే అభినందించు కున్నాడు ప్రవీణ్‌కుమార్.

తన పై అధికారి అయిన రేమండ్ పీటర్ శేఖర్‌బాబును కలవమని చెప్పినట్లు ప్రవీణ్‌కుమార్ ఆయనకు చెప్పలేదు. పిల్లల బాధ్యతను శేఖర్‌బాబు తీసుకున్న క్షణాన తాను ఆయనలో నమ్మకాన్ని వుంచినందుకు ప్రవీణ్‌కుమార్‌కి ఆనందం కలిగింది. ఆ ఇద్దరూ తమ ప్రతిపాదనలతో రేమండ్ పీటర్‌ను కలవడానికి వెళ్ళారు.

“భాయ్! మీరే బాస్‌ను ఒప్పించాలి.” అన్నాడు ప్రవీణ్‌కుమార్, శేఖర్‌బాబుతో.

వాళ్ళిద్దరూ ఆయన గదిలో అడుగు పెడుతూండగానే రేమండ్ పీటర్ చెయ్యి జాపుతూ, “ఎలా వున్నారు భాయ్! మన పిల్లలు ఎలా వున్నారు?” అన్నాడు.

శేఖర్‌బాబు మొహంలో మెరిసిన ఆనందం చూసి ప్రవీణ్‌కి సంతోషం కలిగింది.

“ఏమిటి చూస్తున్నారు? నేనే ఈయన్ని మీ దగ్గరకు పంపాను.” అన్నాడు రేమండ్ పీటర్, ప్రవీణ్‌కుమార్ వైపు చూస్తూ.

సంగతి అర్థంచేసుకోడానికి శేఖర్‌బాబుకి కొన్ని క్షణాలు పట్టింది.

"సర్! మీరా?" అన్నాడు ఆశ్చర్యంగా.

"మీరు నాకు చెప్పి వుండాల్సింది సర్! పీటర్‌గారు నాకు కూడా బాసే!" అన్నాడు శేఖర్‌బాబు, ప్రవీణ్‌కుమార్‌ని ఉద్దేశించి.

"ఆయనకు తెలుసు. అవును, నేనే మీ గురించి ప్రవీణ్‌కుమార్‌కి చెప్పాను. ఆంధ్రప్రదేశ్ టూరిజం శాఖలో అసిస్టెంట్ జనరల్ మేనేజర్‌గా పనిచేస్తూ మానేసి కొండలెక్కడం నేర్పే పిచ్చివాడిని గురించి నేనే చెప్పాను." అన్నాడు రేమండ్ పీటర్.

శేఖర్‌బాబు సంయుక్త ఆంధ్రప్రదేశ్ టూరిజం శాఖలో వున్నప్పుడు రేమండ్ పీటర్ ఆ శాఖకు జనరల్ మేనేజర్‌గా పనిచేసాడు.

రేమండ్ పీటర్, శేఖర్‌బాబు, మన్నన్‌ల సహాయ సహకారాలతో సాంఘిక సంక్షేమ శాఖ గురుకుల పాఠశాలల విద్యార్థులను మౌంట్ రేనాక్‌కు పంపగలిగాడు ప్రవీణ్‌కుమార్.

సాంఘిక సంక్షేమ శాఖ నుంచి అధికారిక అనుమతి రేమండ్ పీటర్ ఇస్తే, ఆ పథకాన్ని జాగ్రత్తగా అమలుపరిచారు శేఖర్‌బాబు, మన్నన్. సాధారణంగా పిల్లలపై క్రీడల ప్రభావాన్ని గురించి, ప్రత్యేకంగా కొండలు ఎక్కడంలో ఉండే ప్రయోజనాన్ని గురించి, గురుకుల పాఠశాలల ప్రిన్సిపల్స్‌కూ, ఉపాధ్యాయులకూ నచ్చజెప్పి ఒప్పించాడు మన్నన్. పిల్లల తల్లిదండ్రులకు కూడా వాళ్ళ భద్రత గురించి హామీ ఇచ్చి ఒప్పించాడు. ఈ శిక్షణ కోసం ప్రతి పాఠశాల నుంచీ ఇద్దర్ని ఎంపిక చెయ్యమని అన్ని పాఠశాలల పి.డి.లను కోరాడు. పిల్లలని ఉత్తమ ఆరోహకులుగా తీర్చిదిద్దే బాధ్యత పూర్తిగా భుజాన వేసుకున్నాడు. ఆయన తన ఆశయాన్ని, అభీష్టాన్ని నెరవేర్చుకోడానికి ఎంతైనా కష్టపడతాడు. అదే ప్రవీణ్ కుమార్‌కి కూడా ఒక భరోసా.

ఈ దేశంలోనూ, సాంఘిక సంక్షేమ శాఖలోనూ అణగారిన వర్గాలను దళితులని పిలవడం ప్రవీణ్‌కుమార్‌కి తెలుసు. దళిత అనే పదానికి ఛిద్రమైన/చెదిరిపోయిన అని అర్థం. వీళ్ళు నిజంగా ఛిద్రమైనవాళ్ళా? చెదిరిపోయినవాళ్ళా? ఛిద్రమైనవాళ్ళైతే వాళ్ళని ఛిద్రం చేసింది ఎవరు? ఏ పరిస్థితులు? ఛిద్రమైనది ఏమిటి? శరీరమా? ఆత్మా? ఆత్మవిశ్వాసమా? అలా ఛిద్రమవడాన్ని వాళ్ళెందుకు అనుమతించారు? వాళ్ళకి పూర్వపు అణచివేత నుంచి కాక ఆత్మవిశ్వాసం, సాధికారం, స్వయంశక్తితో కూడిన ఒక పేరు పెట్టాలి.

అప్పుడే స్వేరోస్ ఉదయించింది.

SWAEROESలో sw అంటే social welfare, aeroes అంటే ఆకాశంలో విహరించడం అని అర్థం వచ్చే గ్రీకు పదం. అంటే మన పురోగమనానికి ఆకాశమే

హద్దు అనే సూచన. వీళ్ళకు ఆయన కొన్ని మార్గదర్శక సూత్రాలు రూపొందించాడు. కొన్ని రోజులపాటు అనేకమందితో చర్చించి పది సూత్రాలు రూపొందించాడు. అవి,

1. నేను ఎవరికీ తక్కువకాను.
2. నేనెక్కడున్నా నాయకుడనే.
3. నేను నాకు నచ్చిన, నేను ప్రేమించిన పని చేస్తాను. మందలో ఒకడిని కాను.
4. నేను ఎప్పుడూ ఉన్నతమైన ఆలోచనలు చేస్తాను. పెద్ద లక్ష్యాలను అభిలషిస్తాను.
5. నేను నిజాయితీగా వుంటాను. కష్టపడి పనిచేస్తాను. సమయపాలన నాకు ఇష్టం.
6. నా అపజయాలకు మరొకరిని నిందించను.
7. నేను ఎవర్నీ మోసం చెయ్యను. ఎవరినీ ప్రాధేయపడను.
8. నేను ఎక్కడైనా అప్పుచేస్తే తీరుస్తాను. ఎవరిదగ్గరైనా ఏదైనా తీసుకుంటే తిరిగి ఇచ్చేస్తాను.
9. అజ్ఞాత శక్తులకి భయపడను.
10. విజయం సాధించేవరకూ చేపట్టిన కార్యాన్ని వదలను.

స్వేరోస్‌నూ, వారి పది ఆదేశాలనూ ఆశయాలనూ 22 అక్టోబర్ 2012న రవీంద్రభారతిలో ఆవిష్కరించారు. ఆ రోజు చాలా ప్రముఖమైన రోజు. ఆ రోజు ఎస్.ఆర్. శంకరన్ పుట్టినరోజు. శంకరన్‌గారు సమాజంలో అట్టడుగు వర్గాల విముక్తి కోసం జీవితాన్ని అంకితం చేసిన ఐ.ఎ.ఎస్ అధికారి. జోగినీ వ్యవస్థకు వ్యతిరేకంగా పోరాడినవాడు. షెడ్యూల్డ్ కులాల పిల్లలనే జోగినులు చేస్తారు. అయన బాల కార్మిక వ్యవస్థ మీద, వర్ణ వివక్ష మీద కూడా పోరాడాడు. అవివాహితుడిగా వుండిపోయి, తన పెన్షన్ మొత్తం అట్టడుగు వర్గాల పిల్లలకు ఇచ్చేశాడు. ప్రవీణ్‌కుమార్ ఈ సభకు సాంఘిక సంక్షేమ పాఠశాలల పూర్వ విద్యార్థులందరికీ ఆహ్వానాలు పంపాడు. స్వేరో సమాజంలో సభ్యత్వానికి అందరూ ఆహ్వానితులే. కాకపోతే వారికి కొన్ని అర్హతలు వుండాలి. పది మార్గదర్శక సూత్రాల ప్రమాణ స్వీకారానికి హాజరుకావాలి.

స్వేరోస్*!* ఆకాశమే హద్దు*!* అని తనలో తనే అనుకున్నాడు ప్రవీణ్ కుమార్.

సమాజంలో విశేషాధికారాలు కలవారికీ, లేని వారికీ మధ్య వున్న అఘాతానికి

కారణం ఏమిటి?

ఒక్కటే! అవకాశాలు లేకపోవడం.

అవకాశాలు కల్పించుకోవచ్చు. నేను కల్పిస్తాను. అవకాశాలు కల్పిస్తే ఎవరైనా ఏదైనా సాధించగలరు. ఆ సంగతి నిరూపించడానికి నేను ఎంత శ్రమ అయినా పడతాను. అవకాశాలు అందడం కాదు సంకల్పబలం కూడా వుండాలి.

మా స్వేరోస్‌కి అమితమైన సంకల్పబలం వుంది. నిస్సందేహంగా వాళ్ళు దాన్ని నిరూపించారు.

నేను వాళ్ళని ఎవరెస్ట్ శిఖరం ఎక్కిస్తాను.

ప్రియమైన ఎవరెస్ట్ శిఖరమా! మా స్వేరోలు త్వరలో నిన్ను సందర్శిస్తారు.

అధ్యాయం 6

సవాళ్లు

20 నవంబర్ 2013

ఉదయం 9.30 గంటలు

సికిందరాబాద్ రైల్వే స్టేషన్

రాకపోకల ప్రకటనల మధ్య కిక్కిరిసిన ప్రయాణీకులతో రైలు సికిందరాబాద్ స్టేషన్లో ఆగింది. పుట్టలోనుంచి బయటకొచ్చే చీమల్లా ప్రయాణీకులు బోగీల్లోనుంచి బయటకొస్తున్నారు. హిమాలయపర్వత దర్శనం ఒక పెద్ద సాహసోపేతమైన ప్రయాణం. అక్కడనుంచి తిరిగి తమ ఇళ్ళకు వస్తున్నారు పిల్లలు. వాళ్ళు ముందటి పిల్లలు కారు. మరింత శక్తినీ ఉత్సాహాన్నీ ఆత్మవిశ్వాసాన్నీ సంతరించుకుని వస్తున్నారు. తమ తోటి పిల్లలు స్వల్ప విషయాల మీద దృష్టిపెడుతూ వున్నప్పుడు వీళ్ళు చిరుత ప్రాయంలోనే మహోన్నతమైన ప్రకృతిని దర్శించి వస్తున్నారు.

రైలు దిగిన పిల్లల హాజరు తీసుకున్నాడు పరమేశ్. శేఖర్‌బాబు వాళ్ళకు సామాను దింపుకోడంలో సాయపడ్డాడు. పిల్లలు ప్లాట్‌ఫామ్ మీద అడుగుపెట్టారు.

అంతలోనే ప్లాట్‌ఫామ్ అంతా బ్యాండ్ మోత మోగిపోయింది. ఏమి జరుగుతోందబ్బా అని ఆనంద్ మెడ రిక్కించి చూసాడు. అతని ఆశ్చర్యాన్ని రెట్టింపు చేస్తూ యూనిఫామ్ వేసుకున్న పిల్లలు వివిధ వాయిద్యాలు మోగిస్తూ ఒక వాద్య బృందంలా వచ్చారు. అందులో ఒక పరిచయమున్న ముఖం కనపడితే ఉత్సాహంగా చెయ్యి ఊపాడు ఆనంద్. ప్రవీణ్‌కుమార్ ఆ వాద్య బృందంతో వచ్చాడు. ఆయన జవాబుగా చెయ్యి ఊపాడు. బ్యాండ్ మోతకు అనువుగా ఆనంద్ నాట్యం చెయ్యడం మొదలుపెట్టాడు. పిల్లలంతా ప్రవీణ్‌కుమార్ కేసి చేతులు ఊపుతూ ఆనంద్‌తో కలిసి నాట్యంచేసారు. తమకు లభించిన ఈ ప్రత్యేకమైన స్వాగతానికి పిల్లలు ఉప్పొంగిపోయారు. పూర్ణ ఎప్పట్లాగానే బిడియంగా వెనక నిలబడింది. ఆమె కళ్ళల్లో

మెరుపు. మొహమంతా పరుచుకున్న సంతోషపు నవ్వు. స్టేషన్‌లోనే పిల్లలకు పూలదండలు వేసి మిఠాయిలు పంచారు.

ప్రవీణ్‌కుమార్ వాద్య బృందాన్ని కాసేపు ఆపమని సైగచేసి, తన చిన్నారి విజేతల వైపు తిరిగాడు.

"నేనిప్పుడు ప్రముఖులతో వున్నాను. మీరు సాధించినది తక్కువదేమీ కాదు. ఇప్పుడు మీకొక ఆశ్చర్యం ఎదురౌబోతున్నది. ఒక ప్రముఖ వ్యక్తిని మీరు కలుసుకోబోతున్నారు. ఎవరో కనుక్కోండి?" అన్నాడు.

పిల్లలు ముఖముఖాలు చూసుకున్నారు.

"మన ముఖ్యమంత్రి మిమ్మల్ని స్వయంగా కలుసుకోవాలనుకుంటున్నారు."

పిల్లలు నమ్మలేనట్లు చూశారు. వారి నోట మాట రాలేదు.

"ఎల్లుండి ఆయన ఆఫీస్‌లో మీరు ఆయన్ని కలుస్తారు. మీతో మాట్లాడతారు. అద్భుతం కదూ!"

"అంతేనా? మీకు మరిన్ని ఇంటర్వ్యూలు వున్నాయి. కొన్ని టీవీ చానెళ్ళు మీ మీద డాక్యుమెంటరీలు తియ్యాలనుకుంటున్నాయి. అవి సోనీ, సాక్షి టీవీ, V6, ఈ టీవీలలో ప్రసారమౌతాయి." అని అందుకున్నాడు మన్నన్.

ఆ వార్త అర్థంకాగానే పిల్లలు సంతోషంగా చప్పట్లు కొట్టారు.

మళ్ళీ వాద్యాలు మోగాయి. పిల్లలు మళ్ళీ ఆనందనాట్యం చేసారు.

మరునాడు స్వేరోస్ విజయం ప్రసార సాధనాలలో మారుమోగింది.

***

24 నవంబర్ 2013

ముఖ్యమంత్రి కార్యాలయం, హైదరాబాద్

పిల్లలు బ్లేజర్స్ వేసుకుని చూడముచ్చటగా తయారై వచ్చారు. వాళ్ళతో శేఖర్‌బాబు, పరమేశ్, మన్నన్ వున్నారు.

"అందరూ వీపులు నిటారుగా పెట్టి, భుజాలు వంచకుండా గడ్డం పైకెత్తి వుండండి." అని పరమేశ్ నెమ్మదిగా చెప్పాడు. ప్రవీణ్‌కుమార్‌కి వాళ్ళల్లో వచ్చిన మార్పు తెలిసిపోయింది. వాళ్ళు ఎవరినైనా కళ్ళల్లోకి సూటిగా చూడగలుగుతున్నారు. వాళ్ళలో ఆత్మవిశ్వాసం, ఆత్మసమ్మానం ఉట్టిపడుతున్నాయి.

చిన్నారి అంబేద్కర్‌లు! అనుకున్నాడు వాళ్ళని చూస్తూ.

"పిల్లలూ! మీరు తయారుగావున్నారా విజయోత్సవానికి?"

"వున్నాం సర్!"

వాళ్ళను సమావేశ మందిరానికి తీసుకువెళ్ళారు. అక్కడి వైభవమైన అలంకరణ చూసి వాళ్ళు మంత్రించినట్లు వుండిపోయారు.

ఈ సమావేశం చాలా ముఖ్యమైనదీ ప్రతిష్టాత్మకమైనదీ అని పూర్ణకు తెలుసు. ముఖ్యమంత్రితో సమావేశం ఎవరంటే వాళ్లకి సాధ్యం కాదు.

అక్కడ వాళ్ళు ఎట్లా ప్రవర్తించాలో పరమేశ్ చెప్పి వున్నాడు. వాళ్లకి నిజంగా అట్లా చెప్పవలసిన అవసరం లేదు. తమ వయస్సుని మించిన పరిణతి వున్నది వాళ్ళల్లో. క్రమశిక్షణ వాళ్ళ జీవిత విధానంలో ఒక భాగం.

ముఖ్యమంత్రి కిరణ్‌కుమార్ రెడ్డి, రేమండ్ పీటర్, గన్‌మన్లు ప్రవేశించారు. వాళ్ళు రాగానే అంతా నిలబడ్డారు. ముఖ్యమంత్రి ఆప్యాయంగా నవ్వుతూ వాళ్ళని కూర్చోమన్నాడు. పిలలు ఆ చెవ్వు నుంచీ ఈ చెవ్వు దాకా పెదాలు సాగదీసి మరీ నవ్వారు.

పిల్లలు చేసిన సాహసయాత్ర గురించి ప్రవీణ్‌కుమార్ ముఖ్యమంత్రికి వివరించాడు. కొండలు ఎక్కడంపై ఇచ్చిన శిక్షణలో వారి ప్రతిభ ప్రాతిపదికన వీరిని ఎంపిక చేశామని చెప్పాడు. వారి శరీర దారుఢ్యం, మానసిక స్థైర్యం, క్రమశిక్షణ, బృందంతో సరైన సహకారం, మొదలైన అంశాలను గమనించి వారి ప్రతిభను అంచనా వేశామని కూడా వివరించాడు. మౌంట్ రేనాక్ ఎక్కుతున్నప్పటి ఫోటోలు కూడా ప్రదర్శించారు. వయసుకి చిన్నవాళ్ళు అయినప్పటికీ, అక్కడి పరిసరాలు, వాతావరణం, ఉష్ణోగ్రత విసిరిన సవాళ్ళను ధైర్యంగా ఎదుర్కొని అడ్డంకులను అధిగమించి విజేతలై వచ్చారని చెప్పాడు.

"అద్భుతం! మీ అందరికీ అభినందనలు. మిమ్మల్ని చూసి గర్వపడుతున్నాను." అన్నాడు ముఖ్యమంత్రి.

"ధన్యవాదాలు సర్!"

"నీ పేరేమిటోయ్?" ఆనంద్‌ని అడిగాడు ముఖ్యమంత్రి.

"ఆనంద్ సర్!"

"చెప్పు ఆనంద్! మీదేవూరు? మీ అమ్మా నాన్నా ఏం చేస్తారు?"

"మాది కలివేరు గ్రామం సర్! మా నాన్న పేరు కొండ్రావు, అమ్మ పేరు లక్ష్మి. అమ్మ మా వూళ్ళో అంగన్వాడీ సహాయకురాలు. నాన్న ఒక సైకిల్ షాపులో పనిచేస్తాడు. నా తమ్ముడు ఐదో తరగతి చదువుతున్నాడు. నేను ఖమ్మం జిల్లాలోని అన్నపురెడ్డిపల్లి సాంఘిక సంక్షేమ శాఖ గురుకుల పాఠశాలలో ఇంటర్ మొదటి సంవత్సరం చదువుతున్నాను సర్."

కొత్త వ్యక్తులతో కూడా అంత ధైర్యంగా హుందాగా మాట్లాడిన ఆనంద్ని చూసి ప్రవీణ్కుమార్కి గర్వం కలిగింది.

"నువ్వేం ఆటలు ఆడతావు?" ముఖ్యమంత్రి.

"అన్నీ ఆడతాను సర్! కబాడీ, ఖో ఖో, వ్యాయామ క్రీడలు... అన్నీ. మా స్కూల్ ఛాంపియన్ నేనే సర్!"

"ఛాంపియనే! గ్రేట్." అని సత్యారావు వైపు చూసి,

"మరి నువ్వే స్థాయిలో పోటీ పడతావు?" అని అడిగాడు.

సత్యారావు కొంచెం సందేహించాడు.

"ఫరవాలేదు చెప్పు,"

"నేను రాష్ట్ర స్థాయి ఎథ్లెట్ని సర్!"

"గ్రేట్! అయితే మీరంతా కూడా బాగా ఆటలు ఆడతారన్నమాట."

"సర్! ఈ పిల్లలంతా క్రీడా ప్రవీణులు." అన్నాడు రేమండ్ పీటర్.

పిల్లలందర్నీ వారి వారి ప్రత్యేక ప్రతిభా పాటవాలతో సహా ముఖ్యమంత్రికి పరిచయం చేసాడు ప్రవీణ్ కుమార్.

"ఈ బృందంలో ఇంతమంది అమ్మాయిలుండడం సంతోషంగా వుంది. నువ్వెట్లా భావిస్తున్నావమ్మా?" అని అభిలాషను అడిగాడాయన.

ముఖ్యమంత్రి తనని అడిగినందుకు ఆ అమ్మాయి ముఖం గర్వంతో ఎర్రబడింది.

"చాలా బాగుంది సర్! మేము 16,500 అడుగుల ఎత్తు ఎక్కాము." అన్నది.

"అద్భుతం! అయితే మీరు మంచు పర్వతాలు చూడడం ఇదే మొదలు కదా? కంచన్జంఘా పర్వత శ్రేణి ఎలా అనిపించింది?"

పిల్లలు ఒక్క క్షణం నిశ్శబ్దంగా వున్నారు. వాళ్ళ కళ్ళ ఎదుట ఆ అద్భుత సౌందర్య దృశ్యాలు నిలిచాయి. కళ్ళు మెరిశాయి. ఆ హుందా అయిన పర్వత శ్రేణి,

అది తమపై చూపిన ప్రభావం తలుచుకుంటే ఒళ్ళు పులకరించింది. వెంటనే అందరూ ఒక్కసారిగా మాట్లాడడం మొదలుపెట్టారు.

"చూసి తీరాల్సిందే సర్! చెబితే నమ్మరు."

"భూతల స్వర్గం సర్!"

"నాకు వేరే గ్రహం మీద వున్నట్లు అనిపించింది సర్!"

ముఖ్యమంత్రి నవ్వి, అక్కడున్న మెరిసే కళ్ళ సిగ్గరి అమ్మాయిని అడిగాడు "నువ్వెట్లా అనుకుంటున్నావు?"

పూర్ణ ఆనందంతో కదిలిపోతూ "సర్! ఆ పర్వతాలు ఎంత అపారమైనవంటే మనం ఎంత చూసినా సరిపోదు. ఎప్పటికీ చూస్తూ వుండాల్సిందే. చాలా ప్రశాంతంగా అనిపించింది. వాటి ముందు నేనొక చిన్న నలుసునని అనిపించింది."

ఎంత తాత్విక ఆలోచన! అనుకున్నాడు ప్రవీణ్ కుమార్.

సమావేశ మందిరం ఉత్సాహంతో నిండిపోయింది. పరమేశ్ పిల్లలని నెమ్మదిగా మాట్లాడమని హెచ్చరించాడు.

"టైగర్ హిల్ నుంచి కంచన్‌జంఘా శ్రేణిని చూస్తే మైమరిచిపోతాం సర్! అందులో ఒక పర్వతాన్ని ఎక్కడం నిజంగా సంభ్రమం కలిగించే విషయం సర్!" అంది సరిత.

"అదొక గొప్ప అనుభూతి!" అన్నాడు ముఖ్యమంత్రి కిరణ్‌కుమార్ రెడ్డి.

పిల్లలంతా ముక్త కంఠంతో "నిజం సర్ !" అన్నారు.

"నేనెప్పుడూ ఇంత సంతోషంగా, గర్వంగా లేను సర్!" అన్నాడు నాగరాజు వొణుకుతున్న గొంతుతో.

"ఎవరెస్ట్ అధిరోహణ విషయం ప్రతిపాదించడానికి ఇదే మంచి సమయం సర్!" అన్నాడు ప్రవీణ్‌కుమార్, రేమండ్ పీటర్‌తో నెమ్మదిగా.

"మరీ ఇంత త్వరగా కాదు. కొంతకాలం ఆగుదాం," అన్నాడాయన.

పదినిమిషాలు అనుకున్న సమావేశం నలభై అయిదు నిమిషాలు నడిచింది.

"ఈ సాహస యాత్ర ద్వారా మీరేం సాధించారు?"

అది చాలా చిత్రమైన ప్రశ్న.

నిజంగా ఏం సాధించాను? అని ప్రశ్నించుకుంది పూర్ణ.

పర్వతాలు ఎక్కినందువల్ల ఏం సాధిస్తామని ఎవరైనా ఎలా అడగగలరు?

క్రికెట్ గురించి ఎవరైనా ఇలా అడగగలరా? ఆ మాటకొస్తే ఏ సైన్స్ గురించో... డాన్స్ గురించో...

కేవలం కొండలెక్కడం గురించే ఎందుకు? దీనిద్వారా మేం సాధించిందేమిటి?

పూర్ణకి ఏం చెప్పాలో అర్థంకాలేదు.

"మాలో ఆత్మవిశ్వాసం పెరిగింది సర్! సముద్ర మట్టానికి 17000 అడుగుల ఎత్తున ఉన్న పర్వతాన్ని ఎక్కాం. కృషితో ఏదైనా సాధించగలమని నమ్మకం కలిగింది సర్!" అన్నాడు ఆనంద్.

అందరూ తప్పట్లు కొట్టారు.

ప్రవీణ్‌కుమార్ ఆనందానికి హద్దులు లేవు. ఈ పిల్లలు నిజంగా విలక్షణమైన వాళ్ళు!

ముఖ్యమంత్రితో సమావేశం తరువాత ఉప ముఖ్యమంత్రి దామోదర్ రాజనరసింహ పిల్లలను తన ఇంటికి భోజనానికి పిలిచాడు. ఆయన ఈ ఇరవైమంది పిల్లలనూ అభినందించి సన్మానించాడు.

***

"ఒక వ్యక్తి దగ్గర ఎవరెస్ట్ ఎక్కే సామర్థ్యం ఉన్నదో లేదో ఎలా అంచనా వెయ్యగలం?" అని శేఖర్‌బాబుని అడిగాడు ప్రవీణ్‌కుమార్, టీ త్రాగే సమయంలో.

"చలికాలంలో కొండలెక్కించడం ఒక మంచి పద్ధతి. అప్పుడు వాళ్ళ శరీర దారుఢ్యాన్ని, మానసిక స్థైర్యాన్ని, పట్టుదలని, ఆ వాతావరణంలో తట్టుకుని నిలబడే ఉపాయాలను వాళ్ళు ఎంతవరకూ ప్రదర్శిస్తారో మనం అంచనా వెయ్యవచ్చు."

"ఇప్పుడు మనం వెళ్ళిన దానికన్నా పై స్థాయికి సరిపోతారనుకున్న పదిమంది పిల్లల జాబితా ఇవ్వండి నాకు. ఈ ఎంపికలో హెచ్.ఎం.ఐ. మనకు సహకరిస్తుంది."

"సరే సర్! మరి నిధుల సంగతేమిటి?"

"దాన్ని గురించి చింత లేదు. మన సంక్షేమ శాఖకే బడ్జెట్ వుంది. ఇప్పుడు సమర్థులైన పిల్లలను ఎంపిక చెయ్యడం మన ప్రాథమ్యం."

"ఎవరెస్ట్ మాటేమిటి?"

"దాన్ని గురించి తరువాత ఆలోచిద్దాం. ముందు పిల్లల్ని ఎలా సిద్ధంచెయ్యాలో చూద్దాం."

***

హెచ్.ఎం .ఐ. ఇచ్చిన నివేదిక ఆధారంగా చేసుకుని, శేఖర్‌బాబు, పరమేశ్‌లు పదిమంది పిల్లల జాబితా తయారుచేశారు. అందులో నలుగురు అమ్మాయిలూ ఆరుగురు అబ్బాయిలూ వున్నారు. అమ్మాయిలు పూర్ణ, భారతి, సరిత, రోజా. అబ్బాయిలు ఆనంద్, గంగాధర్, సత్యారావు, మధుకర్, మోహన్ ప్రసాద్, నాగరాజు.

శేఖర్‌బాబు ఈ పదిమంది పిల్లలను చర్చకి పిలిచాడు. వాళ్లకి ఎవరెస్ట్ శిఖరారోహణ పథకాన్ని గురించి వివరించాడు. దానికి సిద్ధపడే విధంగా ముందు రెండు వారాలు లద్దాఖ్ (Ladakh) వెళ్ళాలని చెప్పాడు.

పిల్లలు వెంటనే ఉత్సాహం ప్రదర్శించారు. ఆ మరునాడు పిలిచినా వెళ్ళిపోవాలకుంది పూర్ణ. వాళ్ళంతా శేఖర్‌బాబు మీద ప్రశ్నలు సంధించారు. అన్ని ప్రశ్నలకూ ఓపికగా సమాధానాలు చెప్పాడాయన. శీతాకాలపు లద్దాఖ్ యాత్రలో ఎవరెస్ట్ ఎక్కగల సమర్థులను ఎంపిక చెయ్యడం వీలవుతుందని కూడా చెప్పాడు.

తరువాత ఆయన గంభీరంగా "ప్రవీణ్ సర్ మీకీ అవకాశం కల్పించాలని అనుకుంటున్నారు. మీ వయసు పిల్లలకు ఇటువంటి అవకాశం రావడం అరుదు. మీకోసం ఆయన ఉద్యోగాన్నీ గౌరవాన్నీ కూడా ప్రమాదంలో పడేసుకుంటున్నాడు. మీ జీవితంలో ఏదైనా గొప్ప పని చేయ్యాలనుకుంటే ఇదే అవకాశం. మంచి భవిష్యత్తు నిర్మించుకోడానికి ఇదొక మార్గం. మీకే కాదు, మీ తరువాతివాళ్లకు కూడా. దీన్ని సద్వినియోగం చేసుకోండి. మీ శక్తినంతా ఉపయోగించండి. పదండి."

లద్దాఖ్ రక్షణ మంత్రిత్వశాఖ అధీనంలో వుంది కనుక, వింగ్ కమాండర్ శ్రీధరన్‌ను కూడా తమతో రమ్మని ప్రవీణ్‌కుమార్ కోరాడు. రక్షణ శాఖ ఉద్యోగులు పక్కన వుంటే ఎక్కడికక్కడ అనుమతులూ సహకారం సులువౌతుంది.

లద్దాఖ్ యాత్ర ముందు ఇచ్చే శిక్షణకు గౌలిదొడ్డిని ఎంచుకున్నారు. గౌలిదొడ్డి లోని బాలికల కళాశాలలోనూ, మాగ్నెట్ స్కూల్‌లోనూ, ఐ.ఐ.టి. మెడికల్ అకాడెమి జూనియర్ కాలేజిలోనూ పిల్లలకు బస కల్పించారు. వాళ్ళ చదువుకు కూడా భంగం కలుగకుండా వాళ్ళు గౌలిదొడ్డి గురుకుల పాఠశాలలో తరగతులకు హాజరయ్యేలా ఏర్పాటు చేసారు. ఆ పాఠశాలలోని క్రీడా మైదానంలో వారికి శిక్షణ ఏర్పాటు జరిగింది.

పిల్లల ఆహారం, వారి శరీర దారుఢ్యాన్ని ఎప్పటికప్పుడు పి.డి.లు కనిపెట్టి వుండేవారు. యోగా శిక్షకుడు వేణుగోపాల్ వాళ్లకు 'ఆర్ట్ ఆఫ్ లివింగ్' కోర్సుల్లో భాగంగా శరీరం స్వాధీనంలో వుండే ఆసనాలు, ఊపిరి పీల్చి వదిలే వ్యాయామాలు, శరీరం, మనసు సమతూకంలో వుండడానికి సూర్య నమస్కారాలు నేర్పించాడు.

ఇప్పటి వరకూ పర్వతాలు ఎక్కడంలో ఎంతో ప్రతిభ కనపరుస్తున్న రోజాకు ఉన్నట్లుంది ఏదో అనారోగ్య సమస్య ఎదురైంది. మధ్యలోనే శిక్షణ నుంచి వెళ్ళిపోయింది. శిక్షకులూ పిల్లలూ కూడా చాలా ఆశాభంగం చెందారు. పూర్ణకి రోజా లేని లోటు బాగా కనపడింది.

శిక్షణ మధ్యలో "ఒక ప్రత్యేకమైన వ్యక్తిని కలుసుకోడానికి మనం హైదరాబాద్ వెడుతున్నాం!" ఉన్నట్లుండి ఒక రోజు శేఖర్‌బాబు పిల్లలతో అన్నాడు.

హైదరాబాద్‌లోని గాంధీనగర్‌లో వున్న రామకృష్ణ ఆశ్రమంలో ఒక అద్భుతమైన విజేతను తాము కలవనున్నామని తెలిసింది వాళ్లకి.

వాళ్ళు ఆశ్రమానికి వచ్చేసరికి అక్కడ ఆడిటోరియంలో వేదిక మీద కొందరు వ్యక్తులు కూర్చుని వున్నారు. ఆడిటోరియం ప్రేక్షకులతో కిక్కిరిసిపోయింది. అంతలోనే వేదిక మీద వున్న ఒక మహిళకు స్వాగతం చెప్పి ప్రేక్షకులకు పరిచయంచేసారు.

ఆమె కథ విన్నప్పుడు పిల్లలకు మతిపోయినంత పనయింది. ఆమె ఒక జాతీయ స్థాయి వాలీబాల్ క్రీడాకారిణి. ఒక రైలు ప్రయాణంలో దొంగలు ఆమెను కదిలే రైల్లో నుంచి బయటకు తోసారు. ఆమె పక్క లైను మీద పడింది. ఈ లోగా ఎదురువైపు నుంచి ఆ లైను మీదకు మరొక రైలు వచ్చి, ఆమె కాలుమీదుగా పోయింది. గాంగ్రీన్ (దెబ్బ తగిలిన భాగం కుళ్ళిపోవడం) రాకుండా ఆమె ఎడమ కాలు తీసెయ్యాల్సి వచ్చింది. కుడి కాలులో చెదిరిపోయిన ఎముకలను సరిచెయ్యడానికి ఒక స్టీలు రాడ్ వెయ్యవలసి వచ్చింది. రెండు సంవత్సరాల తరువాత ఆమె ఎవరెస్ట్ శిఖరం ఎక్కింది.

కర్ర కాలుతో ఎవరెస్ట్ అధిరోహించిన తొలి మహిళ ఆమె. ప్రపంచంలోనే కృత్రిమ కాలుతో ఎవరెస్ట్ అధిరోహించిన తొలి మహిళ! ఆమె పేరు అరుణిమా సిన్హా.

సభ తప్పట్లతో మారుమోగిపోయింది.

అమ్మో! చెక్క కాలు! పిల్లలు తమలో తాము గుసగుసలుపోయారు.

ఆశ్చర్యపోయింది పూర్ణ.

అరుణిమను నిశితంగా చూసింది.

సాధారణమైన పాంట్స్, షర్టు, బూట్లు వేసుకుంది అరుణిమ. ఎక్కడా ఆమె అంగ వైకల్యం ఉన్నట్టుగా కనపడడంలేదు. చాలా ప్రశాంతంగా స్థిరచిత్తంతో వుంది. ఆమె ముఖంలో సంతృప్తి, శరీరంలో విశ్వాసం వున్నాయి. ఆమె ఎవరి సానుభూతినీ అర్థిస్తున్నట్లు లేదు.

అరుణిమ ఎవరెస్ట్ ఎలా ఎక్కగలిగింది? కేవలం దృఢ సంకల్పంతోనే! పూర్ణ ఆశ్చర్యంలో ఒక ఆరాధన వుంది ఆమె పట్ల.

పిల్లలను ఆమెకు పరిచయం చేసారు. ఆమె ప్రతివారితోనూ కరచాలనం చేసింది. పూర్ణ ఆమెను అభినందించాలని, ధన్యవాదాలు చెప్పాలని అనుకుంది కానీ మౌనంగా వుండిపోయింది.

తిరిగి గౌలిదొడ్డికి వెళ్ళాల్సిన సమయం అయింది. ఆశ్రమం నుంచి బయటకు వెడుతూ పూర్ణ నిశ్చయించుకుంది- ఏదేమైనా సరే లక్ష్యాన్ని సాధించితీరాలనీ. మధ్యలో మానకూడదనీ.

లద్దాఖ్ బయలుదేరడానికి ఎక్కువ సమయంలేదు. శేఖర్‌బాబుకు చేతినిండా పని. ముందుగా లేహ్(Leh)కు టిక్కెట్లు బుక్ చెయ్యాలి. ప్రయాణంలో మొదటి అడుగు సికంద్రాబాద్ నుంచి రైలులో ఢిల్లీకి. అక్కడ నుంచి లేహ్‌కు విమానంలో. ఎమర్జెన్సీ కోటా కింద పిల్లలకు ఒక ప్రత్యేక క్యాబిన్ ఇవ్వమని భరత్‌భూషణ్ అనే ఒక సీనియర్ అధికారి ద్వారా రైల్వే శాఖను కోరాడు ప్రవీణ్ కుమార్.

పిల్లలు మొదటిసారిగా విమానం ఎక్కుతున్నారు. సాంఘిక సంక్షేమ శాఖ పాఠశాలలకు ఇదొక చారిత్రాత్మక ఘట్టం. ప్రవీణ్‌కుమార్ హృదయం ఆనందంతో ఉప్పొంగిపోయింది.

లేహ్ సందర్శించడానికి పాస్‌పోర్ట్‌లు కావాలి. అవి వచ్చాయి. ఇప్పటివరకూ వాళ్ళకు రేషన్ కార్డే సంపద. పాస్‌పోర్ట్ తెచ్చుకోడానికి వాళ్ళ గ్రామాలలోని పోలీస్ స్టేషన్లకు గర్వంగా వెళ్ళారు. అన్ని సాంఘిక సంక్షేమ గురుకుల పాఠశాలలోనూ వీరికే ముందు పాస్‌పోర్ట్ వచ్చింది. పూర్వ విద్యార్థులు కొందరికి పాస్‌పోర్ట్‌లు వున్నా వాళ్ళు చిన్న చిన్న ఉద్యోగాలకోసం గల్ఫ్ దేశాలకు వెళ్ళినవాళ్ళు.

శేఖర్‌బాబు, పరమేశ్, శ్రీలతలు వెంట రాగా తొమ్మిది మంది స్వేరోస్ బృందం ఢిల్లీ బయలుదేరింది. వాళ్ళు ఏ.పి. ఎక్స్‌ప్రెస్‌లో 27 డిసెంబర్ 2013న ఢిల్లీలో దిగారు. అక్కడ వారిని వింగ్ కమాండర్ శ్రీధరన్ కలిసాడు. డిసెంబర్ 29న అక్కడి నుంచి గో ఎయిర్ విమానంలో లేహ్ బయలుదేరారు. రెండు నెలల క్రితం వీళ్ళు మొదటిసారి రైలు ప్రయాణం చేసారు. ఇప్పుడు మొదటి విమాన ప్రయాణం.

శేఖర్‌బాబు వారికి విమానాశ్రయంలోనూ విమానం పక్కనా నిలబెట్టి ఫోటోలు తీసి వాట్సయాప్‌లో ప్రవీణ్‌కుమార్‌కి పంపాడు.

వీళ్ళు ఇక్కడిదాకా వచ్చారు. ఇంకా ముందుకు వెళ్ళి ప్రపంచాన్ని జయిస్తారు.

తమకొక మంచి భవిష్యత్తుని నిర్మించుకుంటారు– అనుకున్నాడు.

ఎంత ఉత్సాహంగా వున్నా దాన్ని బయటకు ప్రదర్శించకుండా వాళ్ళు చాలా నిబ్బరంగా వున్నారు. అయితే వాళ్ళ కుతూహలానికి అడ్డుకట్ట వెయ్యడం అసాధ్యం. విమానంలో ప్రతి మూలా కలయతిరిగారు. రన్ వే దగ్గర నుంచీ వాష్‌రూమ్ వరకూ వాళ్లకు ఒక వింతే. అంతా కొత్తే.

విమానం బయలుదేరడంతో పూర్ణకు ఊపిరి సలిపింది. పూర్ణకి నరాలలో అలజడి. తెలియని ఉద్వేగం. పూర్ణ, సరిత ఒకరి చేతులు ఒకరు పట్టుకుని అయోమయంగా నవ్వుకున్నారు.

పైకి లేవగానే విమానం సుఖంగా సాగింది. పూర్ణ కిటికీలో నుంచి చూసింది. ఒక పక్షిలా ఆకాశంలో అంత ఎత్తున ఎగరడం ఎంత హుషారుగా వుందో!

ఆనంద్ సంగతి చెప్పక్కర్లేదు. అతని ఆనందం అవధులు దాటింది. గొడ్లను బయటకు తోలుకుపోయినప్పుడు విమానాలు తన నెత్తిమీద ఎగరడం ఎన్నోసార్లు చూసాడతను. ఇప్పుడు తనే వాటిలో ఒకదానిలో లద్దాఖ్ వెడుతున్నాడు. భారతదేశంలో లద్దాఖ్ అనే ఒక ప్రదేశం వుందని తన గ్రామంలో చాలామందికి తెలియదు. తనకి మాత్రం? రెండు వారాల క్రిందటే కదా తెలిసింది!

పరమేశ్, శేఖర్‌బాబు తమ సీట్లలో విశ్రాంతిగా కూర్చున్నారు.

29 డిసెంబర్ 2013

లేహ్ నగరం, లద్దాఖ్

పిల్లల బృందం వింగ్ కమాండర్ శ్రీధరన్‌తో కలిసి జమ్మూ కాశ్మీర్ లోని లద్దాఖ్ ప్రాంతంలోని లేహ్ నగరంలో కాలుపెట్టారు. శీతాకాలంలో పర్వతారోహణకి ఇది మంచి సమయం.

ఈ ప్రయాణం, పిల్లలు చలిని ఎంతవరకూ తట్టుకోగలరో, వారి పోరాట పటిమ ఎంతగా వుందో శిక్షకులు అంచనా వేయడానికి తోడ్పడుతుంది. ఎత్తయిన ప్రదేశాలలోనూ, అతిశీతల ఉష్ణోగ్రతలలోనూ పిల్లల మానసిక స్థైర్యం ఎట్లా ఉంటుందో తెలుసుకోవచ్చు. పర్వతారోహణకు ఈ రెండూ చాలా ముఖ్యమైన గుణాలు.

లద్దాఖ్ అంటే కనుమలు ఎక్కువగా వున్న కొండ ప్రదేశం అని అర్థం. కనుమలు అంటే ఎత్తైన కొండల మధ్య వుండే దోవలు (passes). ఆంగ్లంలో land of high passes అంటారు. ఇది సముద్ర మట్టానికి 3000 మీటర్ల ఎత్తులో వుంటుంది.

లేహ్, లద్దాఖ్ ప్రాంతంలోని పెద్ద నగరం. ఇది ప్రపంచంలోనే సౌందర్యవంతమైన పర్వత ప్రదేశం. జమ్మూ కాశ్మీర్‌లోని ఈశాన్య ప్రాంతంలో వుంటుంది. లేహ్ సముద్రమట్టానికి 3500 మీటర్ల ఎత్తులో వుంటుంది. ఇక్కడ ఎక్కువగా షియా ముస్లిములు, టిబెటన్ బుద్ధిస్టులు వుంటారు. లేహ్‌లో సగటు శీతాకాలపు అత్యధిక ఉష్ణోగ్రత 10°c వుంటే అత్యల్ప ఉష్ణోగ్రత -20°c వుంటుంది. దీనిని శీతల ఎడారి (cold desert) అని కూడా అంటారు. పచ్చదనం కనిపించదు. విస్తారమైన కొండరంగు నేలలు, వాటిపై తెల్లని మాసికలు వేసినట్టు అక్కడక్కడా మంచు.

లేహ్‌కు వచ్చిన మొదటి మూడు రోజులు అక్కడి వాతావరణానికి అలవాటు పడడానికి సరిపోయాయి. ఆకాశం నిర్మలంగా ఉన్నప్పటికీ ఉష్ణోగ్రత సున్నా డిగ్రీలు వుంది.

పిల్లలు లేహ్ నగరాన్ని చుట్టి వచ్చారు. మార్కెట్‌కు, లేహ్ సరస్సుకు, సైనికాధికారుల కార్యాలయానికి, తదితర పర్యాటక ప్రాంతాలకీ వెళ్లి చూశారు. తరువాత పైకెక్కే ప్రయాణానికి అవసరమైన సామగ్రి కొనుక్కున్నారు. మొట్టమొదటిసారి వాళ్ళు డేరాలు వేసుకుని నిద్రించబోతున్నారు.

అక్కడ సూటిగా వున్న రహదార్లు లేవు. రహదారులన్నీ మంచుకొండల చుట్టూ మెలికలుతిరిగి వుంటాయి అని గమనించింది పూర్ణ.

శేఖర్ వాళ్ళని ఒక నున్నని గాజు పలక లాంటి ప్రదేశానికి తీసుకుపోయాడు. దానిమీద కాలు పెడితే అది పగిలిపోతుందేమో అని భయపడ్డారు పిల్లలు.

"ఏమిటిది సర్?!"

"కనుక్కోండి చూద్దాం..." వాళ్ళకి అర్థంకాలేదు.

"ఇది లేహ్‌లో ఘనీభవించిన ఒక సరస్సు!"

అప్పుడు పిల్లలు దానిని నిశితంగా చూస్తే అడుగున పగుళ్ళలో నుంచి చిన్న చిన్న మడుగులు కనిపించాయి. నిజంగా అదొక సరస్సేనని నమ్మకం కలిగింది. కొంత దూరాన కొంతమంది యువకులు మంచు మైదానం వంటి దానిలో స్కేటింగ్ చెయ్యడం చూసి అది కూడా ఒక సరస్సేనని అర్థం అయింది వాళ్లకి. ఒక్కొక్కసారి పంపుల్లో నీళ్ళు, మురుగు కాలవల్లో నీళ్ళు కూడా ఘనీభవిస్తాయని విని ఆశ్చర్యపోయారు వాళ్ళు. అంత చలిలోనూ అక్కడి స్థానికులు కేవలం స్వెట్టర్లు, టోపీలు మాత్రమే ధరించి వున్నారు. ఎత్తునుంచి క్రింద పడేసిన కోడిగుడ్డు కూడా పగలకపోవడం, ఒక ఆలుగడ్డని కూడా చెక్కని రంపంతో కోసినట్లు కోయవలసిరావడం ఆశ్చర్యం కలిగించింది వాళ్లకి.

డిసెంబర్ 31న లద్దాఖ్‌లో లోసార్ పండగ జరిగింది. రాజు ప్రజలతో కలిసి ఉత్సవంలో పాల్గొన్నాడు. నగరమంతా రంగురంగులతో పండగ వాతావరణంతో కళకళలాడింది. నగరం అంతా జరిగిన కుస్తీ పోటీలు చూసి పిల్లలు బాగా ఆనందించారు.

తరువాత శేఖర్‌బాబు స్తోక్ కాంగ్రి (Stok Kangri) అనే ప్రదేశానికి పిల్లలను తీసుకువెళ్ళాలని అనుకున్నాడు. అది లద్దాఖ్ ప్రాంతంలో ఉన్న హిమాలయాలలోని స్తోక్ శ్రేణిలోని ఎత్తైన ప్రాంతం. దట్టంగా మంచు పడటం, సరైన వాతావరణం లేకపోవడం వలన ఆ కార్యక్రమం రద్దయింది. దానికి బదులు లేహ్‌కు 25.5 కిలోమీటర్ల దూరాన, 500 మీటర్ల ఎత్తున వున్న గ్యామ్సా (Gyamsa) క్యాంప్‌కు వెళ్ళారు. క్యాంపింగ్ చేయడంలో వాళ్ళకి ఇదే మొదటి అనుభవం.

***

2014 సంవత్సరంలో మొదటిరోజు వాళ్ళు ఖర్‌డుంగ్ లా(Khardung La) అనే చోట ఒక లోయలో రాత్రి బస చేసారు. సూర్యాస్తమయం తరువాత ఉష్ణోగ్రత $-30^{o}c$ దిగువకి పడిపోయింది. వీళ్ళకి సాయంగా వుండడానికి ముగ్గురు పురుష శేర్పాలను ఒక మహిళా శేర్పాను నియమించుకున్నారు. వాళ్ళు క్యాంపులు వేసేందుకు అవసరమైన సామగ్రిని లేహ్‌లోనే కొనుక్కుని వున్నారు. ఒక లోతట్టు ప్రదేశంలో డేరాలు వేసుకున్నారు. తీవ్రమైన గాలులు వీచని, కొండ చరియలు విరిగిపడని ప్రదేశాన్ని ఎంచుకున్నారు. పిల్లలు తమ డేరాలు తామే వేసుకోడం నేర్చుకున్నారు. గట్టి మేకులు నేలలోకి దించి తాళ్ళతో డేరాలు బిగించారు. ఒక్కొక్క డేరాలో ముగ్గురు వుండొచ్చు.

పిల్లలలంతా నాలుగు వరసల దుస్తులు వేసుకోవాలని శేఖర్‌బాబు ఆదేశించాడు. చలిని నిరోధించే లోదుస్తులు(thermal wear), ఫెదర్ జాకెట్లు, ఫ్లీస్(fleece) జాకెట్లు, గాలికెగిరిపోని సూట్లు వేసుకోవాలి. అవికాక ఉన్ని గ్లవ్స్, సాక్సు, టోపీలు కూడా ధరించాలి. ఇవ్వన్నీ తప్పనిసరి. రాత్రి వాళ్ళు వెచ్చగా స్లీపింగ్ బాగ్స్‌లో నిద్రించారు. ఈ స్లీపింగ్ బాగ్స్ (అందులో దూరి పడుకోడానికి ప్రత్యేకంగా కుట్టిన సంచులు)ను సున్నా ఉష్ణోగ్రతలో కూడా వెచ్చగా వుండేలా తయారుచేస్తారు.

ప్రతి ఉదయం 7 గంటల తర్వాత శేర్పాలు, శేఖర్‌బాబు, పిల్లలు ట్రెక్కింగ్‌కు వెళ్ళి సాయంత్రం నాలుగు గంటలకు తిరిగి వస్తారు. సాయత్రం ఆరున్నరకే భోజనం చేస్తారు. రాత్రులు సుదీర్ఘంగానూ పగళ్ళు తక్కువగానూ వుంటాయక్కడ. భోజనశాలలో ఏవో ఆటలు కబుర్లతో గడిపి ఎనిమిదికల్లా పడుకుంటారు. బాగా అలసిపోయి వుండడం వల్ల పిల్లలు త్వరగా నిద్రలోకి జారుకుంటారు.

లేహ్ నగరానికి 500-600 మీటర్ల ఎత్తుకు నడిచేవిధంగా ట్రెక్కింగ్ దార్లు వుంటాయి. ఆ విధంగా వాళ్ళు సముద్ర మట్టానికి 4600 మీటర్ల ఎత్తులో వుంటారు.

ఒకసారి ఖర్‌దుంగ్ లా రోడ్‌లో వాళ్లకి తాగడానికి నీళ్ళు దొరకలేదు. మంచు కరిగించుకుని నీళ్ళు తాగారు. తరువాత వాళ్ళకది మామూలై పోయింది. మంచు కన్నా ఐస్‌ను కరిగించడం తేలిక అని అర్థం అయింది. వింగ్ కమాండర్ శ్రీధరన్ పిల్లలకు సాంద్రత (Density) అంటే ఏమిటో వివరించాడు. రెండు కిలోల మంచుతో ఒక కప్పు నీళ్ళు తయారైతే అంతే పరిమాణంగల ఐస్‌తో మూడు కప్పుల నీళ్ళు వచ్చాయి.

వాళ్ళ ప్రయాణంలో వాళ్లకి మంచుతో కప్పబడిన దీర్ఘమైన దారులు తగిలాయి. అప్పుడు వాళ్ళు ట్రెక్కింగ్ బూట్లు (కొండలు ఎక్కడానికి వాడే బూట్లు) మార్చి స్నో బూట్స్ (మంచు మీద నడిచే బూట్లు) వేసుకునేవాళ్ళు. అట్లాగే ఎత్తులెక్కేటప్పుడు శరీరానికి వెచ్చదనం కలిగించడానికి లోదుస్తులు వేసుకునేవారు కాదు. ఆ సమయంలో శరీరంలో నుంచి సహజంగా పుట్టే వేడికి ఎక్కువ చెమటపోసి శరీరంలో నీటి తడి ఆరిపోయి అలసట, డీహైడ్రేషన్ రావొచ్చు. మళ్ళీ క్యాంప్‌కు తిరిగి రాగానే శరీరం చల్లబడిపోకుండా ఆ దుస్తులు వేసుకునేవాళ్ళు.

శ్రీధరన్‌కు పిల్లలతో సంభాషణ ఒక సమస్య అయింది. అయితే పరమేశ్, శేఖర్‌బాబులు దుబాసీలుగా వ్యవహరించేవాళ్ళు. పూర్ణ ఎప్పుడూ కమాండర్‌కి దగ్గరగా వుండడానికి ప్రయత్నించేది.

పిల్లల శరీర దారుఢ్యాన్నీ, మానసిక స్థైర్యాన్నీ, పరిస్థితులకు తట్టుకు నిలబడే నైపుణ్యాలనూ అంచనా వేయడంకోసం శేఖర్‌బాబు, పరమేశ్‌లిద్దరూ ఎప్పుడూ పిల్లలను పరిశీలిస్తూ వుండేవాళ్ళు.

వాళ్ళు తమ పరిశీలనలను వ్రాసి పెట్టుకునేవాళ్ళు. ఎవరు నాయకత్వ లక్షణాలు ప్రదర్శిస్తున్నారు? ఎవరు త్వరగా సమస్యలకు పరిష్కారాలు కనుక్కుంటున్నారు? ఎవరు పట్టుదల సడలిస్తున్నారు? ఎవరు అందరికీ సహాయం చెయ్యడంలో ముందు వుంటున్నారు? ఎవరు క్రమబద్ధంగా సమర్థవంతంగా వుంటున్నారు? ఇటువంటి విషయాలన్నీ వ్రాసి పెట్టుకుంటున్నారు.

ఆదమరచి నిద్రపోవడం అనేది మంచి ఆరోగ్య చిహ్నం, ముఖ్యంగా పర్వత ప్రాంతాల్లో. ఎత్తైన ప్రదేశాల్లో గాలి వత్తిడి 30 శాతం తక్కువగా వుంటుంది. రక్తంలోకి ప్రాణవాయువు పంపడానికి గుండె ఎక్కువ శ్రమ తీసుకుంటుంది. రక్తపోటు, నాడి వేగం హెచ్చుతాయి. నిద్రలో కూడా ఈ శరీర క్రమం సాగుతూనే వుంటుంది.

శరీరానికి అవసరమైనంత ప్రాణవాయువు లభ్యం కాకపోతే మెదడుకి విశ్రాంతి వుండదు. తరచు నిద్రాభంగం అవుతుంది. మంచి నిద్ర పడితే శరీరం ఎత్తు ప్రదేశాలకు కూడా అలవాటుపడిందని అర్థం. దానికి సరయిన మోతాదులో ప్రాణవాయువు అందుతున్నదని అర్థం.

వాళ్ళు ఎంతవరకూ ఈ పరిసరాలకు అలవాటుపడ్డారో తెలుసుకోడానికి పరమేశ్ ఒక పద్ధతి కనిపెట్టాడు. వాళ్ళునిద్ర పోయేటప్పుడు ఎవరో ఒకర్ని పేరుపెట్టి పిలిచేవాడు.

'సత్యారావ్!'

'ఎస్ సర్!' అవతల టెంటు నుంచి పలికాడు.

'సరితా!'

'ఆ సర్!'

'ఆనంద్!'

జవాబు లేదు.

'పూర్ణా!'

జవాబు లేదు.

'పూర్ణా!'

జవాబు లేదు.

నిద్రపోతున్న సన్నని గురక శబ్దం.

జవాబివ్వకపోవడమే మంచి జవాబు.

చాలామంది పిల్లలు వాతావరణానికి అలవాటుపడ్డందుకు పరమేశ్ సంతోషించాడు.

***

జనవరి నాలుగవ తేదీన ఈ బృందం లేహ్‌కి తిరిగి వచ్చి, ఖర్‌డుంగ్ లా పాస్‌కు బయలుదేరింది. అది సముద్ర మట్టానికి 18,300 అడుగుల ఎత్తున కారకోరం శ్రేణిలో వుంది. వాళ్ళు దాదాపు 17,500 అడుగుల ఎత్తు ఎక్కిన తరువాత ఆ మార్గంలో రిపేర్లు జరుగుతున్నాయని తెలిసింది. కొండచరియలు విరిగిపడే ప్రమాదం వుందని కూడా తెలిసింది. లేహ్‌కు తిరిగి వెళ్లిపోయారు.

మరునాడు ఉదయం వాళ్ళు పదహారుగురు కూర్చునే వీలున్న వ్యాన్‌లో పాంగోంగ్(Pangong) సరస్సుకు వెళ్ళారు. చాంగ్ లా(Chang La) పాస్‌కు వెళ్ళే దారిలో టీ తాగడానికి సోల్తక్(TsoLtak) సరస్సు దగ్గర ఆగారు. మంచు నిండిన ప్రాంతాల్లోని చిన్న చిన్న టీ కొట్లలో టీ తాగడాన్ని ఇష్టపడతారు పిల్లలు. వేడి వేడి టీ తాగడమే కాదు, అప్పుడప్పుడు ఆ ఎముకలు కొరికే చలిలో కొంచెం హుషారు కూడా తెచ్చుకోవాలి వాళ్ళు. పిల్లలు టీ తాగి మళ్ళీ వ్యాన్ ఎక్కారు.

'అయ్యో! ఇలా చేసానేమిటి నేను?' అన్నాడు డ్రయివరు. అతను ఎన్నిసార్లు ఇగ్నిషన్ కీ తిప్పినా వ్యాన్ కదలనని మొరాయించింది.

"ఏమైంది సర్?" అని అడిగాడు ఆనంద్.

శేఖర్‌బాబు ఏం జరిగిందో వివరించాడు. "డ్రయివర్ పొరపాటున ఇంజిన్ ఆఫ్ చేసాడు. ఈ వాతావరణంలో ఇంజన్ ఆపితే డీజిల్ గడ్డకడుతుంది. చిన్న చిన్న ప్రయాణాల్లో డ్రయివర్లు ఇంజన్ ఆపరు."

డ్రయివర్ ఎంత ప్రయత్నించినా వాహనం కదలలేదు. మంచు మార్గాలలో ట్రాక్షన్ తక్కువ వుంటుంది కనుక వ్యాన్ మంచుమీద నుంచి జారిపోకుండా డ్రయివర్ వ్యాన్ చక్రాలకు మంచుగొలుసులు వేశాడు.

పిల్లలు వ్యాన్‌లో ఒకర్నొకరు హత్తుకుని కూర్చున్నారు. వింగ్ కమాండర్ శ్రీధరన్, పరమేశ్ చలి తప్పించుకోడానికి అటూ ఇటూ చక్కర్లు కొడుతున్నారు. శేఖర్‌బాబూ డ్రయివరూ వ్యాన్ స్టార్ట్ చేసే మార్గాలు చూస్తున్నారు. ఇంజిన్‌లో డీజిల్‌ను ఎలా కరిగించాలో ఆలోచిస్తున్నారు.

అంతలో సైనికుల ట్రక్కొకటి మెల్లిగా అటు వచ్చి ఒక పక్కగా ఆగింది. అందులోంచి కొంతమంది కిందికి దిగారు.

'ఎక్కడికి వెళ్ళాలి?' అని అడిగారు. వాళ్ళ యాస సుపరిచితంగా అనిపించింది. వాళ్ళు మద్రాసు (చెన్నై) రెజిమెంట్‌కు చెందిన జవాన్లు. చాలామంది తెలంగాణావాళ్ళు. వాళ్ళు పిల్లలను తమ క్యాంప్‌కి రమ్మని పిలిచారు. బృందం అంతా సైనిక శకటం ఎక్కేసారు.

భారతి మాత్రం తను కూచున్న వ్యాన్‌లో నుంచి దిగలేదు.

"దా అమ్మా! వ్యాన్ దిగు," అన్నాడు పరమేశ్. అయినా ఆ అమ్మాయి దిగలేదు. ఆ పిల్ల గడగడా వణుకుతున్నది.

పరమేశ్ మళ్ళీ బ్రతిమిలాడాడు. అయినా ఆ అమ్మాయి దిగలేదు. ఆ అమ్మాయి పెదవులు కూడా వణుకుతున్నాయి.

"నేను దిగలేను," అన్నది ఉక్కిరిబిక్కిరి అవుతూ.

"నేను ఎవరెస్ట్‌కు రాను. మీరు పోండి." అన్నది.

పరమేశ్ వ్యాన్ ఎక్కి ఆమె పక్కన కూచుని చాలాసేపు సముదాయించి ఎలాగో దించి సైనిక శకటంలో కూర్చోబెట్టాడు.

పిల్లందరికీ బాధతో పాటు కలవరం కలిగింది. "ఎత్తైన ప్రదేశాల్లో వాతావరణంలో గాలి వత్తిడి తగ్గుతుందని మీకు తెలుసు. ఎక్కువ ప్రాణవాయువు పీల్చుకోడానికి ఊపిరితిత్తులు బాగా కష్టపడాలి. అట్లా ఊపిరి తిత్తులు కష్టపడకపోతే ప్రాణవాయువు తక్కువై మెదడుపై ప్రభావం పడుతుంది. మెదడు నెమ్మదిగా పనిచేస్తుంది." అని వివరించాడు శేఖర్‌బాబు.

ఆయన పిల్లలకు వీలైనంత సమాచారం అందిస్తాడు, ఓపికగా వివరిస్తాడు. అవన్నీ జీవిత పాఠాలు. పైగా త్వరలో మొదలయ్యే ఎవరెస్ట్ అధిరోహణకు పిల్లలను సిద్ధం చేస్తాయి.

***

ఆ చిన్న పిల్లలు తమ అతిథులుగా వచ్చినందుకు జవాన్లు ఆనందించారు. వాళ్లకి చాకొలెట్లు ఇచ్చారు. ఒక పదిహేను కిలోల కిస్మిస్ పళ్ళ సంచీ తెరిచి వాళ్లకి కావలసినన్ని తీసుకోమన్నారు.

పిల్లలు ఇంకా మధ్యాహ్న భోజనం చెయ్యలేదని పరమేశ్‌కి గుర్తుంది. వాళ్ళు తమతో తెచ్చుకున్న భోజనం చలికి గడ్డకట్టింది. వాళ్ళ వంటగదిలో పిల్లల భోజనాన్ని వేడిచేసి పెట్టమని జవాన్లని కోరాడు పరమేశ్. గడ్డకట్టిన భోజనం వేడి గిన్నెలో టకటకమని మోగింది, గచ్చునేల మీద గోలీలు మోగినట్టు.

ఈలోగా మంచు నిండిన రోడ్డు మీద మంచి పట్టుకోసం జవాన్లు వ్యాన్ల చక్రాల చుట్టూ గొలుసులు బిగించారు. కొన్ని గంటల కష్టం తరువాత డీజిల్ కరగి ఇంజన్ కదిలింది. పాంగోంగ్ సరస్సుకు పోయే దారి మూసివేయ్యడంతో వాళ్ళు చాంగ్ లా పాస్ దగ్గర ఉన్న ఒక దేవాలయానికి వెళ్ళారు. అప్పుడందరూ డ్రయివర్‌తో ఇంజన్ ఆపవద్దని చెప్పారు. ఆయన తెచ్చిపెట్టుకున్న కోపంతో చూసాడు వాళ్ళ వంక. పిల్లలు పగలబడి నవ్వారు. వాళ్లకి డ్రయివర్‌ని ఏడిపించడం సరదా!

పిల్లలు ప్రసాదం తీసుకుని టీ తాగి తమ బసకి తిరిగి వచ్చారు. ఆ గంటసేపు ఇంజన్ పనిచేస్తూనే వుంది. మళ్ళీ ఇంకో భయంకరమైన చలిరోజు వద్దు బాబోయ్! అనుకున్నారు వాళ్ళు.

ఆ శీతాకాలపు లద్దాఖ్ యాత్ర వాళ్లకు చాలా వుపకరించింది. చలి అంటే భయం పోయింది. మంచు మీద నడవడం నేర్చుకున్నారు. రాత్రులు డేరాల్లోనూ, స్లీపింగ్ బాగ్స్‌లోనూ పడుకోడం చేతనయింది. శిక్షకులకు కూడా ఆ పిల్లల సమర్థత, ఓర్పు అర్థమైంది.

అధ్యాయం 7

హద్దులను అతిక్రమించడం

20 జనవరి 2014

ఉదయం 11.30 గంటలు

ప్రిన్స్‌పల్ సెక్రెటరీ కార్యాలయం

సాంఘిక సంక్షేమ శాఖ, ఆంధ్రప్రదేశ్

తన టేబిల్ మీద వున్న ఫైలు చూస్తూ "ఏమిటిది ప్రవీణ్?" అనడిగాడు రేమండ్ పీటర్.

"అది పిల్లలను ఎవరెస్ట్ ఎక్కించే ప్రతిపాదన సర్,"

"తెలుసు ప్రవీణ్! కానీ మనం ఎక్కడిదాకా వెడుతున్నామో తెలుసా?"

"తెలుసు సర్,"

"ఇప్పటివరకూ చేసిన యాత్రలన్నీ విజయవంతం అయినాయి. పిల్లలకు చాలా చిన్నప్పుడే మీరు అద్భుతమైన అవకాశం కల్పించారు. ప్రపంచంలోని పర్వతారోహకు లందరికీ ఇదొక కల. పిల్లలకు లద్దాఖ్ యాత్ర చాలదంటారా?"

"ఆ పిల్లలు ఇంకా ఎక్కువ ఎత్తులకి వెళ్ళగలరు. వాళ్ళ దగ్గర ఆ సత్తా వుంది,"

"ఈ పిల్లలు తమ శక్తిని ఎవరికీ నిరూపించనక్కరలేదు. మీరు పిచ్చిగా ఆలోచిస్తున్నారు. వాళ్ళని డెత్ జోన్స్‌లోకి పంపుతామా?" అన్నాడు రేమండ్ పీటర్ కాస్త గట్టిగానే.

కుర్చీలో నుంచి లేచివచ్చి ప్రవీణ్‌కుమార్ ఎదురుగా నిలబడి, "మీకు తెలుసుగదా? ఇటువంటి వెర్రి ఆలోచనలకి అవకాశంలేదు. వాళ్ళు చాలా చిన్నపిల్లలు.

ఎవరెస్ట్ ఎక్కడం అనేది జీవన్మరణ సమస్య. ప్రాణానికే ప్రమాదం. చాలా అపాయంతో కూడినది," అన్నాడు.

"నాకు తెలుసు సర్! పిల్లలకి ఏమైనా జరిగితే నన్ను కొట్టి చంపుతారు. వాళ్ళంతా మైనర్లని కూడా నాకు తెలుసు. అంతే కాదు, ప్రమాదం జరిగితే బాధ్యత ప్రభుత్వానిదే అని కూడా తెలుసు."

రేమండ్ పీటర్ అటూ ఇటూ పచార్లు చెయ్యసాగాడు.

"అది తప్పే ప్రవీణ్! ఈ పిల్లల ప్రాణాలను అపాయంలో పడేయదల్చుకున్నారా?

"ప్రవీణ్! దయచేసి నన్ను అర్థం చేసుకోండి. మీరు చాలా ఆశ పెట్టుకున్నారని తెలుసు. మీ శ్రద్ధా విశ్వాసాల గురించీ తెలుసు. కానీ ఇది సరికాదు. ఈ ప్రతిపాదన నేను అంగీకరిస్తే మిమ్మల్ని ఇబ్బందిలో పెట్టినవాడినౌతాను. మీ ఉద్యోగం కూడా పోవచ్చు."

ఆయన దగ్గర్నుంచి ఇటువంటి ప్రతిస్పందన వస్తుందని ప్రవీణ్‌కుమార్‌కి తెలుసు.

"నా ప్రగాఢ విశ్వాసంలో మీకు నమ్మకం వుంది. అటువంటప్పుడు ఒకసారి ప్రయత్నిద్దాం సర్! మన పిల్లలకు కొత్త అవకాశాలు కల్పించాలనే ఆకాంక్ష మనది. మనం ఎందుకు వెనుదియ్యాలి? వాళ్ళకా సత్తా వుంది సర్! వాళ్ళు డెత్ జోన్‌ని తట్టుకోగలరు." అని నిబ్బరంగా చెప్పాడు ప్రవీణ్ కుమార్.

రేమండ్ పీటర్ ఫైలులో నుంచి ప్రతిపాదన వ్రాసిన కాగితాన్ని బయటికి తీసి గట్టిగా చదివాడు. ఒక నిట్టూర్పు విడిచి దానిని ప్రభుత్వానికి సమర్పించాడు.

అయితే ప్రభుత్వం దానిని నిరాకరించింది. ఆ విషయం సాంఘిక సంక్షేమ శాఖ ఉద్యోగులకు తెలిసింది.

ప్రవీణ్ సహోద్యోగి ఒకాయన 'ఈ పిల్లల మీద అంత డబ్బు వెచ్చించడం వెర్రితనం. చాలా పాఠశాలలో కనీస సౌకర్యాలు లేవు. మరుగుదొడ్లు లేవు. తరగతి గదులు లేవు. కూచోడానికి బెంచీలు లేవు. లైబ్రరీలు లేవు.' అన్నాడు.

నిజమే! మరి ఈ పిల్లల నుంచి ప్రేరణ పొందే ఒక అద్భుత విజయాన్ని రూపొందించి మరింతమందిని ఉత్తేజితులను చేయడం ఎలా? వాళ్ళను పేదరికపు దాస్యశృంఖలాల నుంచి విముక్తి చేయాలి కదా? అనేది ప్రవీణ్ వాదన.

రేమండ్ పీటర్ ఫైలును ఆర్థిక శాఖకు సమర్పించాడు. అక్కడా ఫలితం దక్కలేదు. తరువాత మళ్ళీ ఆయన దానిని క్రీడాశాఖకి పంపించాడు.

'అది చూసుకోడం మా పని. మీరెందుకు తలకెత్తుకుంటున్నారు?' అంది క్రీడాశాఖ.

అవునది క్రీడాశాఖ పనే! మరి మనమెందుకు చేస్తున్నాం ఈ పని? అంటే దానికొక చారిత్రిక సమాధానం వుంది.

పిల్లలతో ప్రాణాపాయమైన పనికి ఎందుకు పూనుకుంటున్నారు? మరికొన్ని కొండలెక్కే యాత్రలకి తీసుకుపోవచ్చు కదా? అడవిలోకో, ఎక్కడికైనా ట్రెక్కింగ్‌కి పోవచ్చుకదా? ఇంత సాహసం ఎందుకు? ఎంతైనా పిల్లలు కదా వాళ్ళు!

ఎవరెస్ట్ ప్రతిపాదనకు అన్ని శాఖల నుంచీ నిరాకరణే ఎదురైంది.

కానీ ప్రవీణ్‌కుమార్ ఆకాంక్ష ఆరిపోలేదు. అది మరింత వెలిగింది. చివరికి ఆంధ్రప్రదేశ్ క్రీడాసంస్థ మేనేజింగ్ డైరెక్టర్ రాహుల్ బొజ్జా ఈ ఎవరెస్ట్ యాత్ర సంభావ్యతను గురించి బేరీజు వేసాడు. ఆయన తండ్రి ఒక కార్యకర్త కావడాన, ఆ స్ఫూర్తి ఆయనలో కూడా ఉంది. ఆయన ప్రవీణ్‌కుమార్‌కి అనుకూలంగా స్పందించాడు.

అవసరమైన అనుమతి రాగానే ప్రవీణ్‌కుమార్ రేమండ్ పీటర్‌ని కలిశాడు. "నేను పూర్తి బాధ్యత తీసుకుంటాను సర్!" అని చెప్పాడు.

"మంచిది ప్రవీణ్! అంతా బాగుంటే ఫరవాలేదు. లేకపోతే అది మీ మెడ మీద కత్తి అవుతుంది."

"నా మెడని వధ్యశిల మీద పెట్టడానికి నేను సిద్ధంగా వున్నాను సర్! ఈ సాహసం చెయ్యతగినది సర్! ఈ యాత్ర విజయవంతం అవుతుంది. దేశం గర్విస్తుంది. చరిత్రలో నిలిచి పోతుంది."

ముఖ్యమంత్రి ప్రధాన కార్యదర్శిని కలిశాడు ప్రవీణ్‌కుమార్. ఆయన పేరు షంషేర్ సింగ్ రావత్. నూతన సాంకేతిక పరిజ్ఞానాన్ని ఇష్టపడే వ్యక్తి. స్వయంగా సాంకేతిక నిపుణుడు. మూస ఆలోచనలకు దూరంగా వుంటాడు. ఉత్తరాఖండ్‌లో వుండే ఆయన బంధువులు పూర్వం ఎప్పుడో ఎవరెస్ట్ శిఖరాన్ని ఎక్కివున్నారు.

రావత్‌కు ప్రవీణ్‌కుమార్ గురించి బాగా తెలుసు. ఆయన పోలీస్ శాఖలో పనిచెయ్యడం తెలుసు. అక్కడనుంచి స్వచ్ఛందంగా సాంఘిక సంక్షేమ శాఖకు బదిలీ కోరడం తెలుసు. ఇప్పుడతనికి పట్టుకున్న పిచ్చి గురించి కూడా తెలుసు. ఆయన ముఖ్యమంత్రితో కలిసి సాంఘిక సంక్షేమ గురుకుల పాఠశాలలను సందర్శించాడు. ప్రవీణ్‌కుమార్ వచ్చాక అక్కడ వచ్చిన మార్పులని కూడా గ్రహించాడు.

ఆయన సూక్ష్మబుద్ధి కలవాడు, వివేక వంతుడు. ఆయన ముఖ్యమంత్రితో 'ఆ

పిల్లలను తప్పకుండా పంపిద్దాం సర్! ఇంత చిన్నపిల్లలతో చరిత్ర సృష్టించాలను కుంటున్న అధికారిని ఇంతవరకూ నేను చూడలేదు. ముఖ్యంగా అట్టడుగు వర్గాల పిల్లలతో. ఆ పిల్లలకి మనం అవకాశం ఇవ్వాలి. వాళ్ళ శరీర దారుఢ్యం, మానసిక స్థైర్యం మనకి ఋజువయ్యాయి కూడా.'

స్వతహాగా క్రీడాకారుడైన ముఖ్యమంత్రి ఈ ప్రతిపాదనకి అంగీకారం తెలిపాడు.

ప్రవీణ్‌కుమార్‌నీ శేఖర్‌బాబునీ తన కార్యాలయానికి పిలిచాడు రేమండ్ పీటర్.

"మీరు ఎదురుచూసిన అవకాశం రానే వచ్చింది." అని ప్రభుత్వ ఆదేశం వున్న కాగితాన్ని వారి చేతిలో పెట్టాడు.

"అభినందనలు! ఇది వేడుక చేసుకోవాల్సిన సమయం... మీ నిబద్ధత, పట్టుదల."

ఆ ప్రభుత్వ ఆదేశాన్ని ప్రవీణ్ చదివాడు:

కార్యదర్శికి,

ప్రవీణ్ మళ్ళీ చదివాడు.

కార్యదర్శికి, అని సంబోధిస్తూ వుంది. అది సరి కాదు. అధికారిక మర్యాదకాదు. ప్రభుత్వ ఆదేశంలో ఇంత స్పష్టమైన తప్పు వుండకూడదు.

తల ఎత్తి రేమండ్ పీటర్ వంక చూస్తూ "సర్ ..."

మధ్యలో ఆగి ఏదో గొణుగుతున్నట్టు "సరే... సరే... ఈ లేఖ ప్రధాన కార్యదర్శికి కాక సూటిగా నాకే వ్రాశారు. నాకిప్పుడు అర్థమైంది. నా పిచ్చికి ఎవరూ బాధ్యులు కాకూడదు." అని నాటకీయంగా తలాడించాడు.

ఆ ప్రభుత్వ ఆదేశాన్ని శేఖర్‌బాబుకి చూపించాడు.

శేఖర్‌బాబు కనుబొమ్మలు ముడివేస్తూ "ఇద్దరికే అనుమతి. నలుగురికి కాదు." అన్నాడు.

లద్దాఖ్ యాత్ర తరువాత నలుగురిని ఎంపిక చేసారు. పూర్ణ, ఆనంద్, సత్యారావ్, గంగాధర్. తక్కిన పిల్లలు వాళ్ళే స్వచ్ఛందంగా తప్పుకున్నారు. కొందరి తల్లితండ్రులు అనుమతి ఇవ్వలేదు.

"అవును ఇద్దరికే. నలుగురి బదులు ఇద్దరి మీదే దృష్టి పెట్టమన్నారు. ఎందుకంటే ఈ ప్రాజెక్టుకి నిధులు 69 లక్షల రూపాయలు మాత్రమే వున్నాయి. అవి ఇద్దరికే సరిపోతాయి. అందుకని ముగ్గురు అబ్బాయిలలో ఒకరినే ఎంపిక చేయవలసి వచ్చింది.

"అదేమిటి సర్? తక్కిన ఇద్దరు అబ్బాయిలు ఎంత నిరాశపడతారు! వాళ్ళ గుండె పగిలిపోదా?"

"అంతకన్నా మనమేమీ చెయ్యలేము. ఒకమ్మాయి, ఒకబ్బాయి. అంతే!"

శేఖర్‌బాబుకి ఆ ఇద్దరు అబ్బాయిల మీద జాలివేసింది.

ఆ ఇద్దరూ కూడా ఎవరెస్ట్ ఎక్కేలా నేను చూస్తాను. ఎవరెస్ట్ ఎక్కడికీ పోదు. ఈ సంవత్సరం కాకపోతే వచ్చే సంవత్సరం.

"మన పిల్లలు ఎవరెస్ట్ అధిరోహించాలని నేను గాఢంగా కోరుకుంటున్నాను శేఖర్!"

"మీ నిబద్ధత, ఉత్సాహం నాకూ అంటుకున్నాయి సర్!" అన్నాడు శేఖర్‌బాబు. "నా స్వప్నం కూడా అదే! మన పిల్లలు అందరికీ స్ఫూర్తి కావాలి." ఆయన గొంతులో నిజాయితీ, సంకల్పం ప్రతిధ్వనించాయి.

"శేఖర్, ఇందులో మీకేమీ ఆర్థిక లాభం వుండదు. మీకు తెలుసు కదా!"

ప్రవీణ్‌కుమార్ మొహంలో కొంత విచారమూ, తన పట్ల ఆప్యాయతా కనిపించింది శేఖర్‌బాబుకి. "సర్! మీకు అణగారిన వర్గాల అభివృద్ధి పట్ల ఆకాంక్ష, నాకు పర్వతారోహణను ప్రోత్సహించడంపై ఆసక్తి. పర్వతారోహణలో కలిగే లోకోత్తరమైన ఆనందం గురించి ప్రపంచానికి తెలియాలి." అన్నాడు శేఖర్‌బాబు.

ఆ ఇద్దరి మధ్యా కొంచెంసేపు గంభీరమైన మౌనం.

"నేను వెళ్లొస్తాను సర్! ఎప్పటికప్పుడు మీతో మాట్లాడుతూ వుంటాను." అన్నాడు శేఖర్‌బాబు, సెలవు తీసుకుంటూ.

అతను సరాసరి పరమేశ్ దగ్గరకు వెళ్ళాడు, ఆ ముగ్గురు అబ్బాయిల గురించి సరైన అంచనా తీసుకోడానికి. పూర్ణని కాదనడానికి వీల్లేదు. అందరికన్నా చిన్నదైనప్పటికీ అద్భుతమైన ప్రతిభ కనపరిచింది. అంతేకాక ఆ అమ్మాయిని తీసుకుంటే జండర్ సమానత్వం పాటించినట్లు కూడా వుంటుంది.

శేఖర్‌బాబు వెళ్ళాక ప్రవీణ్‌కుమార్, రేమండ్ పీటర్‌లిద్దరే గదిలో వుండిపోయారు.

ఇద్దరూ ఒకేసారి ఒకరికొకరు అభినందనలు తెలుపుకున్నారు.

ఆ సాయంత్రం శేఖర్‌బాబు నుంచి ప్రవీణ్, రేమండ్ పీటర్‌లకు ఒక ఫోన్ సందేశం వచ్చింది - పూర్ణ, ఆనంద్‌లు ఫైనలిస్ట్‌లు - అని.

***

పూర్ణ నోట్స్ వ్రాసుకుంటున్నది.

"పూర్ణా!" క్లాస్ టీచర్ పిలుపు.

"ఇదిగో ఒక సర్క్యులర్ వచ్చింది, నిన్ను హైదరాబాద్ శిక్షణకు పంపమని!" అని చెప్పింది.

పూర్ణకి తెలుసు, అది ఎవరెస్ట్‌కు సంబంధించిన శిక్షణ గురించేనని.

"పూర్ణా! నిన్ను ఎవరెస్ట్ అధిరోహణకి ఎంపిక చేసారు!" చెప్పింది టీచర్.

పూర్ణ ఆనందమంతా ఆమె వెలుగునిండిన మెరిసే కళ్ళలోనే కనిపించింది.

అధ్యాయం 8

అత్యున్నత పర్వతారోహణ కోసం కఠోర పరిశ్రమ

5 ఫిబ్రవరి 2014

ఉదయం 5 గంటలు

గౌలిదొడ్డి, ఐఐటి–మెడికామ్ అకాడమీ

రెండు జతల పాదాలు మైదానంలో శ్రుతిబద్ధంగా పరుగెడుతున్నాయి. వాటిని ప్రకాశవంతమైన హాలోజెన్ దీపాల నీడలు అనుసరిస్తున్నాయి. హిమాలయ పర్వతారోహణకు ఎంపికైన పూర్ణ, ఆనంద్‌లు రెండు చుట్లు జాగింగ్ చేసి తరువాత కండరాల సడలింపు కోసం వళ్ళు విరుచుకున్నారు. తరువాత వేణుగోపాల్ శిక్షణలో యోగా చేసారు. యోగాలో ప్రాణాయామం (ఉచ్ఛ్వాస నిశ్వాసాలకు సంబంధించిన వ్యాయామం), పన్నెండు వరసల సూర్య నమస్కారాలు, మరికొన్ని ఆసనాలు వేసారు. శరీరం తమ వశంలో వుండడం కోసం, సమతూకంలో వుండడం కోసం యోగా ఉపయోగపడుతుంది. తరువాత పదినిమిషాలు శవాసనం, అటుపైన ఇరవై నిమిషాల ధ్యానం. ధ్యానం వలన మానసిక ప్రశాంతత లభిస్తుంది.

తరువాత ఉదయం 8.30 గంటలకంతా పూర్ణ మాగ్నెట్ స్కూల్‌కు వెడుతుంది. ఆమెనూ ఆమె శిక్షకురాలు శ్రీలతనూ అక్కడ నివాసం వుంచారు. ఆనంద్ ఐఐటి–మెడికామ్ అకాడమీ అండ్ జూనియర్ కాలేజికి వెడతాడు. అతన్ని అక్కడ వుంచారు. రెండు సంస్థలూ పక్కపక్కనే వుంటాయి.

వాళ్ళు తమతమ నివాసాలకు సాయంత్రం 3.30కి చేరుకుంటారు. తేలికగా ఉపాహారం తీసుకుని తరువాత సాయంకాలపు వ్యాయామంకోసం పరమేశ్ దగ్గరకు వెడతారు. వామప్, స్ట్రెచింగ్, జాగింగ్, 200 మీటర్ల పరుగు రెండుసార్లు.

సాయంత్రం జాగింగ్, పరుగు తప్ప పొద్దున్న, సాయంత్రం వ్యాయామం దాదాపు

ఒకటే. ప్రతి ఉదయం వాళ్ళు క్రిందటి రోజుకన్నా రెండు చుట్లు ఎక్కువ జాగింగ్ చేసేవాళ్ళు. పరుగు కూడా ఒకసారి ఎక్కువ చేసేవాళ్ళు. ఇది మూడు రోజులపాటు. తరువాత నాలుగు రోజులు వ్యాయామం పెంచేవాళ్ళుకాదు. తరువాత రోజుకొక రౌండ్ ఎక్కువ చేసేవాళ్ళు. ఈ పద్ధతి గంటన్నరలో 120 రౌండ్లు చేసేదాకా కొనసాగింది. ఈ మొత్తం వ్యాయామం వాళ్ళ ఊపిరితిత్తుల సామర్థ్యాన్ని పెంచడానికి ఉపయోగపడుతుంది. తరువాత ఉదయపు వ్యాయామం సగం తగ్గించారు. యోగా సాయంత్రం మళ్ళీ చేసేవారు. వాళ్ళు వాలీబాల్‌గానీ ఖోఖోగానీ ఆడేవాళ్ళు కూడా.

మోకాలి క్రింది కండరాలు, తొడ కండరాలు, భుజం కండరాలు గట్టిపడే అభ్యాసాలు కూడా చేసేవాళ్ళు. భుజాలకు వేసుకునే సంచీల్లో బరువులు కూడా పెట్టుకుని పరిగెత్తేవాళ్ళు. దానివల్ల వీపు బలపడడమే కాక, కొండ ఎక్కేటప్పుడు వీపుకి రక్‌సాక్ కట్టుకుని గట్టిగా ఊపిరి పీల్చడం సాధ్యమౌతుంది. సాయంత్రం ఆరున్నరకి వ్యాయామం ముగిసేది.

వారాంతపు పరిశ్రమ ఇంకా కొంచెం కఠినంగా వుండేది. పరమేశ్ వాళ్ళిద్దర్నీ భోనగిరి కొండకు తీసుకుపోయేవాడు. వాళ్ళ వీపులకు కట్టుకునే సంచుల్లో బరువులు పెట్టుకుని 550 అడుగులు పైకీ క్రిందకీ మూడుసార్లు ఎక్కి దిగేలా చేసేవాడు. భోనగిరి కొండ దగ్గర కొండలెక్కడంలో శిక్షణ తీసుకునేవాళ్లకు బిలేయర్స్‌గా కూడా వుండేవాళ్ళు. బిలేయింగ్‌కి మంచి భుజబలం కావాలి. మొదట్లో పూర్ణకీ ఆనంద్‌కీ అది కష్టమనిపించినా తరువాత అలవాటుపడ్డారు.

అన్ని అభ్యాసాల్లోకీ డక్ వాక్ (Duck Walk) చాలా కష్టమైనది. అది కండరాల సామర్థ్యాన్ని పెంచుతుంది. బాగా అలసిపోయే అభ్యాసాల తరువాత కాళ్ళకు ఊరట నిస్తుంది. సాఫ్ట్‌బాల్ ప్రాక్టీస్ వలన మణికట్టు, వేళ్ళు, ముంజేతులు గట్టిపడతాయి. ఆ మూడూ పర్వతారోహణలో ముఖ్య పాత్ర వహిస్తాయి.

పరమేశ్, శేఖర్‌బాబులు పర్వతారోహణ ఏర్పాట్లలో మునిగివుంటే, పరమేశ్ సహాయకుడు అనిల్, పి.ఇ.టి. శ్రీలత పిల్లల రోజువారీ వ్యాయామాలనూ అభ్యాసాలనూ పర్యవేక్షించేవారు.

పిల్లల కండరాల బలానికి మాంసకృత్తులతో కూడిన ప్రత్యేకమైన ఆహారం ఇచ్చేవారు. పొద్దున్న గుడ్లు, పాలు ఇచ్చేవారు. మధ్యాహ్న భోజనంలోనో రాత్రి భోజనం లోనో చికెన్ వుండేది. అరటి, దానిమ్మ, అత్తిపళ్ళు(figs) వంటి తాజా పళ్ళతోపాటు బాదంపప్పుల వంటివి కూడా ఇచ్చేవాళ్ళు. అంతేకాక, విటమిన్ సప్లిమెంట్లు కూడా ఇచ్చేవాళ్ళు.

చాలామంది కౌమార వయస్సు పిల్లలలాగానే పూర్ణకి కూడా ఎక్కువ తినడం ఇష్టం వుండదు. శ్రీలత ఆ విషయంలో చాలా కఠినంగా వుండేది. తినకపోతే పరమేశ్‌కి చెబుతానని బెదిరించేది. పూర్ణకి మొదటినుంచీ పరమేశ్ అంటే భయం. అయినా ఎవరూ చూడనప్పుడు తినే కంచంలో నుంచి కొంచెం తీసి ఆనంద్ పళ్ళెంలో పెట్టేది. ఆ పని చేస్తూ ఒకరోజు శ్రీలతకి పట్టుబడింది. అప్పటి నుంచి ఇద్దర్నీ వేరువేరుగా కోర్చోపెట్టేది శ్రీలత. తను పూర్ణ పక్కన కూర్చుని పూర్తిగా తినిపించేది.

లద్దాఖ్ యాత్రకు ముందు పూర్ణకీ, ఆనంద్‌కీ పెద్ద పరిచయంలేదు. ఇప్పుడు ఇద్దరూ బాగా దగ్గరయ్యారు. ఆనంద్ పూర్ణని 'చిన్నా' అనీ, పూర్ణ ఆనంద్‌ని 'అన్నయ్యా' అనీ పిలుచుకుంటున్నారు. ఒకరిని ఒకరు బాగా పట్టించుకుంటున్నారు.

రెండు వారాల తరువాత పరమేశ్ వాళ్లకి ఒక కొత్త నైపుణ్యం నేర్పడం మొదలుపెట్టాడు. అది ఊపిరితిత్తుల సామర్థ్యాన్ని మెరుగుపరుస్తుంది. వాళ్ళు వంద మీటర్లు ముందుకీ వెనక్కీ పరిగెత్తాలి. తరువాత కొన్ని సిటప్‌లు (కూర్చుని చేసే ఒక రకమైన అభ్యాసం), కొన్ని పుషప్‌లు (నేల మీద చేతులు ఆనించి శరీరాన్ని పైకిలేపే ఒక అభ్యాసం) చేసిన తరువాత మళ్ళీ పరుగు మొదలు. నీ స్క్వాట్స్,(knee squats) హాఫ్ స్క్వాట్స్ (half squats) అనే అభ్యాసాలు కూడా చేయించేవాడు. ఈ అభ్యాసాలన్నీ పిల్లలని మిక్కిలి అలసటకి గురిచేసేవి.

మొహం మీద చెమట కారుతూ, గట్టిగా శ్వాస పీలుస్తూ, "అన్నయ్యా! మనం ఇంత కష్టపడాలా?" అనేది పూర్ణ.

"నాకూ అట్లాగే అనిపిస్తుంది చిన్నా! కానీ మన సార్లకి తెలుసుకదా? ఎవరెస్ట్ ఎక్కడం అంటే ఆట కాదు కదా?" అనేవాడు ఆనంద్.

"ఎక్కడం తేలికే అన్నయ్యా! మనం రేనాక్ పర్వతం ఎక్కాం కదా? ఇది మరికొన్ని వేల అడుగులు ఎక్కువ. అంతే!"

"మనకేం తెలుసు అక్కడ ఎన్ని సవాళ్లు వుంటాయో?" అంటూ తన మొహానికి పట్టిన చెమట తుడుచుకున్నాడు ఆనంద్.

వాళ్ళ శరీర దారుఢ్యాన్నీ, శక్తినీ ఎప్పటికప్పుడు పరీక్షిస్తూ వుండేవాళ్ళు శిక్షకులు. శిక్షణ కార్యక్రమం మొదట్లో పూర్ణ కేవలం 39 కిలోల బరువు వుండేది. కార్యక్రమం చివరకు 10 నుంచి 11 కిలోల వరకూ పెరిగింది.

ఒక శనివారం మధ్యాహ్నం శేఖర్‌బాబు, పరమేశ్ పిల్లలను కలవడానికి వస్తూ ఒక ల్యాప్‌టాప్ తెచ్చారు. వాళ్లకు ఎవరెస్ట్ శిఖరం ఫోటోలు, వీడియోలు చూపించారు. ఎవరెస్ట్ శిఖరం మీద వుండే అతి శీతలమైన ఉష్ణోగ్రత గురించి శేఖర్‌బాబు వాళ్లకు

వివరించాడు. గంటకు 150 కిలోమీటర్ల వేగంతో వీచే శీతగాలులను గురించి చెప్పాడు. విరిగిపడే కొండ చరియల గురించి వివరించాడు. రెండు పర్వతాల మధ్య ఏర్పడే చీలికలను వీడియోలో చూపించాడు. ఆ చీలికలను ఎట్లా దాటాలో, అందుకోసం ప్రత్యేకించిన నిచ్చెన (atriar లేదా sling ladder) చూపించాడు. మంచు శరీరాన్ని ఎన్ని విధాలుగా బాధపెడుతుందో (frost bites) చెప్పాడు. అది చర్మాన్ని, ఎముకలను, కండరాలను కూడా కొరుకుతుంది. అందుకే మనం ఎముకలు కొరికే చలి అని వాడుతూ వుంటాం. వాటిని తప్పించుకునే చిట్కాలను గురించి వివరించాడు.

పిల్లలలో వుండే అమాయకత్వం వాళ్ళల్లో భయాన్ని కలుగనివ్వదు. వాళ్ళు కొత్త ప్రయోగాలు చెయ్యడానికి వెనుకాడరు. అయితే ఆ గుణాలకు జ్ఞానంతో మెరుగులు దిద్దాలి. లేకపోతే అమాయకత్వమూ నిర్భయత్వమూ ఒక్కొక్కసారి ప్రమాదాలకు దారితియ్యవచ్చు. విజయానికి విఘాతం కలిగించవచ్చు. కనుక ఎవరెస్ట్ అధిరోహణలో వాళ్ళు ఎదుర్కోబోయే ప్రమాదాలను, సవాళ్ళను గురించి వాళ్లకు తెలియాలని శేఖర్‌బాబు ఉద్దేశం. అంతేకాక వాళ్ళు తీసుకోవాల్సిన ముందు జాగ్రత్తలు కూడా వాళ్లకు తెలియాలి. కాబట్టి వాళ్లకి పూర్తి సమాచారం ఇచ్చే బాధ్యత ఆయన తీసుకున్నాడు. అయితే వాళ్ళను భయపెట్టకుండా జాగ్రత్తపడ్డాడు. ప్రమాదాలూ అపాయాలూ మృత్యుభయం ఆయన మనసులో లేకపోలేదు. కానీ తాను సానుకూల దృక్పథం కలిగివుండి ఆ దృక్పథమే పిల్లలలోనూ నింపాడు.

తన గడ్డాన్ని చూపిస్తూ "దీన్ని పూర్తిగా తియ్యలేను నేను..." అన్నాడు శేఖర్‌బాబు.

"ఎందుకు సర్?" అన్నారు పిల్లలు.

"ఎందుకంటే అక్కడ చలికి చర్మం కాలిపోయింది." అన్నాడు పరమేశ్.

"ఓ! డార్జిలింగ్‌లో మోహన్‌కి లాగానా?"

"అవును. దాన్ని పూర్తిగానో కొంచెంగానో నయంచెయ్యొచ్చు, కాలిన దానిని బట్టి."

"నేను మొదటిసారి ఎవరెస్ట్ ఎక్కినప్పుడు కనీస ఆర్థిక సహాయంతో వెళ్లాను. వెడితేనే చాలు అనుకుని వెళ్లాను. చలికి తట్టుకునే సామగ్రి పూర్తిగా లేదు నా దగ్గర. ముందు జాగ్రత్త చర్యలూ తీసుకోలేదు. అందుకే ఈ చలి కొరుకుడు." అన్నాడు శేఖర్‌బాబు.

తరువాత ఆయన తన పాదాలను చూపించాడు. కుడి పాదం బొటనవేలి చివర లేదు.

"ఒకసారి ఎక్కడానికి వెళ్ళినప్పుడు నా చర్మం ఇలా చలిబారిన పడింది. అందుకని ఈ బొటనవేలి కొస తీసివేయవలసివచ్చింది. లేకపోతే అది కండరాలకూ, చివరికి ఎముకకు కూడా వ్యాపించి వుండేది. అందుకని ఇలాంటివి జరగకుండా మనం చాలా జాగ్రత్తగా నిరోధక చర్యలు తీసుకోవాలి. తగిన దుస్తులు ధరించాలి.

పూర్ణ, ఆనంద్ ఆయన కాలి వేలును నిశితంగా పరిశీలించారు.

"మీ గురించి మీరు జాగ్రత్తలు తీసుకోండి. బాగా తినండి. శుభ్రంగా వుండండి. కాలివేళ్ళు, చేతివేళ్లు, గోళ్ళు ఎప్పటికప్పుడు శుభ్రం చేసుకోండి. వాటిని జాగ్రత్తగా ఉపయోగించండి. జబ్బుపడకుండా జాగ్రత్తపడండి." వాళ్ళ భుజాలను ఒకసారి ప్రేమగా తట్టి చెప్పాడు పరమేశ్. ఆ తర్వాత వాళ్ళిద్దరూ అక్కడినుంచి వెళ్ళిపోయారు.

పిల్లలకు మొదటిసారిగా వాళ్ళు ఎదుర్కోవలసిన అతిపెద్ద సవాళ్ళ గురించి, ప్రమాదాల గురించి అర్థమైంది. శేఖర్‌బాబు, పరమేశ్‌లు మాట్లాడిన మాటలు, చెప్పిన విషయాలు, వాళ్ళను బాగా ప్రభావితం చేశాయి. వాళ్ళ కార్యసాధన పట్ల మరింత నిబద్ధత కలిగింది. వాళ్ళలో పట్టుదల పెరిగింది. వారు మాట్లాడే ప్రతి మాటలోనూ, చేసే చేతలోనూ, పీల్చే గాలిలోనూ, చేతనలోనూ, ఉప చేతనలోనూ కూడా తమ లక్ష్యసాధన మీదే కేంద్రీకరణ కనపడేది. మనం నివసిస్తున్న ఈ గ్రహంలోని ఒక మహనీయ ప్రకృతి స్వరూపాన్నీ, సౌందర్యాన్నీ, మహనీయతనూ తాము దర్శించ బోతున్నారు. అందుకు శాయశక్తులా సన్నద్ధమౌతున్నారు. వారి చిన్నారి మనసులు విశాల హిమాలయ దర్శనం కోసం ఎదురుచూస్తున్నాయి. బహుశా ఇది ఒక ఆత్మిక యాత్రకు తొలి అడుగు కావచ్చు. ఒక చిన్నారి, దైనందిన జీవితంలోని మామూలు విషయాలను వదిలిపెట్టి తన సర్వ భౌతిక శక్తులనూ దిటవుపరచుకుని అన్నిటికీ అతీతంగా ఒక సాహస యాత్రకు తయారుకావడంకన్నా ఆత్మికం వేరే వుంటుందా? తమకు జీవితాన్ని అర్థంచేయించేదీ సాధికారతనిచ్చేదీ అయిన ఒక అనుభవం కోసం వాళ్ళు కృషి చేస్తున్నారు.

ఆ తరువాత వాళ్ళు ఏ విషయంపట్లా ఫిర్యాదులు చెయ్యలేదు. తమ కర్తవ్యం ఏమిటో వాళ్లకు స్పష్టమయింది. తమ లక్ష్యం నెరవేరడానికి ఏం చెయ్యాలో తెలిసింది. ఆ మరునాడు ఉదయం వాళ్ళు రోజూకన్నా త్వరగా అభ్యాసాలకు హాజరయ్యారు.

ఒక సాయంత్రం వాళ్ళు 70వ చుట్టులో పరిగెత్తుతుండగా ట్రాక్ సూట్‌లో వున్న ఒక వ్యక్తి తమను సమీపించడం చూసారు. ఆయన నడకను బట్టి ఆయన్ను గుర్తించారు వాళ్ళు. ప్రవీణ్‌కుమార్! ఆయన కూడా వాళ్ళతోపాటు పరిగెత్తడం మొదలుపెట్టాడు. వాళ్ళల్లో ఒక శక్తి ప్రవేశించింది.

ట్రాక్ మీద పరిగెత్తుతున్న మూడు నల్లని ఆకారాలనూ పరమేశ్ చూసాడు.

దీపధారితో అతని ఇద్దరు యోధులు!

పరిపూర్ణత కోసం తపన, పట్టుదల, గాఢమైన ఆకాంక్ష!

మూడు గుణాలు కలసిన వేళ!

జ్ఞాపకాలలో నిక్షిప్తం చేసుకోవలసిన క్షణం అది!

శేఖర్‌బాబు పరమేశ్ దగ్గరకు వచ్చాడు. పిల్లలు 120వ చుట్టులో వున్నారు. పరమేశ్ విజిల్ ఊది ఇక ఆపమని చెప్పాడు.

కొన్ని విశ్రాంతిదాయకమైన అభ్యాసాలు, ఒళ్ళు స్వాధీనపరుచుకోడాలూ అయ్యాక ఆ పూట అభ్యాసాలు పూర్తయ్యాయి. కొంత దూరంలో నిలబడి పూర్ణ పుషప్‌లు చెయ్యడం చూసాడు ప్రవీణ్‌కుమార్. 30 వరకూ చేసి భోజనానికి పిలవడంతో వెళ్ళిపోయింది.

మార్చ్ మధ్య వరకూ సాధన, చదువు సాగాయి. ఈ సమయంలో మంచి ఆహారం, అభ్యాసాల వలన పూర్ణ 12 కిలోల బరువు పెరిగింది.

ఇక వాళ్ళు స్కూల్లో నిర్ణాయక (final) పరీక్షలు వ్రాయాలి. ఆ సాయంత్రం చివరి అభ్యాసానికి ముందు పూర్ణ, ఆనంద్‌లు చాకొలేట్ తింటూ వుండగా పూర్ణ చాలా ఆనందంగా వుండడం కనిపెట్టి "ఏమిటి చిన్నా?" అనడిగాడు ఆనంద్.

"ఇవ్వాళ మన సాధనకు చివరి రోజు. ఇక స్కూల్‌కు వెళ్ళాలి కదా అన్నయ్యా!" అంది పూర్ణ.

"అయితే?"

"పరీక్షల తరువాత మళ్ళీ మన సాధన వుంటుంది."

"ఇంటికి వెళ్ళడం సంతోషంగా వుందా?"

"ఎందుకు లేదు? చాలా రోజులైంది కదా! నా స్నేహితులందర్నీ కలవాలి. మరి నీకు సంతోషంగా లేదా?"

"అయ్యో! ఎందుకు లేదు? కాని మన ఇద్దరం కలవంగా..."

పూర్ణ కాసేపు ఆలోచించింది. తరువాత "అవును కదా! నేను మా పి.ఇ.టి. మేడమ్ ఫోన్ నంబర్ ఇస్తాను. ప్రతి పరీక్ష తరువాత నాకు ఫోన్ చేసి ఎలా వ్రాసావో చెప్పు. కనీసం మనం ఆ విధంగా రోజూ మాట్లాడుకోవచ్చు." అంది.

ఆనంద్‌కి చాలా ఆనందం కలిగింది. ఇద్దరూ ఒక హయ్‌ఫైవ్ (అరచేతులు

తాకించుకోడం) ఇచ్చుకున్నారు. మైదానంలోకి వస్తున్న పరమేశ్‌ను చూసి ఇద్దరూ ఆయన దగ్గరకు పరిగెత్తారు.

"ఇవ్వాళ సాధన వుందా సర్?"

"ఎందుకు అడుగుతున్నావు ఆనంద్?"

"ఇవ్వాళ చివరి సాధన కదా సర్! రేపు మేము స్కూల్‌కి పోతున్నాం కదా?"

"అవును. దాని సంగతి శేఖర్‌బాబు చెబుతారు. కానీ ఇవ్వాళ మీరు ఎంత వరకూ శారీరక మానసిక తాలిమి సాధించారో చూస్తాను." అని విజిల్ ఊదాడు పరమేశ్. వాళ్ళిద్దరూ ప్రశ్నార్థకంగా చూశారు.

"పదండి." అన్నాడు ఆయన.

పిల్లలు జాగింగ్ పూర్తిచేసి స్ట్రెచింగ్ (stretching), వార్మ్ అప్ అభ్యాసాలు చేసారు. తను ఆపమనే వరకూ పరిగెత్తమన్నాడు పరమేశ్ వాళ్ళని. వాళ్ళు పరిగెత్తే ట్రాక్ మీదకు పోయి పరిగెట్టడం మొదలుపెట్టారు. మొదట కాస్త నెమ్మదిగా, తరువాత వేగం అందుకున్నారు. తరువాత కాస్త వేగం తగ్గించారు. లద్దాఖ్ యాత్రకు ముందు కూడా ఇలా వేగం పెంచి తగ్గించి పరిగెట్టడం సాధన చేసారు. పూర్ణా ఆనంద్ ఎదురుబొదురు మార్గాలలో జాగింగ్ చేసారు. ఎదురుపడినప్పుడల్లా నవ్వుకునేవాళ్ళు.

"వేగంగా!" అని అరిచాడు పరమేశ్. వాళ్ళు మళ్ళీ వేగం పెంచారు.

పరమేశ్ వాళ్ళను వందసార్లు పరిగెత్తించాడు. వాళ్ళకు దగ్గరగా వుండి పరిశీలించాడు. పూర్ణ 120 చుట్లు పరిగెత్తి 24 కిలోమీటర్లు చేసింది. ప్రతిరోజూ వాళ్ళు అలాగే చేస్తారు. 130వ రౌండ్‌లో వాళ్ళ వేగం తగ్గింది.

"అరె! ఎందుకు ఆగుతున్నారు? పరిగెత్తండి!" అని గట్టిగా అరిచాడు పరమేశ్.

వాళ్ళు వెంటనే వేగం పెంచి మరో 20 రౌండ్లు పరిగెత్తారు. వాళ్ళ మేజోళ్ళు చెమటతో తడిసి ముద్దయ్యాయి. పూర్ణ మరో ఏడు రౌండ్లు చేసింది గానీ తరువాత ఆమె కాళ్ళు మొరాయించాయి. కూలిపోతాననుకుంది. పరమేశ్ వెళ్లి ఆమె భుజం పట్టుకున్నాడు. ఆనంద్ మరో నాలుగు రౌండ్లు చేసి రొప్పుతూ వచ్చాడు.

పది నిమిషాల విశ్రాంతి తరువాత మళ్ళీ వాళ్ళను స్ట్రెచెస్ (stretches) చెయ్యమన్నాడు పరమేశ్.

తన నోట్‌బుక్‌లో ఇలా వ్రాసుకున్నాడు.

పూర్ణ ఆగకుండా పరిగెట్టిన రికార్డ్ - 31.4 కిలో మీటర్లు

ఆనంద్ ఆపకుండా పరిగెట్టిన రికార్డ్ - 32.2 కిలో మీటర్లు.

పూర్ణ, ఆనంద్‌లు తమ ఫైనల్ పరీక్షలు రాసేందుకు తమ తమ గురుకుల పాఠశాలలకు వెళ్ళారు. వాళ్ళు తమ అభ్యాసాన్నీ, తినే ఆహారాన్నీ అలాగే కొనసాగించేలా చూడాల్సిందిగా ఆయా స్కూళ్ళ పి.ఇ.టి.లకు ప్రత్యేక సూచనలు అందాయి.

అధ్యాయం 9

క్షేమంగా వెళ్ళి విజేతలుగా రండి

6 ఏప్రిల్ 2014

ఉదయం 5.45 గంటలు

సికిందరాబాద్ రైల్వే స్టేషన్

మరో పదిహేను నిమిషాలలో ఎ.పి. ఎక్స్‌ప్రెస్ సికిందరాబాద్ స్టేషన్ నుంచి బయలుదేరనున్నది. ప్లాట్‌ఫామ్ మీద వున్న ఒక చిన్న బృందానికి అవి ఆందోళన కలిగించే నిమిషాలు.

ప్రవీణ్‌కుమార్ కొద్ది దూరంలో నిలబడి ఫోన్‌లో మాట్లాడుతున్నాడు. పూర్ణ, ఆనంద్‌లు ఉత్సాహంగా తమ పి.ఇ.టి.లతో మాట్లాడుతున్నారు. వాళ్ళు తమ లక్ష్య సాధనకు ప్రయాణం అవుతున్నారు. అది స్వేరోస్ కోసం తను రూపొందించిన లక్ష్యం. అది కేవలం ఎవరెస్ట్ అధిరోహణే కాదు, అకుంఠిత దీక్షతో కఠోర పరిశ్రమతో సమాజంలో సమానత్వాన్ని సాధించే దిశగా ఒక ప్రయాణం.

పరమేశ్, మన్నన్ ఆఖరుసారిగా అన్నీ సరిచూసుకుంటున్నారు. వేణుగోపాల్, మరికొందరు సాంఘిక సంక్షేమ గురుకుల పాఠశాలల పాలనాధికారులు ఏదో విషయాన్ని గంభీరంగా చర్చించుకుంటున్నారు. పూర్ణ తండ్రి దేవీదాస్, ఆనంద్ తండ్రి కొండలరావు ఒక స్థంభం దగ్గర కూర్చున్నారు. అప్పుడప్పుడూ ఏవో రెండు మాటలు మాట్లాడుకుంటున్నారు.

వాళ్ళ మాటలేమిటో అర్థంచేసుకోవాలని ప్రయత్నించాడు ప్రవీణ్‌కుమార్, కానీ అర్థంకాలేదు.

నేను చేస్తున్న ఈ పని మంచిదేనా? భవిష్యత్తు బంగారమో విషాదమో, రెంటికీ సిద్ధపడి వాళ్ళు తమ అపురూపమైన బిడ్డల్ని నాకు ఎంతో నమ్మకంతో అప్పగించారు.

సమాజపు చివరి అంచులలో బ్రతుకుతున్నవాళ్ళు. నిరక్షరాస్యులు, కనీసపు జీవన సౌకర్యాలు లేని బడుగుజీవులు వాళ్ళు. తమ పిల్లల భవిష్యత్తు కోసం వాళ్ళ పట్ల వుండే ప్రేమను కూడా అణిచిపెట్టుకున్నవాళ్ళు. గురుకుల పాఠశాలకు పంపడం ఒక ఎత్తు. ఎంత మహోన్నతమైనదైనా భయావహం అయిన ప్రకృతి మధ్యకి పంపడం వేరు. ఆ ప్రకృతి తమ బిడ్డల్ని కాపాడాలని ప్రార్థించడం మరో సంగతి. ఆ క్షణంలో ప్రవీణ్‌కుమార్‌కి వాళ్ళే అసలైన హీరోలుగా కనిపించారు.

వాళ్ళ వైపు గబాగబా నడిచి వెళ్ళాడు. వాళ్ళను చూసి ఉద్వేగం కలిగింది. తన ఉద్వేగాన్ని తమాయించుకున్నాడు. ఆయన్ని చూసి దేవీదాస్ లేచి నిలబడ్డాడు. అతని వడలిపోయి, అలసిన మొహం వున్న వయసుకన్న ఒక పదేళ్ళు పెద్దవాడిలా కనిపింపచేస్తోంది. రెండుపూటలా కడుపునిండా తినడానికి సంపాదించడమే అతనికి ఒక సవాలు. అయినప్పటికీ అతని కళ్ళలో ఒక దృఢ నిశ్చయం ప్రతిఫలిస్తున్నది. అవి అచ్చం పూర్ణ కళ్ళలాగే వున్నాయి.

"దేవీదాస్! మీరు మనస్ఫూర్తిగా పూర్ణను పంపుతున్నారా? ఏ చిన్న సందేహం వున్నా పూర్ణని వెనక్కు పిలుద్దాం." అన్నాడు ప్రవీణ్‌కుమార్.

దేవీదాస్ కళ్ళలో నీళ్ళు వచ్చాయి. భుజం మీద వున్న తువాలుతో తుడుచుకున్నాడు. మడతల మధ్య వున్న ఆ చిన్న కళ్ళు కొంచెం తళుక్కుమన్నాయి. గొంతులో ఉండ చుట్టుకున్న భయాన్ని మింగేసి "బాగున్నాను సర్! సందేహం ఏమీ లేదు. అమ్మాయి క్షేమంగా వెళ్ళి విజయంతో తిరిగి రావాలి." అన్నాడు.

కొండలరావు స్థంభానికి ఆనుకుని నిలబడివున్నాడు. అతని భార్య లక్ష్మికి వంట్లో బాగాలేకపోవడంచేత కొడుకుకి వీడ్కోలు ఇవ్వడానికి రాలేకపోయింది.

ప్రవీణ్‌కుమార్ కొండలరావుని కూడా అడిగాడు, "మీ అబ్బాయిని మనస్ఫూర్తిగా పంపుతున్నారా? లేకపోతే చెప్పండి, ఇప్పుడైనా ఆపవచ్చు." అని.

ఆయన ప్రవీణ్‌కుమార్ చేతులు పట్టుకుని బలహీనంగా నవ్వుతూ "సర్! నా కొడుకుని బడిలో చేర్పించిన క్షణమే మీకు అప్పగించాను. వాడు ఇప్పుడు మీ బిడ్డ!" అంటూ కళ్ళు తుడుచుకున్నాడు.

పరమేశ్, మన్నన్‌లతో కలసి ప్రవీణ్‌కుమార్ రెండు నెలల క్రితమే దేవీదాస్‌నూ కొండలరావునూ కలిసి ఎవరెస్ట్ అధిరోహణలో వుండే ప్రమాదాలను గురించి వివరించి వారి దగ్గరనుంచి అవసరమైన అనుమతి తీసుకున్నాడు. ప్రతి పర్వతారోహణ యాత్రకు ముందు తప్పనిసరిగా పిల్లల తల్లిదండ్రులను కలసి అనుమతి తీసుకోడం ప్రవీణ్ కుమార్ అలవాటు. లద్దాఖ్ యాత్ర అప్పుడు పిల్లల తల్లితండ్రులు మొదటిసారిగా

అది ఒక అపాయకరమైన యాత్ర అని గుర్తించారు. కానీ అది ప్రభుత్వం ఏర్పాటు చేస్తున్నది కనుక కొంత తేలికపడ్డారు. అసలు నిజమేమిటంటే వాళ్లకి ప్రవీణ్‌కుమార్ స్వప్నం పట్ల, ఆయన వ్యక్తిత్వం పట్ల ఒక నమ్మకం. పూర్ణ రేనోక్ పర్వతం, లద్దాఖ్ వెళ్ళడం తాలూకు ఫోటోలను దేవీదాస్, లక్ష్మి చూసివున్నారు. ఇది కూడా మరొకటి అనుకున్నారు. అందుకని ప్రవీణ్‌కుమార్ వాళ్ళకి పిల్లలు చేయబోయే ప్రమాదకరమైన సాహసోపేతమైన పర్వతారోహణ గురించి స్పష్టంగా వివరించి చెప్పాడు. అత్యంత సాహసోపేతమైన ఈ యాత్ర గురించి వాళ్ళకు చెప్పి ఒప్పించాడు.

ప్రవీణ్‌కుమార్ ముందుగా దేవీదాస్‌నూ లక్ష్మినీ తన కార్యాలయానికి పిలిపించాడు. ఎవరెస్ట్ శిఖరంపై వుండే పరిస్థితుల వీడియోలు చూపించాడు. అంగవైకల్యం ప్రాప్తించడమో, అసలు ప్రాణాలు పోవడమో కూడా జరగవచ్చని చెప్పాడు. లక్ష్మి మొహం పాలిపోయింది. మంచులో వేళ్ళాడుతున్న శవాలను చూసి ఆమె చేతులూ పెదవులూ వణికాయి. చమటలో తడిసిపోయి ఏడుస్తూ తన బిడ్డను ససేమిరా పంపించనని చెప్పింది.

పూర్ణ తన తల్లితండ్రులను గదిలోనుంచి బయటకు తీసుకుపోయింది.

"బిడ్డా! నువ్వు వెళ్లొద్దు. నువ్వు బాగా చదువుకుని మంచి ఉద్యోగం చేసుకో, చాలు." అన్నారు వాళ్ళు.

"యాడీ! (బంజారా భాషలో 'అమ్మా') నాకేం కాదు. నేను క్షేమంగా తిరిగి వస్తాను, నన్ను నమ్మండి. మీకు తెలుసా! కొన్ని లక్షలమంది పిల్లలు గురుకుల పాఠశాలల్లో చదువుతున్నారు. వాళ్ళందరిలో ఇద్దర్నే పంపుతున్నారు. అందులో నేనొక దాన్ని." అంది పూర్ణ.

మళ్ళీ తండ్రితో, "బా! (నాన్నా) నేనొక్కదాన్నే ఎంపికయ్యాను. నన్ను పంపండి." అంది. పూర్ణ తల్లితండ్రులను ఒప్పించడానికి ప్రయత్నిస్తున్నప్పుడు ప్రవీణ్ కుమార్, పరమేశ్‌లు కొండలరావుతో మాట్లాడారు. ప్రవీణ్ కుమార్ చూపించిన వీడియోలన్నీ ఆశ్చర్యంతోనూ మౌనంగానూ చూశాడతను. ఆ పని నచ్చకపోయినా తప్పదు అనే భావం కలిగింది అతనిలో. దీర్ఘంగా నిట్టూర్చి సంతకం చెయ్యడానికి కలం అందుకున్నాడు.

"కొండలరావ్, జాగ్రత్తగా ఆలోచించుకో! మీ అబ్బాయికి ఏమైనా జరగవచ్చు."

"తెలుసు సర్! మా అబ్బాయిని ఆ స్కూల్లో చేర్పించినప్పుడే వాడి బాధ్యత మీకు అప్పగించాను. మీరే వాడి సంరక్షకులు. మీరూ మీ స్కూలూ వాణ్ని చక్కదిద్దాలి. నేను కేవలం వాడికి జన్మనిచ్చాను, అంతే. నా కొడుకైనందువలన వాడు ఎటువంటి

అవకాశాలూ కోల్పోకూడదు." అన్నాడు వణికే కంఠంతో.

ప్రవీణ్‌కుమార్, పరమేశ్ కూడా బాగా కదిలిపోయారు.

ఇప్పటికి ఎనిమిది నెలలుగా పిల్లలతో పరస్పర సంబంధం కలిగి వున్నాడు పరమేశ్. వాళ్ళు ఆయన బృందం. వాళ్ళను మంచి పర్వతారోహకులుగా మలచాడు. ఆయనకు ఎప్పుడూ వాళ్ళ గురించిన ఆలోచనే. పిల్లలలోని అత్యత్తమ ప్రతిభను వెలికి తీసుకురావడానికి ఎప్పటికప్పుడు కొత్త శిక్షణా విధానాలను అవలంబించేవాడు ఆయన. మరికొన్ని రోజుల్లో వాళ్ళు అపాయకరమైన ప్రదేశాలకు చేరుకుంటారు (death zones).

ఒక పర్వతారోహకుడిగా తనకూ మొదటి అనుభవాలున్నాయి. ఇక్కడ నుంచి పిల్లల్ను ఏదీ ఆపలేదని ఆయనకు తెలుసు. మొదట్లో అది ఒక మోహం! అందం ముందు ఆకట్టుకుంటుంది. తరువాత ఆ మహోన్నత పర్వతం మనను సంభ్రమంలో ముంచివేస్తుంది. తరువాత హిమాలయాలు మనకి తెలియకుండానే మనని ఆక్రమించుకుంటాయి. మన ఉపచేతనలో నిలిచిపోతాయి. మనలో ఒక భాగమైపోతాయి. మనం హిమాలయాలకు దాసోహం అంటాం. ఆ మహోన్నత పర్వత కరుణాకటాక్షాలపై ఆధారపడతాం.

తన భావోద్వేగాలన్నీ ఈ పిల్లల్లో పెట్టుబడి పెట్టాడు పరమేశ్. ఒక తల్లి గద్ద తన పిల్లలకు ఎగరడం నేర్పినట్లు ఈ పిల్లలకు శిక్షణ ఇచ్చాడు. ఆ పక్షి తన పిల్లలను విశాలాకాశంలోకి నెడుతుంది, అక్కడ వాటికెదురయ్యే ప్రమాదాలను గురించి తెలిసి కూడా! అంతకన్నా మార్గంలేదు. అవి శక్తివంతంగా స్వంతంగా ఎగరగలగాలి.

పరమేశ్ లేచి తాజాగాలి కోసం కిటికీ దగ్గరకు వెళ్ళాడు.

ఇది చాలా గంభీరమైన విషయం. అంతకన్నా మార్గం లేదు. ఆలోచనకీ ఆచరణకీ మధ్య చాలా సన్నటి గీత వుంటుంది. చివరికి ఆ సన్నని రేఖే చావు బ్రతుకులను నిర్ణయిస్తుంది. కానీ అది ఆకస్మికంగా అధిగమించలేనిదౌతుంది. తప్పనిసరి అవుతుంది. తనకు ఈ పిల్లలంటే చాలా ప్రేమ. అంతా భగవంతుడి దయ అనుకుని కళ్ళు మూసుకుని 'భగవంతుడా! ఈ పిల్లలను క్షేమంగా తిరిగి వచ్చేలా చూడు.' అని ప్రార్థించాడు. వాళ్ళు శిఖరం ఎక్కనీ ఎక్కకలేకపోనీ, అది నాకు ముఖ్యం ఎంత మాత్రం కాదిప్పుడు. వాళ్ళు పసిమొగ్గలు. వాళ్ళను పువ్వుల్లా వికసించనీ! వాడిపోనివ్వకు!" అని కూడా ప్రార్థించాడు.

ప్రవీణ్‌కుమార్ ఒక స్టూల్ లాక్కుని పిల్లలకు దగ్గరగా జరిగి, వాత్సల్యంతో, "మీరు అందరి మన్నన సంపాదించాలి. పూర్ణ, ఆనంద్‌లు సాంఘిక సంక్షేమ గురుకుల

పాఠశాలలకు గర్వకారణం కావాలి." అన్నాడు.

"తప్పకుండా అవుతాం సర్!" అంది పూర్ణ మెరిసే కళ్ళతో. తను చేయబోయే సాహస యాత్ర ఎంత గొప్పదో ఆమెకి అర్థమయింది. తన చుట్టూవున్న ఆ ప్రేమమయులను చూసి ఆమె హుందాగా నవ్వింది, వాళ్లకి ధైర్యం కలుగచేసేలాగా. అందరి మనస్సులలో కలవరంగా వుందని ఆమెకి తెలుసు.

మైనర్లయిన ఈ పిల్లల తల్లితండ్రుల చేత సంతకాలు పెట్టించడానికి నాన్-జుడిషియల్ స్టాంప్ పేపర్ల మీద సమ్మతి పత్రాలు తయారుచేసాడు పరమేశ్. ఆయన స్వయంగా న్యాయవాది. పిల్లలిద్దరి తల్లితండ్రుల వద్దనుంచీ వ్రాత పూర్వకమైన నిర్ధారణ పత్రాలు తీసుకున్నాడు ప్రవీణ్‌కుమార్.

స్టేషన్ నుంచి రైలు బయలుదేరడానికి కొన్ని నిముషాలే సమయం వుంది.

దేవీదాస్, కొండలరావుల వద్దకు వెళ్లిన మన్నన్, "ఏదైనా ఒక పోటీకో ఒక సాహస యాత్రకో వెళ్ళేటప్పుడు వారికోసం ప్రార్థన చెయ్యడం మా పాఠశాలల ఆనవాయితీ. ఈ కాగితాలను చూడండి." అని వాళ్ళ చేతుల్లో కొన్ని కరపత్రాలు పెట్టి చదవమన్నాడు. వాళ్ళు డార్జిలింగ్ వెళ్ళేటప్పుడూ, రేనోక్ వెళ్ళేటప్పుడూ, లడాఖ్ వెళ్ళేటప్పుడూ, ఇప్పుడూ కూడా వాళ్ళ స్నేహితులనూ, సహ విద్యార్థులనూ, ఉపాధ్యయులనూ వారి క్షేమంకోసం ప్రార్థించమనే విన్నపాలు అవి.

"పిల్లలు ఏ సాహస యాత్రకు బయలుదేరినా దానికి ముందు ఇలా పిల్లలకు విన్నపాలు ఇస్తాము. వాళ్ళు రోజూ ప్రార్థిస్తారు."

మన్నన్‌కి ప్రార్థనలో నమ్మకం వుంది. ఇలాంటప్పుడు మానవ సాధ్యమైన జాగ్రత్తలన్నీ తీసుకున్నప్పటికీ దైవానుగ్రహం కూడా కావాలని ఆయన ఉద్దేశం. రైలు బయలుదేరడానికి చివరి ప్రకటన రాగానే ఒక్కసారిగా అందరి మాటలూ ఆగిపోయాయి. రైలు కూతవేసి బయలుదేరబోయేలోగా ప్రవీణ్ శేఖర్‌బాబుతో, పరమేశ్‌తో, పూర్ణతో, ఆనంద్‌తో కరచాలనం చేసాడు. ఇక వాళ్ళను రెండునెలల తరువాత మాత్రమే చూడగలడు. ఎప్పుడూ గంభీరంగా వుండే ప్రవీణ్‌కుమార్ కళ్ళలో కూడా ఒక కన్నీటి చుక్క!

ఆ క్షణంలో పిల్లలు చూపిస్తున్న ధైర్యానికి శేఖర్‌బాబు ఆశ్చర్యపోయాడు. వాళ్ళ మొహాల్లో నవ్వు, బలవంతపుదైనా సరే! పూర్ణ కళ్ళలో ఒక చిన్న నీటిబిందువు తచ్చాడింది. దాన్ని వెనక్కి నెట్టింది. ఆనంద్ ఆమె చేతిని తన చేతిలోకి తీసుకుంటూ కదిలే రైల్లో నుంచి చివరిసారి తండ్రి వంక చూసాడు. రైలు ప్లాట్‌ఫామ్ వదులుతూ వుండగా నిశ్శబ్దంగా వుండిపోయారు. ఎవరిదో పెద్ద ఏడుపు ఆ నిశ్శబ్దాన్ని భంగం

చేసింది. పూర్ణ తండ్రి అణచుకోలేనంత దుఃఖంతో పెద్దగా ఏడుస్తూ భుజం మీద వున్న తువాలుతో మొహం కప్పుకున్నాడు. ఒకసారి పాకాలలో దారితప్పిపోయి తను వచ్చి తీసుకుపోతాడని రెండు గంటలు ఎదురుచూసిన నాలుగేళ్ల చిన్నారి పూర్ణ గుర్తు వచ్చింది అతనికి. ఇప్పుడు తన కూతురు ఎవరెస్ట్‌ని వెతుకుతూ ఒక్కతే పోతోంది. ఆమె దారితప్పిపోతే తను వెళ్లి తీసుకురాలేడు. ఆమె కూడా ఇల్లు కనుక్కుని రాలేదు ఇప్పుడు.

***

ఈలోగా లక్ష్మి ఇంట్లో కూర్చుని వేములవాడ, తిరుపతి, కొండగట్టు దేవుళ్ళందరినీ ప్రార్థిస్తున్నది. పూర్ణ క్షేమంగా ఇంటికి తిరిగిరాగానే ఈ దేవాలయాలన్నిటికీ వస్తానని మొక్కుకున్నది. అప్పటివరకూ బంధుమిత్రులెవరికీ పూర్ణ ఎవరెస్ట్ యాత్ర గురించి చెప్పకూడదు అనుకున్నది. వంట చెయ్యలేదు. పొలానికి వెళ్ళలేదు. ఇంట్లోనే వుండి ప్రార్థిస్తూ కూర్చుంది.

దేవీదాస్ ఆ సాయంత్రమే ఇంటికి తిరిగివచ్చాడు. లక్ష్మి అతని కోసం ఎదురుచూస్తూ పాకముందే కూచున్నది. మౌనంగా అతని దగ్గరకి వెళ్ళింది. అతని కళ్ళల్లో పూర్ణ కంటున్న కలలు కనపడ్డాయి ఆమెకు. అతను నేరుగా ఇంట్లోకి వెళ్లి, గోడకి వున్న ఫోటోకేసి చూసాడు. తమ కుటుంబం అంతా కలిసి తీయించుకున్న ఒకే ఒక్క ఫోటో అది. ఫోటోను గోడ మీదనుంచి తీసుకుని నేలమీద కూచున్నాడు. లక్ష్మి వచ్చి అతని పక్కనే కూర్చున్నది.

ఫోటోలోని పూర్ణ మొహం మీద తడుముతూ, 'ఈ పిల్లని, మన పిల్లని, ఆమె ఫోటోని నువ్వు త్వరలోనే పత్రికల్లో చూస్తావు! చూస్తూవుండు.' కళ్ళల్లో నుంచి నీళ్ళు కారుతూవుండగా నవ్వు తెచ్చిపెట్టుకుంటూ అన్నాడు.

లక్ష్మి అతని చేతుల్లోనుంచి ఫోటో తీసుకుని గుండెకి ఆనించుకుంది. పూర్ణ పుట్టడం, ఆ పిల్ల తొలి నవ్వు, తొలి అడుగు, తొలి మాట, వాకిట్లో ఆడుకుంటూ పడిపోయి దెబ్బ తగిలించుకోడం, అంగన్‌వాడి నుంచి పారిపోయి రావడం, గురుకుల పాఠశాలలో చేర్పించిన రోజు– అన్నీ ఒక్కటొక్కటే ఆమె కళ్ళముందు నిలిచాయి. లక్ష్మి, దేవీదాస్‌లు జ్ఞాపకాలు నెమరువేసుకుంటూ ఒకరి చెయ్యి ఒకరు పట్టుకుని ఎంతసేపు అట్లా కూర్చున్నారో ఆ దేవుడికీ, బయట కమ్ముతున్న చీకటికీ మాత్రమే తెలుసు.

అధ్యాయం 10

సాగర లలాటం: ఎంత దగ్గరో అంత దూరం!

8 ఏప్రిల్ 2014

ఖట్మండూ, నేపాల్

ఉదయం 7 గంటలు

నేపాల్ రాజధాని ఖట్మండూ సముద్ర మట్టానికి 1300 మీటర్ల ఎత్తుంటుంది. నగరం విస్తీర్ణం కేవలం 50 కిలోమీటర్లే. చూడచక్కని ప్రదేశం. పూర్ణకి ఎత్తైన కొండ ప్రదేశాలు అలవాటయ్యాయి. స్వంత ఊళ్లల్లోని వేడి, ఉక్క నుంచి నిజానికి ఇదొక ఉపశమనం. కొండలపై వుండే ఇలాంటి నగరాలలో వుండే చెట్లూ మొక్కలూ జంతువులూ, ముఖ్యంగా పక్షులూ, వాటి పాటలవంటి కూతలూ పూర్ణకి చాలా ఇష్టం.

ఇక్కడి మనుషులు ప్రత్యేకంగా వుంటారు. పొట్టిగా పాలిపోయినట్లు మరీ తెల్లగా, చిన్న కళ్ళతో వుంటారు. వాళ్ళలో ఒక స్నేహపు చిరునవ్వూ, కళ్ళలో ఒక మెరుపూ పూర్ణకి నచ్చాయి. వాతావరణానికి అలవాటుపడడం పెద్ద కష్టం కాదు కానీ, తిండి విషయమే పెద్ద సమస్య. ఆనంద్‌కి నేపాలీ వంటలు బాగానే నచ్చాయి.

పరిసరాలను ఆసక్తిగా గమనిస్తూ హుందాగా వుంది పూర్ణ. ఆనంద్ మాత్రం అక్కడి పరిసరాల గురించీ మనుషుల గురించీ రాబోయే ప్రయాణం గురించీ ప్రశ్నల మీద ప్రశ్నలు గుప్పిస్తున్నాడు. పూర్ణ పరిసరాలకు స్వభావరీత్యా అలవాటుపడుతుందని శేఖర్‌బాబు గమనించాడు. తనకు తెలియకుండానే అక్కడి ప్రత్యేకలను తనలో ఇముడ్చుకుంది. తనూ వాటిలో ఒక భాగమయిపోయింది. ఆనంద్‌కి ఇది ఒక మేధోపరమైన అనుభవం. అతనికి ప్రయోగాత్మకమైన సమాచారం కావాలి. ఇక్కడ విషయాలను గురించి చదివి, మనుషులతో మాట్లాడి, మరింత సమాచారం సేకరించాడు. అతనికి తనను గురించి, తన చుట్టూ ప్రపంచం గురించిన అవగాహన

వుంది. ఆ సాయంత్రం వాళ్ళు తమ బృందంతో ఎవరెస్ట్‌కి వస్తున్న సురభి చావ్లా, కిశోర్ ధన్కోడేలను కలిసి మాట్లాడారు. శిఖరారోహణ సమయంలో తమ ఆరోగ్యాన్ని ఎప్పటికపుడు పర్యవేక్షించడానికి తమతో వస్తున్న డాక్టర్ నరేంద్ర పాటిల్‌ను కూడా కలిశారు.

9 ఏప్రిల్ 2014

మరునాడు వాళ్ళు పశుపతినాథ్ దేవాలయాన్ని దర్శించారు. పొడవాటి క్యూలో నిలబడి శివుడి దర్శనం చేసుకున్నారు.

ఉపాహారం తరువాత మార్కెట్‌కు వెళ్ళి దారిలో తమకు అవసరపడే సామాన్లు కొన్ని కొన్నారు. శేఖర్‌బాబు పిల్లల కోసం స్నో బూట్లు, ఫ్లీస్ జాకెట్లు, మెడకు కట్టుకునే స్కార్ఫ్‌, ట్రెక్కింగ్ షూజ్, మరికొన్ని వస్తువులు కొన్నాడు.

ఆనంద్, పూర్ణ, శేఖర్‌బాబు బస్ కోసం నిలబడి వుండగా, ఆనంద్ ఒక సంచీని ఆనుకున్నాడు. అది కిందపడబోతే పూర్ణ పట్టుకుంది. "జాగ్రత్త అన్నయ్యా! మనకీ వస్తువు ప్రాణ సమానమైనది!" అన్నది. అనుకోకుండా జరిగిన ఒక పొరపాటుకు పూర్ణ చూపిన ఆవేశానికి శేఖర్‌బాబు, ఆనంద్ ఆశ్చర్యపోయారు. అంత తీవ్రంగా ఆమె స్పందించడం వాళ్లెప్పుడూ చూడలేదు. ఆ పిల్ల ఎప్పుడూ చాలా ప్రశాంతంగా నెమ్మదిగా వుంటుంది. ఆ క్షణంలో శేఖర్‌బాబు ఆ పదమూడేళ్ళ అమాయక బాలికలోని ధైర్యవంతురాలైన, పరిణతిచెందిన వ్యక్తిని గుర్తించాడు. పర్వతారోహణ సామగ్రి పట్ల పూర్ణకి ఒక భక్తిభావం. వాటిని చాలా గౌరవంగా చూస్తుంది.

10 ఏప్రిల్ 2014

ఎవరెస్ట్ శిఖరానికి ఇరువైపులా రెండు బేస్ క్యాంప్‌లు వున్నాయని వివరించాడు శేఖర్‌బాబు. దక్షిణం వైపు వున్న శిబిరం నేపాల్‌లో వుంది. అది 5,364 మీటర్ల ఎత్తులో వుంది. ఉత్తరం వైపున్న శిబిరం టిబెట్‌లో వుంది. అది 5,150 మీటర్ల ఎత్తులో వుంది. వాళ్ళు చైనా ద్వారా ఉత్తరపు శిబిరానికి వెడతారు. ఇది మొదటిదానికన్న కొంచెం తేలికయిన మార్గం. ఈ మార్గంలో ప్రాణాలు పోగొట్టుకున్నవారి సంఖ్య కూడా తక్కువ.

ఖట్మండూలో రెండు రోజులు గడిపి ఈ బృందం పశ్చిమ బెంగాల్‌లోని డార్జిలింగ్ జిల్లాలో వున్న పానీటంకీ అనే గ్రామానికి వెళ్ళారు. అది ఇండియా నేపాల్ సరిహద్దులో వుంది. చైనాలో ప్రవేశించడానికి అవసరమైన పత్రాలు తీసుకుని సియాన్–నేపాల్ మైత్రీ వారధి దాటి చైనాలోని జాంగ్‌బూ (Zangbu) అనే చిన్న పట్టణం చేరారు. శేఖర్‌బాబు ఢిల్లీ నుంచి టిబెట్ బేస్‌క్యాంప్‌కు చాలా తెలివిగా 8 రోజుల ప్రణాళిక

వేశాడు. తరుచూ రాత్రిపూట ఆగి వాతావరణానికి అలవాటుపడేలా జాగ్రత్తగా ప్రణాళిక రూపొందించాడు.

అక్కడక్కడా ఆగినా ఆ ప్రయాణం కష్టంగా వుంది. అయినా మంచుదుప్పటి కప్పుకున్న పర్వతాలు కళ్ళకీ మనసుకీ పండగ చేస్తున్నాయి. పర్వత శిఖరాల మధ్య వున్న లోయలు అద్భుతమైన దృశ్యాలతో అలరారుతున్నాయి. జాంగ్‌బూ పరిశుభ్రమైన నగరం. అక్కడి ఇళ్ళు సామాన్యమైన ఎత్తులో వుండి కళాత్మకంగా వున్నాయి. ఎప్పుడూ బయటి రుచులు ఇష్టపడని పూర్ణకి కూడా చైనా భోజనం నచ్చింది. వాళ్ళున్న హోటల్ గదులకు మామూలు తాళంకప్పులు కాక ఎలక్ట్రానిక్ తాళాలుండడం పిల్లలకు ఆశ్చర్యం కలిగించింది. గదులు విశాలంగా వున్నాయి. అంతేకాక, హోటల్ ఉద్యోగులు పిల్లలను ప్రముఖ వ్యక్తుల్లా ఆదరించారు.

ఆ రాత్రి ప్రవీణ్‌కుమార్ ఫోన్‌చేసి చాలాసేపు మాట్లాడాడు.

11 ఏప్రిల్ 2014

వాళ్ళు నేపాల్ సరిహద్దుల్లో వున్న ఒక చిన్న టిబెట్ పట్టణం న్యాలమ్ (3,743 మీటర్ల ఎత్తు) వెళ్ళడానికి బస్సు ఎక్కారు. న్యాలమ్ నుంచి హిమాలయాల విస్తృత సౌందర్య స్వరూపాన్ని చూడొచ్చు. పర్వతాలేక్కేటప్పుడు వంకరలు తిరిగే మార్గాలు చాలా అందంగా వున్నాయి. పైకి ఎక్కుతున్నప్పుడు క్రింద వున్న ఒక లోయలో హుందాగా పారుతున్న ఒక నది కనిపించింది.

వాళ్ళు మధ్యాన్నానికి న్యాలమ్ చేరారు. అక్కడి ఇళ్ళు ఇటుకలతో కాక చెక్కతో నిర్మించి వున్నాయి. వాళ్ళు ఒక హోటల్‌లో భోజనం కోసం ఎదురుచూస్తూ ఒక విషయం గమనించి ఆశ్చర్యపోయారు. అక్కడివాళ్ళు పుల్లలతో (చాప్‌స్టిక్స్) తింటున్నారు. పిల్లలు కూడా అలా తినాలని చూసారు కానీ సాధ్యంకాలేదు. చెంచాలతో తిన్నారు.

ఆ రాత్రి డాక్టర్ వాళ్ళందర్నీ పరీక్ష చేసి పర్వతారోహణకు అర్హులేనని చెప్పాడు. ఆ రాత్రి వాళ్ళు జిజాంగ్ నీలము జ్యూయు (xixang nielamu xyeyu) అనే హోటల్‌లో బస చేసారు.

ఆ మరునాడు వాళ్ళు వాతావరణానికి అలవాటుపడడం కోసం దగ్గరలో వున్న ఒక కొండ ఎక్కారు. మొట్టమొదటిసారి మంచువర్షం అనుభవించారు. వాతావరణానికి తగ్గ బట్టలు ధరించి ఉన్నందున ఆ వర్షం వాళ్ళని ఇబ్బందిపెట్టకపోగా ఆనందం కలిగించింది. అందమైన ఆ చిన్న పట్టణం పూర్ణకి ఎంతో నచ్చింది. తను ఎప్పటికీ అక్కడే వుంటే బావుంటుందనిపించింది.

ఇప్పుడు మళ్ళీ పూర్ణకి చైనా భోజనం నచ్చలేదు. దాని బదులు నేపాలీ భోజనం ఎంచుకుంది. ఆ రాత్రి డాక్టర్‌గారూ, సురభీ వంట చేస్తే అంతా తృప్తిగా తిన్నారు. రాత్రి మళ్ళీ పిల్లల యోగక్షేమాలు విచారించడానికి ఫోన్ చేసాడు ప్రవీణ్‌కుమార్.

13 ఏప్రిల్ 2014

మరునాడు ఉదయం వాళ్ళు బస్సులో టింగ్రీ(Tingri)కి బయలుదేరారు. అక్కడకు వెళ్ళగానే పూర్ణ చైనాలో ఎడమ వైపు డ్రయివ్ చేస్తారని గమనించింది. ప్రతి ప్రయాణమూ ఒకదానికన్నా ఒకటి ఆహ్లాదకరంగా, నయనానందకరంగా వున్నాయి. దారిలో ఇటీవల విరిగిపడిన కొండచరియల ఆనవాళ్ళు కనపడ్డాయి. మధ్యాన్నానికి టింగ్రీ చేరారు.

"ఇది నిజంగా భూలోక స్వర్గం!" అంది పూర్ణ.

"స్వర్గం అంటే నాకు లద్దాఖ్‌లోని జిమ్‌సమ్ జ్ఞాపకం వస్తుంది." అన్నాడు ఆనంద్. వాళ్ళ హోటల్ పేరు 'హాహూ(Hahoo) హోటల్' అని విని ఒకటే నవ్వు!

అక్కడ ఉష్ణోగ్రత బాగా తక్కువ ఉండడం వలన శేఖర్‌బాబు వాళ్ళను ఆ వాతావరణానికి అలవాటుచెయ్యడం కోసం బయటకు తీసుకుపోయాడు. డాక్టర్‌గారు మరొకసారి వాళ్ళందర్నీ పరీక్ష చేసి పర్వతారోహణకు అర్హులని నిర్ధారించారు.

14 ఏప్రిల్ 2014

ఏప్రిల్ 14 స్వేరోలకి ప్రత్యేకమైన రోజు. అది అంబేద్కర్ పుట్టిన రోజు. పూర్ణ, ఆనంద్ ఒకరికొకరు శుభాకాంక్షలు చెప్పుకున్నారు. మన్నన్ వాళ్ళను పిలిచాడు. వాళ్లకు చాలా సంతోషం కలిగింది. వాళ్ళ తల్లితండ్రులకు ఎప్పటికప్పుడు పిల్లల యోగక్షేమాలు తెలియచేస్తున్నానని చెప్పాడు మన్నన్. వాళ్ళు ప్రవీణ్‌కుమార్‌తో కూడా మాట్లాడాలనుకున్నారు గానీ ఆనాడు ఏర్పాటుచేసే ప్రత్యేక కార్యక్రమాలతో ఆయన తీరికలేకుండా ఉన్నాడని తెలిసి సరిపెట్టుకున్నారు.

ఆ బృందం 4,670 మీటర్ల ఎత్తు ఎక్కాక వాళ్లకి అనుకోకుండా ఎవరెస్ట్ శిఖరం కనిపించింది. పూర్ణకి ఇది ఒక అధివాస్తవికమైన అనుభవం. చెవులు గింగురుమనిపిస్తున్న చలిగాలులు ఆమె ఉనికిని కప్పేస్తున్నాయి. సుదూరాన పర్వతాల మధ్యలో ఒక యోగి వలే ఎవరెస్ట్ దర్శనమిస్తున్నది. నిజంగానే ఎవరెస్ట్ ఒక యోగి. జీవితపు సుఖదుఃఖాలన్నిటినీ గమనిస్తూ కూడా వాటికి అతీతంగా నిలబడి నిరాపేక్షగా చూస్తున్న ఎవరెస్ట్! ఆ యోగి నిర్మమకారం, స్థితప్రజ్ఞత వెన్నులో వణుకు పుట్టించాయి.

నేను ఇక్కడిదాకా రాగలిగానంటే తప్పకుండా శిఖరాగ్రానికి చేరుకుంటాను. అనుకుంది పూర్ణ.

అప్పుడు సాయంత్రం ఏడు గంటలైనా ఇంకా సూర్యుడి వెలుగు ఆరిపోలేదు. చీకట్లు కమ్మలేదు. దూరంగా కనిపించే కొండలలోని పచ్చదనాన్నీ పిల్లగాలులనీ ఆస్వాదిస్తూ కూర్చుంది పూర్ణ.

నిజంగానే ఈ రోజు ప్రత్యేకమైన రోజు, అనుకుంది పూర్ణ.

15 ఏప్రిల్ 2014

ఒకరోజు గడుస్తుంది. మరో రోజు. మరో రోజు. తను ఎవరెస్ట్ ఎక్కుతుంది.

మధ్యాహ్నం కొంచెం ఆలస్యంగా ఆ బృందం ఎవరెస్ట్ బేస్ క్యాంప్(స్థావరం)కి చేరింది. అక్కడనుంచి ఎవరెస్ట్ పర్వతం స్పష్టంగా కనపడుతున్నది. మే నెలలో ఈ రోజు ఈ ప్రదేశంలో అనువైన వాతావరణం వుంటుంది. 15 డిగ్రీల అత్యధిక, సున్నా డిగ్రీల అత్యల్ప ఉష్ణోగ్రత వుంటాయి. నేల శుభ్రంగా వుంటుంది. దాని మీద మంచు వుండదు క్వియాన్‌జింగూ (Quianjingou) నది ఆ నెలంతా ఘనీభవించి వుంటుంది.

ప్రతి ఒక్కరికీ ఒక డేరా ఇచ్చారు. భోజనాల కోసం వేసిన డేరా చాలా పెద్దది. 30 మంది పడతారు. మధ్యాహ్నాలు వెచ్చగా వుంటాయి. భోజనం బాగుంది.

ఈ బేస్ క్యాంపును రక్షణ శాఖతో సన్నిహిత సంబంధాలున్న అధికార్లు నిర్వహిస్తారు. ఇక్కడున్నంత వైవిధ్యం ఎక్కడా వుండదు. ఎవరెస్ట్ ఎక్కడమే ధ్యేయంగా పలు దేశాలనుంచి, వివిధ భాషలు మాట్లాడేవారు, వివిధ మతస్థులు ఇక్కడికి వస్తారు. వాళ్ళందరినీ కలిపే ప్రేమ ఒక్కటే- పర్వతారోహణ. వాతావరణ సూచనల ప్రకారం తమ ఎవరెస్ట్ అధిరోహణకు ప్రణాళిక వేసేముందు అందరూ ఇక్కడికి చేరతారు. రోజువారీ జీవితానికి, ఇక్కడి వాతావరణానికి సరిపడా అన్ని వస్తువులూ ఇక్కడ వుంటాయి. వంటకు, భోజనానికి, శౌచానికి పెద్ద పెద్ద డేరాలున్నాయి. ఒక పెద్ద మొబైల్ ఫోన్, శాటిలైట్ ఫోన్ కూడా వున్నాయి. ఇక్కడి శాటిలైట్ ఫోన్ల ద్వారా ఆరోహకులు క్యాంప్-3కి గానీ భారతదేశంలో మరెక్కడికిగానీ ఫోన్ చెయ్యవచ్చు.

వినోద సాధనమైన టెలివిజన్ కూడా వుంది.

"అన్నయ్యా! ఆఖరికి మనం ఇక్కడిదాకా వచ్చేశాం! అద్భుతం కదూ?" అంది పూర్ణ ఉప్పొంగే ఉత్సాహంతో.

16 ఏప్రిల్ 2014

మరునాడు ఉదయం పూర్ణ పళ్ళు తోముకోడానికి డేరా బయటకు వచ్చింది. ఆకాశం నిర్మలంగా వుంది. ఎవరెస్ట్ కనపడుతుందేమోనని పరికించి చూసింది.

అది కంచన్‌జంఘా శ్రేణిలో వున్నట్లు గుర్తు. మరికాసేపు చూసాక ఆశ్చర్యకరంగా అది తను అనుకున్నదానికన్నా దగ్గరగా కనపడింది. త్వరత్వరగా పళ్ళు తోమేసుకుని ఆనంద్, శేఖర్‌ల దగ్గరకు వెళ్ళింది.

"సర్! ఎవరెస్ట్ ఎంత దగ్గరగా వుందో! మనం నేరుగా వెళ్ళిపోదామా?" అంది అమిత ఉత్సాహంగా.

శేఖర్, ఆనంద్ ఆశ్చర్యంగా చూసారు. తను కొత్తగా కనుక్కున్న సంగతి చెప్పింది.

"దగ్గరనే కదా సర్! ఇప్పుడు బయలుదేరి సాయంత్రానికల్లా వచ్చేయచ్చు." అంది.

ఆమె చెప్పేది అర్థం అయి శేఖర్ పెద్దగా నవ్వాడు.

"సరే సరే! పద పెద్దమ్మా! అంత తేలికనుకుంటున్నావా?"అన్నాడు మరికాస్త నవ్వుతూ.

ఆమె అమాయకత్వం అతనికి అబ్బురమనిపించింది. ముందున్నది ఎంత కష్టసాధ్యమైన కార్యమో అతని మనసు ముందు మెదిలింది.

ఏమిటీ గొడవ? అనుకుంది పూర్ణ.

"అవును దగ్గరే! కానీ అక్కడికి చేరాలంటే అంత సులభం కాదు. మనం ప్రాణాపాయకరమైన ప్రదేశాల అంచులు (Death Zones) దాటాలి. బ్రతికి బయట పడాలి. మనకి కనపడే ఈ తొమ్మిది కిలోమీటర్లు పెద్ద దూరం కాకపోవచ్చు. కానీ కొన్ని వారాల ఆరోహణతో సమానం. ప్రాణాన్ని శరీరంలోనుంచి బయటికి ఉమ్మి మళ్ళీ దాన్నే లోపలికి మింగడం అన్నమాట!"

అవును. డెత్ జోన్స్! అనుకుంది పూర్ణ విసుగ్గా.

"అంత ప్రమాదమా సర్? మనం క్షేమంగా తిరిగివస్తామని నా ఉద్దేశం. మనం చచ్చిపోము సర్! ఒకసారి గనుక మనం క్షేమంగా వచ్చామంటే మనకి ఎంత గౌరవమో! చిన్నా! నీకు గుర్తే కదా, మనం రేనోక్ పర్వతం ఎక్కివచ్చినప్పుడు జనం మనని ఎట్లా చూసారో! మనం ముఖ్యమంత్రిని కలిశాం, ఉప ముఖ్యమంత్రి మనకి విందు ఇచ్చారు. ఇప్పుడిది ఎవరెస్ట్ కదా! ఓహ్! మనం ప్రముఖులమైపోతాం." అన్నాడు ఆనంద్.

శేఖర్ గొంతు సవరించుకుని,"బాబూ! ఒక విషయం చెబుతాను విను. విజయం అనేది చరిత్రలోనూ పుస్తకాలలోనూ వుండాలి. అది తలకెక్కకూడదు. ఒకసారి అది తలకెక్కిందా, ఇక నీ పని అయిపోయినట్లే! మనం నమ్మిన పనిని మనం నిజాయితీగా,

శ్రద్ధగా చెయ్యాలి. దాన్ని ప్రజలు గుర్తుపెట్టుకుంటారు. ప్రతి విజయమూ మరో విజయానికి నాంది కావాలి. అర్థమయిందా?" అన్నాడు.

ఆనంద్ కొంచెం సిగ్గుపడి, "అవును సర్!" అన్నాడు.

"సరే పదండి, ఇక మనం నిద్రపోదాం."

పూర్ణ ఆ రాత్రి వెంటనే నిద్రపోలేకపోయింది. అమ్మా నాన్నా ఏం చేస్తూవుంటారో! నాన్న వాకిట్లో నవ్వారు మంచం మీద పడుకుని వుంటాడు. అక్కడ బాగా వేడిగా వుండివుంటుంది. వాళ్ళు తన గురించి తలుచుకుంటూ వుంటారు. మన్నన్ ఎప్పటికప్పుడు తమ క్షేమం తెలియచేస్తూనే వుండివుంటాడు.

రాత్రి ఆకాశం ఆహ్లాదకరంగా వుంది. పాకాలలో కూడా ఆకాశం నిర్మలంగానే వుంటుంది కానీ నక్షత్రాలు ఇంత వత్తుగా వుండవు. నక్షత్రాలకీ పర్వతాలకీ అవినాభావ సంబంధం వుందేమో! బహుశా పర్వతాలు రాత్రి నిద్ర పోయేటప్పుడు తమ ప్రకాశాన్ని నక్షత్రాలకి ఇస్తాయేమో! నక్షత్రాలు రాత్రిపూట వాటికి కాపలా వుండి ఉదయం మళ్ళీ వాటి వెలుగు వాటికి ఇచ్చేస్తాయేమో!

17 ఏప్రిల్ 2014

మరునాడు ఉదయం శేఖర్ వాళ్ళని త్వరగా నిద్ర లేపాడు.

స్లీపింగ్ బాగ్‌లో నుంచి తొంగిచూస్తూ, "ఇవాళ మనం బయలుదేరుతున్నామా సర్?" అని అడిగాడు ఆనంద్.

పూర్ణదీ అదే ప్రశ్న.

"లేదర్రా! కాస్త బయట తిరిగివద్దాం పదండి," అన్నాడు శేఖర్‌బాబు.

వాతావరణానికి అలవాటుపడాలి. లేకపోతే పర్వతాలపై వచ్చే తీవ్రమైన అనారోగ్యాలు... అనుకుంది పూర్ణ.

తరువాత నాలుగు రోజులు వాళ్ళు చిన్నచిన్న కొండలపైకి ఎక్కారు. పూర్ణని ప్రతి కొండ అందం ఆకట్టుకుంది. మంచు కొండలు! అక్కడక్కడా నేల మాసికలు. ఉదయాలు బాగున్నాయి కానీ రాత్రులే గడ్డకట్టించే చలి. రాత్రి కాగానే స్లీపింగ్ బాగుల్లో దూరిపోయి పొద్దున్న లేవడానికి బద్ధకించేవాళ్ళు. వీలున్నంతవరకూ పగలు డేరాల బయట గడపమని చెప్పేవాడు శేఖర్. మధ్యాహ్నాలు వెచ్చగా వుండేవి.

'డేరాల్లో ఎక్కువసేపు వుంటే మీరు జబ్బుపడతారు.' అనేవాడు.

అక్కడ దొరికే ప్రతి సాధనాన్నీ ఉపయోగపరిచేవాడు. క్రాంపాన్స్ (అడుగున

ముళ్ళతో వుండే లోహపు కవచాలు. బూట్ల అడుగున బిగిస్తారు. ఐస్ మీద నడవడానికి ఉపయోగాపడతాయి) తో ఘనీభవించిన నదుల మీద నడిపించేవాడు. స్థానికంగా దొరికే ఆహారానికి అలవాటుపడడం కోసం దగ్గరలోని టిబెట్ గ్రామాలలోని హోటల్స్‌కి తీసుకుపోయేవాడు. సాధారణంగా కొండ ఎక్కడం (ట్రెక్) అయినాక ఇట్లా తీసుకుపోతుండేవాడు.

ఎవరెస్ట్ బేస్ క్యాంప్‌లో వున్న సమయాన్ని బాగా ఆస్వాదించారు పూర్ణ, ఆనంద్, శేఖర్‌లు. ఇంటికీ స్నేహితులకీ దూరంగా వుండడం ఈ చిన్న పిల్లలకి ఎట్లా వుంటుందో శేఖర్‌కి తెలుసు. ఈ పిల్లలు కూడా ఎప్పుడూ దేనికీ పేచీలు పెట్టేవాళ్ళుకాదు. దొరికినదానితో సరిపెట్టుకుంటారు. ఇప్పుడు కొత్తగా సరిపెట్టుకోడం నేర్చుకోలేదు. వాళ్ళ జీవన విధానమే అది. వాళ్ళు అప్పుడప్పుడూ అంత్యాక్షరి ఆడేవాళ్ళు. శేఖర్‌బాబు గెలిస్తే వాళ్ళకి ఆశ్చర్యంవేసేది.

చాలామంది పర్వతారోహకులు ఎవరెస్ట్ బేస్ క్యాంప్ దగ్గర ఆగి, ఆ వాతావరణానికి అలవాటుపడడంకోసం చిన్నచిన్న పర్వతాలపై ట్రెక్కింగ్ చేస్తూ వుంటారు. ఇంత చిన్నపిల్లలు ఎవరెస్ట్ ఎక్కబోతున్నారంటే వాళ్ళకి ఆశ్చర్యం వేసేది. అది చాలా తమాషాగా అనిపించేది వాళ్ళకి.

18 ఏప్రిల్ 2014

మరునాడు ఉదయం ఉపాహారం చేస్తూ ఆనంద్ – పూర్ణకున్న పరిస్థితులను తట్టుకునే శక్తిని శేఖర్‌బాబు అభినందిస్తూ ప్రవీణ్‌కుమార్‌తో మాట్లాడడం – తను విన్నానని పూర్ణతో చెప్పాడు.

శేఖర్‌బాబు, వాళ్ళ శారీరక సహనశక్తిని పరీక్షించడానికి వాళ్ళని 5,200 మీటర్ల ఎత్తుకి ఎక్కించాడు. గాలి బలంగా, ఉష్ణోగ్రతలు చాలా తక్కువగా ఉన్నాగానీ, పిల్లలు బాగానే అలవాటుపడుతున్నారు. కొంచం తలనొప్పులు తప్ప ఇంకే ఇబ్బందీ లేదు.

శేర్పాలు ఏదైనా పర్వతారోహణకు వెళ్లేముందు స్థూపం ముందు చేసే లామా పూజకు పిల్లల్ని తీసుకువెళ్ళాడు శేఖర్‌బాబు. ఆ పూజకు ఎవరైనా హాజరుకావచ్చు. శేర్పాలు నెమ్మదిగా నాట్యం చేస్తున్నారు. నాట్యంలో పిల్లలు కూడా పాల్గొన్నారు. నాట్యం చేసేటప్పుడు శేర్పాలు 'సాగర్ మాథా' (సముద్ర లలాటం) అనీ, చోమోలుగ్మా (పర్వత మాత) అనీ జపించారు. ఆ రెండూ నేపాలీలోనూ టిబెటన్‌లోనూ ఎవరెస్ట్‌ని పిలిచే పేర్లు. ఎవరెస్ట్‌ను ఎందుకు సముద్రపు నుదురు అని పిలుస్తారో పూర్ణకి అర్థంకాలేదు. సాగరం అంటే సముద్రం కదా? పర్వతాన్ని సముద్రం అనడం ఏమిటి? అది మంచుతోనూ ఐస్‌తోనూ నిండి వుంది. ఆ రెండూ కూడా నీళ్ళే కదా? అంటే

ఎప్పుడైనా ఒకప్పుడు హిమాలయాలు కరిగి సముద్రంగా మారతాయా?

ఆ బృందం అంతా ఒక గుహలో వున్న బౌద్ధుల ఆశ్రమాన్ని సందర్శించారు. అక్కడ వున్న ప్రాచీన బుద్ధ విగ్రహాలు చాలా హుందాగా వున్నాయి. వాళ్ళు కొన్ని ఫోటోలు తీసుకున్నారు. లోపల చిన్నచిన్న గుహలు గదుల్లా వున్నాయి. అదంతా ఒక చిక్కుముడిలా వుంది. గోడల మీద ఆ ఆశ్రమం చరిత్ర వ్రాసి వుంది. మొదటి గుహలాంటి గదిలో వాళ్ళని నూనె దీపాలు వెలిగించమన్నారు. ఆ పురాతన గుహలో దీపాల వెలుగులో ఎంతో శాంతి కలిగినట్లు అనిపించింది పూర్ణకి. కాలం నిలిచిపోయినట్లు అనిపించింది. తను తనలో తను కరిగిపోయినట్లుగా కూడా అనిపించింది.

వాళ్ళు తిరిగి బేస్ క్యాంప్‌కి వచ్చేసరికి అక్కడ ఏదో జరిగినట్లు గమనించింది పూర్ణ. ఏవో గుసగుసలు వినిపిస్తున్నాయి. మొత్తం వాతావరణం విషాద గంభీరంగా వుంది.

పక్క డేరా దగ్గరకు వెళ్ళి, "ఏమైంది డెరెక్?" అని అడిగాడు శేఖర్‌బాబు. డెరెక్ కాసేపు బయటకి రాలేదు. అలసిపోయిన పూర్ణ, ఆనంద్‌లు విశ్రాంతి కోసం తమ డేరాల్లోకి వెళ్ళిపోయారు. కాసేపటికి పూర్ణకి బాగా ఆకలివేసింది. శేఖర్‌బాబు కోసం బయటకు వచ్చింది. ఆయన కొంతమందితో ఏదో విషయం చాలా గంభీరంగా చర్చిస్తున్నాడు.

"భోజనం చేద్దామా సర్?" అంది పూర్ణ ఆయనతో.

ఆయన్ని అంత గంభీరంగా ఎపుడూ చూడలేదు పూర్ణ. ఆయనకు కోపం తెప్పించేలా తానేమైనా తప్పు చేసిందా?

***

ప్రవీణ్‌కుమార్ బాపట్లలో ఏదో సమావేశంలో వున్నాడు. అప్పుడే రేమండ్ పీటర్ దగ్గరనుంచి ఫోన్ వచ్చింది.

"ప్రవీణ్! మీకీ విషయం తెలుసా?" అన్నాడాయన.

"ఎవరెస్ట్ పర్వతం దగ్గర ఒక కొండచరియ విరిగిపడింది. శేఖర్ మీకేం చెప్పలేదా? ఎలావున్నారు వాళ్ళు?"

ప్రవీణ్‌కుమార్‌కి ఒక క్షణం గుండె ఆగినంత పనయింది. వెంటనే శేఖర్‌బాబుకి ఫోన్ చేసాడు.

***

శేఖర్‌బాబు పూర్ణ డేరాలోకి వచ్చాడు. పూర్ణ, ఆనంద్ మాట్లాడుకుంటున్నారు. "ఒక కొండచరియ విరిగిపడింది. 16 మంది శేర్పాలు కనపడడంలేదు." అన్నాడు.

"కొండచరియా?"

"వాళ్ళు మళ్ళీ కనపడతారా? ఆనంద్ అడిగాడు.

పర్వతారోహణకు అనువైన కాలం ప్రారంభం కాగానే అర్హులైన కొంతమంది శేర్పాలను అధికారికంగా ఎవరెస్ట్‌కు వెళ్ళే మార్గాన్ని తెరవమని పంపుతారు. ఈసారి కూడా అలా ఒక శేర్పా బృందం వెళ్ళింది. వాళ్ళు ఏమాత్రం ఊహించనివిధంగా ఈ ఉత్పాతం సంభవించింది. ఇది సౌత్ కోల్ (కోల్ అంటే ఒక పర్వత సముదాయపు క్రింది భాగంలో రెండు పర్వతాల మధ్య ఏర్పడే ఒక ఖాళీ.) దగ్గర, లోత్సేకి ఎవరెస్ట్‌కి మధ్య పడిన ఈ కొండచరియలో వాళ్ళు ఇరుక్కుపోయి వుండవచ్చు. సౌత్ కోల్ అనేది పర్వత శ్రేణికి ఇటువైపు నుంచి అటువైపుకి వెళ్ళే దారి. ఈ శేర్పాలు బ్రతికి బయటపడడానికి అవకాశాలు లేవు.

పూర్ణ మౌనాన్ని ఛేదిస్తూ, "ఈ ఉత్పాతం దక్షిణం వైపు జరిగింది కదా సర్?" అంది.

"అవును. భగవంతుడి దయవలన మనం ఆ మార్గం ఎంచుకోలేదు."

"ఎందుకని సర్? దేవుడు మీ కలలో కనిపించి అటు వెళ్ళవద్దని సలహా ఇచ్చాడా?"

"కాదురా! నేపాల్ ప్రభుత్వం ఆ మార్గంలో వెళ్ళడానికి మీకు అనుమతి ఇవ్వలేదు. ఈ మార్గం నాకు బాగా తెలిసిన మార్గం. పైగా ఈ మార్గంలో ఎదురయ్యే ఇబ్బందులు, ప్రమాదాల గురించి నాకు బాగా తెలుసు. ఎదుర్కునే సాధనాలు వున్నాయి. మీకిచ్చిన శిక్షణ కూడా ఈ మార్గంలో వెళ్ళడానికి వీలుగా వుండేదే, అర్థమైందా?"

పూర్ణా,ఆనంద్ మౌనంగా వుండిపోయారు.

అంతలో శేఖర్‌బాబు ఫోన్ మోగింది.

***

అధ్యాయం 11

సమాగమానికి సన్నద్ధం

"హలో! అందరూ ఎలా వున్నారు?" ప్రవీణ్‌కుమార్.

"హలో సర్! అందరం బావున్నాం," శేఖర్‌బాబు.

"పూర్ణ, ఆనంద్ ఎలా వున్నారు?"

"వాళ్ళు బావున్నారు. ఇప్పుడు నాతోనే వున్నారు సర్!"

"ఈ కొండచరియ విరిగిపడిన సంఘటన ప్రభావం మీమీదేమైనా వుంటుందా?"

"వుండదు. కానీ శేర్పాలు దొరకడం కష్టమౌతుందేమో సర్!"

"స్పీకర్ ఆన్ చేస్తారా? పూర్ణ, ఆనంద్‌తో కూడా మాట్లాడతాను,"

"తప్పకుండా," అంటూ స్పీకర్ పెట్టాడు శేఖర్‌బాబు.

"హలో! పూర్ణా, ఆనంద్ ఎలా వున్నారు?"

"బాగున్నాం సర్, మీరేలా వున్నారు?"

"నేనూ బావున్నాను. కొండచరియ సంగతి విన్నారు కదా? మరి ఏం చేద్దామనుకుంటున్నారు? ముందుకు పోతారా? వెనక్కి వద్దామనుకుంటున్నారా?"

"సర్?!"

"పూర్ణా! జాగ్రత్తగా విను. వెనక్కి రావడం కూడా ఫరవాలేదు. బేస్ క్యాంప్ వరకూ వెళ్ళడం కూడా శిఖరం ఎక్కినట్లే మనకి. మీ క్షేమమే నాకు ఎక్కువ ముఖ్యం. కనుక నేను చెప్పేదేమిటంటే..."

మధ్యలో అందుకుంది పూర్ణ,

"మేము వెళ్ళాలనేదే నా కోరిక సర్! ఇంతదాకా వచ్చాం. ఇక ఎవరెస్ట్ వెళ్ళగలం."

"పూర్ణా ..."

"మేము స్వేరోస్ సర్! మాకు వెనుతిరిగే పనే లేదు. అది మా పది సూత్రాలలో చివరిది."

ఆనంద్ అందుకున్నాడు, "మేము వెనక్కురాము సర్! ఈ ప్రయాణం మొదలుపెట్టాం, చివరిదాకా సాగుతాం. ఆకాశమే హద్దు."

19 ఏప్రిల్ 2014

కొద్ది రోజుల్లోనే ఎవరెస్ట్ అధిరోహణలో సహాయపడడానికి ఒక శేర్పా బృందాన్ని ఏర్పాటుచేసాడు శేఖర్‌బాబు. గీమా నూరు (Ngima Nuru), గ్యాన్‌స్తో శేర్పా (Gyansto Sherpa)లను పూర్ణకి సహాయం కోసం, ఆనంద్ కోసం మింగ్మా నూరు (Mingma Nuru), మింగ్మా శేర్పా(Mingma Sherpa)లను నియమించాడు. మామూలుగా ఒక ఆరోహకుడికి ఒక శేర్పా సహాయం చాలు. కానీ వీళ్ళు పిల్లలు కనుక ఇద్దర్ని ఏర్పాటుచేసాడు.

శేర్పాలు హిమాలయాల్లోనే 14000 అడుగుల ఎత్తైన ప్రదేశాల్లోనే పుట్టి పెరిగారు. గర్భిణీ స్త్రీలను హిమాలయ పర్వత శిఖరాలపై వుండే ఆశ్రమాలకి మోసుకుపోతారు. అక్కడ పుట్టిన శిశువులు సహజంగానే ఆ వాతావారణంలో ఇమిడిపోతారు. ఆ ఎత్తు ప్రదేశాలలో శరీరాలకు అవసరమైన ప్రాణవాయువును వాళ్ళ శరీరాలే తయారుచేసుకుంటాయి. మిగతా ప్రజలు, ముఖ్యంగా వేడి ప్రదేశాలలో పుట్టి పెరిగినవారికి అటువంటి శారీరక స్థితి వుండదు.

వాళ్ళ జన్యువులు, పుట్టుకతో వచ్చే శారీరక వాతావరణానుకూలత, శేర్పాలను పర్వతాల మీద చురుకుగా వుండేలా చేస్తాయి. చాలామంది స్థానికులు బ్రతుకుతెరువు కోసం వృత్తి నిపుణులైన శేర్పాలుగా తయారవుతారు. పర్వతారోహణలో శేర్పాల పాత్ర చాలా ముఖ్యమైనది. వారి సహాయంలేకుండా మొదటిసారి ఎవరెస్ట్‌ను అధిరోహించడం అసంభవం. శేర్పాలు కేవలం గైడ్‌లుగానే కాకుండా పర్వతారోహణ సమయంలో పోర్టర్లుగానూ వంటవాళ్ళుగా కూడా పనిచేస్తారు. దాంతో చాలామంది శేర్పాలకు అనేకసార్లు ఎవరెస్ట్ శిఖరాన్ని ఎక్కిన అనుభవం ఉంటుంది. ఆ విధంగా పూర్ణకు సహాయంగా ఉన్న మింగ్మా నూరు శేర్పాకు ఎవరెస్ట్ ఎక్కటం 17వసారి అవుతుంది.

ఇప్పుడీ బృందంలో 16మంది సభ్యులున్నారు: పూర్ణ, ఆనంద్, వాళ్ళిద్దరి

శేర్పాలు, సురభి, కిశోర్, వాళ్ళిద్దరి శేర్పాలు, అయిదుగురు వంటవాళ్లు, డాక్టర్, శేఖర్‌బాబు.

శేర్పాలు సామాన్లను జడలబర్రె(yak)ల మీద పెట్టుకుని పైక్యాంప్‌లకు పోతారు. అక్కడ సామాన్లు చేరవేసేవి ఈ జంతువులే. అవి ఎంత చలి వాతావరణాన్నయినా తట్టుకుంటాయి.

20, 21 ఏప్రిల్ 2014

శేఖర్‌బాబు తన బృందాన్ని కొండలపై ఎక్కువసేపు నడకకు తీసుకుపోయాడు. కొండ ఏటవాలుగా వుండడంచేత ఊపిరి ఒకే పద్ధతిలో పీల్చడం కష్టం అవుతోంది. దిగేటప్పుడు పూర్ణ, ఆనంద్ తాము భోనగిరిలో నేర్చుకున్న బ్యాలెన్సింగ్ నైపుణ్యాలనూ, ఉపాయాలనూ అవలంబించారు.

మరునాడు శేఖర్‌బాబు వాళ్ళను బేస్ క్యాంప్ వెనుకనున్న క్యుయాన్‌జిన్గో (Quianjingou) అనే ఒక ఘనీభవించిన సరస్సుకి తీసుకుపోయాడు. దాని మీద వాళ్ళచేత క్రాంపాన్స్‌తో(crampons) నడవడం అభ్యాసం చేయించాడు. అదివరకు క్రాంపాన్స్‌తో నడిచి వున్నా, ఈసారి పూర్ణకి ఊపిరాడలేదు. బలవంతంగా ఆ అభ్యాసం పూర్తిచేసింది.

22 ఏప్రిల్ 2014

మరునాడు ఎవరెస్ట్ ఆరోహణ బృందం వాతావరణానికి అలవాటుపడే కార్యక్రమాలు మొదలుపెట్టింది. వాళ్ళు మొదట అడ్వాన్స్ బేస్ క్యాంప్ (Advance Base camp-ABC)కు వెళ్లి, తరువాత ఇంటర్మీడియరీ క్యాంప్ (intermediary camp)కు, ఆ తరువాత క్యాంప్-1కు చేరతారు.

"మనం నేరుగా క్యాంప్-2కి ఎందుకు వెళ్ళడంలేదు?" అని అడిగాడు ఆనంద్.

"కొంతమంది అధిరోహకులు ABCకి తిరిగి వెళ్లి మళ్ళీ క్యాంప్-1కి పోతారు. కానీ అది అంత మంచిది కాదు. వాతావరణంలో ఇమిడిపోవడం, దానికి బాగా అలవాటుపడడం చాలా ముఖ్యం." అన్నాడు శేఖర్‌బాబు.

ఈ ఎత్తుల్లో పర్వతారోహకులకు వచ్చే- శరీరంలోని కణజాలానికి ఆక్సిజన్ సరిగ్గా అందకపోవడం వల్ల కలిగే అనారోగ్యాలు, ఊపిరితిత్తులలోకి నీరు చేరడం, మెదడు చుట్టూ నీరుచేరడం- లాంటి ప్రమాదకరమైన జబ్బులు ప్రాణాంతకమైనవి. వీటిని నిరోధించాలంటే మనం ఈ వాతావరణంలో తట్టుకుని ఇమడగలగాలి. చలివల్ల శరీరానికయ్యే కాలిన గాయాలు, మంచు కొరకడంవల్ల అయ్యే గాయాల వంటివాటిని నిరోధించుకొనే ముందుజాగ్రత్త చర్యలు తీసుకోవాలి.

23 ఏప్రిల్ 2014 నుంచి మే 5 2014 వరకు

శేఖర్‌బాబు బృందం ఉదయాన్నే బయలుదేరి 6,187 మీటర్ల ఎత్తున వున్న ఇంటర్మీడియరీ క్యాంప్‌కి మధ్యాన్నానికి చేరింది. పూర్ణకి, ఆనంద్‌కి కొంచెం వికారంగా కళ్ళు తిరిగినట్లుగా అనిపించినా బాగానే ఎక్కారు.

అసలైన సవాలు ముందు వున్నది, అనుకున్నది పూర్ణ.

ఒక అడుగు తరువాత ఒక అడుగు. ఒక్కొక్క అడుగు చొప్పున ముందుకు, అనుకుంది.

ఒళ్ళు మొద్దుబారే చలిగాలులు. వాళ్ళ క్రిందుగా మబ్బు తునకలు. వాళ్ళు మెల్లిమెల్లిగా ఎవరెస్ట్‌ను సమీపిస్తున్నారు. వాళ్లకు ఆ పర్వతం స్పష్టంగా కనిపిస్తున్నప్పటికీ అలసట వాళ్ళను కుంగదీస్తున్నది. వాళ్ళిప్పుడు అడ్వాన్స్ బేస్ క్యాంప్(ABC) దిశగా అడుగులు వేస్తున్నారు. ఈ రెండు క్యాంప్‌ల మధ్య ఎక్కడం చాలా కష్టమనిపిస్తున్నది. పూర్ణకు కళ్ళు తిరుగుతున్నట్లనిపిస్తోంది. ఆనంద్ రెండు కాళ్ళలో తిమ్మిర్లు వస్తున్నాయి. కొంతసేపటికి పూర్ణకి వాంతులు మొదలయ్యాయి. వాంతులైనప్పటికీ చురుకుగానే వుండటానికి ప్రయత్నించింది. కానీ తరువాత భోజనం సహించలేదు. అసలు తినలేకపోయింది.

ABCలో కూడా పూర్ణ భోజనం దగ్గర పేచీలుపెట్టింది. శేర్పాలు చేసిన రోటీలు, మాంసం అంటే విసుగుపుట్టింది. తనకి అన్నమూ ఊరగాయా ఇష్టం. ఎవరెస్ట్ బేస్ క్యాంప్‌లో కూడా ఆ అమ్మాయి రోజూ మధ్యాహ్నం కూల్ డ్రింక్స్ తాగేది. పూర్ణ తిండి అలవాట్ల విషయంలో శేఖర్‌బాబు చాలా సహనంగా వుండేవాడు. ఎన్నోసార్లు మంచిగా తినాలని వివరంగా చెప్పేవాడు. ఆఖరికి కోప్పడేవాడు. ఆ పిల్ల ఏడ్చేది కానీ మారేది కాదు.

పూర్ణతో ఫోన్‌లో మాట్లాడమని పరమేశ్‌ని కోరాడు శేఖర్‌బాబు. పూర్ణకి పరమేశ్ అంటే అత్యంత గౌరవం, భయం కూడా. శేఖర్‌బాబు అంటే కూడా గౌరవమే. ఆయన చాలా సరదాగా చనువుగా కూడా వుంటాడు. ఆ అమ్మాయికొక వాయిస్ మెసేజ్ పంపాడు పరమేశ్. *తినడానికి ప్రత్యామ్నాయం ఏమైనా వుంటే ఎంత బాగుండు!* అనుకుంది పూర్ణ.

తిండి దగ్గర పూర్ణ పేచీలు, వాంతులు, ఒక సమస్య క్రింద తయారయినాయి. ఆనంద్ కూడా అంత బాగున్నట్లు లేదు. వాళ్ళిద్దరికీ ఒక గంటసేపు ఆక్సిజన్ ఇస్తే బాగుంటుంది అనిపించింది శేఖర్‌బాబుకి. గంట తరువాత వాళ్ళిద్దరూ కాస్త బావున్నారు. ఆనంద్ మెరుగ్గా వున్నాడు. క్యాంప్‌లో అటూ ఇటూ తిరిగాడు. పూర్ణ

అయిదు నిమిషాల తరువాత మళ్ళీ వాంతులు చేసుకుంది.

శేఖర్‌బాబు పూర్ణ సహాయకుడు గీమా నూరు శేర్పాకి ఫోన్‌చేసి పూర్ణని తీసుకువెళ్లి రెండు రోజులు బేస్ క్యాంప్‌లో వుంచమని చెప్పాడు. వచ్చిన తరువాత మళ్ళీ బాగుండకపోతే ఆమెను మళ్ళీ బేస్ క్యాంప్‌కి పంపుదామని చెప్పాడు.

పూర్ణకి ఆశాభంగం అయింది. బేస్ క్యాంప్‌కి తిరిగివెళ్ళడం ఇష్టంలేదు. వాంతుల మూలంగా ఎవరెస్ట్ ఎక్కడం మానుకోడం ఏమిటి! ఎంత హాస్యాస్పదం! తనకి వాంతులవుతున్నా లోపల బాగానే వుంది. శేఖర్‌బాబుకి పిల్లల పట్ల చాలా శ్రద్ధ. అంతా పక్కాగా వుండాలి ఆయనకి.

“పూర్ణా! మనం క్యాంప్-1కి వెళ్ళాక వండుకోడం కుదరదు. ప్యాక్ చేసుకువెళ్ళిన తిండే తినాలి. ఇక్కడ తాజాగా వండిన భోజనమే తినలేకపోతే అక్కడ పొట్లాల్లో ఆహారం ఎలా తింటావు? నువ్వు ఎవరెస్ట్ బేస్ క్యాంప్‌కి వెళ్లిరావాల్సిందే! అది పని చేస్తుందేమో చూద్దాం. లేకపోతే... ” అని భుజాలు ఎగరేసాడు.

పూర్ణ ఒక శేర్పాని తీసుకుని ఎవరెస్ట్ బేస్ క్యాంప్‌కి వెళ్ళింది. ఎవరెస్ట్ అధిరోహణ ఎంత అనిశ్చితంగా మారింది! తను మళ్ళీ ఇక్కడికి తిరిగివచ్చే అవకాశం ఎంత? దిగుతూవుంటే ఆమె చెక్కిళ్ళ మీద కన్నీళ్లు ధారలుకట్టాయి.

నేను ఎవరెస్ట్ ఎక్కాలి. నేను తప్పకుండా తిరిగివస్తాను. ఇంత శిక్షణ, ఇంత కఠిన సాధన తరువాత! శరీరంకన్న మానసిక బలం గొప్పది. అవును. నేను ఎవరెస్ట్ తప్పకుండా అధిరోహిస్తాను.

ఆత్మబలం మీద గొప్ప నమ్మకం పెట్టుకోవలసిన పరిస్థితులు జీవితంలో కొన్ని ఎదురౌతాయి. పూర్ణకి అటువంటి పరిస్థితే ఇది. శరీర పటుత్వం, కఠిన శిక్షణ తరువాత ఇప్పుడు తనలో ఆత్మబలం కావాలి. అది దైవదత్తమైనది. మరణానికీ జీవితానికీ మధ్యనున్న సన్నని రేఖ మరింత సన్నబడింది. జీవశక్తికి ఇప్పుడు సంకెల పడబోతోంది.

తాడ్వాయిలో జరిగిన ఒక అనుభవం గుర్తొచ్చింది పూర్ణకి. ఒకప్పుడు పూర్ణ పిరికిది, భయస్తురాలు. తనలో తనే ముడుచుకుపోయేది. తాడ్వాయి గురుకుల పాఠశాలలో చేరినప్పుడు తనకు తగని బిడియం. ఎవరితో స్నేహంచేసేది కాదు. స్కూల్ విడిచిపెట్టాక పిల్లలు ఆటలు ఆడుకునేవారు. పిల్లలంతా నవ్వులలో ఆటలలో మునిగివున్నప్పుడు తనొక్కతే ఒక మూల మౌనంగా కూర్చుని వుండేది. కాలం గడిచినకొద్దీ స్నేహితులూ, ఆటలూ మొదలయ్యాయి. తనకన్నా పెద్దపిల్లలంటే వున్న భయంచేత వాలీబాల్ లాంటి ఆటల్లో పాల్గొనేది కాదు మొదట్లో. వాళ్ళు ఓడిస్తారని

ప్రపంచ శిఖరాగ్రాన!

సముద్రమట్టానికి 8844.43 మీటర్ల పైన

25 మే 2014 ఉదయం 5.45 గంటలు

మలావత్ పూర్ణ

编号：A2014—0011

DATE：A2014—0011

证明书

Certificate

普拉马拉瓦特女士于 2014 年 5 月 25 日 8 时 15 分，在攀登喜马拉雅山脉的珠穆朗玛峰时，到达海拔 8844.43 米的顶峰，特此证明。

This is to certify that on 2014.5.25 at 8.15, POORNA MALAVATH has reached the altitude of 8844.43mt above sea level on an expedition to peak HIMALAYA of Mount EVEREST

中国登山协会

Chinese Mountaineering Association

李瑞华

2014年5月28日

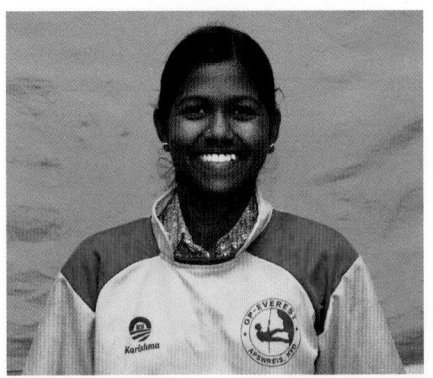

8వ తరగతిలో పూర్ణ

దేవీదాస్, లక్ష్మి
పూర్ణ తల్లిదండ్రులు

'పూర్ణ' సినిమా ప్రొమో సందర్భంగా కుటుంబ సభ్యులతో పూర్ణ

ప్రధానమంత్రి నరేంద్ర మోదీ నుంచి
'ప్రైమ్ మినిస్టర్స్ ఎక్సలెన్స్ అవార్డ్' అందుకుంటున్న పూర్ణ

అప్పటి భారత రాష్ట్రపతి ప్రణబ్ ముఖర్జీ నుంచి అభినందనలు
అందుకుంటున్న పూర్ణ. మధ్యలో ఉన్నవారు రాహుల్ బోస్

తెలంగాణా ముఖ్యమంత్రి కె. చంద్రశేఖరరావు నుంచి
రూ. 25 లక్షల చెక్‌ను బహుమతిగా అందుకుంటున్న పూర్ణ

తెలంగాణా ముఖ్యమంత్రి కె. చంద్రశేఖరరావుతో
ఆనంద్, పూర్ణ, వారి తల్లిదండ్రులు

ఆంధ్రప్రదేశ్ ముఖ్యమంత్రి ఎన్. కిరణ్‌కుమార్ రెడ్డితో పూర్ణ

రాహుల్ గాంధితో పూర్ణ, ఆనంద్

తెలంగాణ, ఆంధ్రప్రదేశ్ రాష్ట్రాల గవర్నర్ ఇ.ఎస్.ఎల్. నరసింహన్ దంపతులతో
తమ విజయాన్ని సెలబ్రేట్ చేసుకుంటున్న పూర్ణ, ఆనంద్

పూర్ణను ఆశీర్వదిస్తున్న విమలా నరసింహన్,
ఆంధ్రప్రదేశ్ మాజీ ముఖ్యమంత్రి ఎన్. చంద్రబాబు నాయుడు

ఎం.ఎల్.ఎ., టి. రాజాసింగ్‌తో పూర్ణ, ఆనంద్

ముఖ్యమంత్రి ప్రత్యేక కార్యదర్శి షంషేర్ సింగ్‌తో పూర్ణ, ఆనంద్‌లు

సాంఘిక సంక్షేమ శాఖ ప్రిన్సిపల్ సెక్రటరీ రేమండ్ పీటర్‌తో పూర్ణ, ఆనంద్.

OSD communications, and Coordinator MANA TV, TSWREIS డా.
పి.ఎస్.ఆర్. శర్మతో పూర్ణ, ఆనంద్

పూర్ణ, ఆమె తల్లిదండ్రులతో రచయిత అపర్ణ తోట,
ప్రిజమ్ బుక్స్ ప్రై.లి.వారి రవీంద్రనాథ్ బండి.

హెచ్.ఎం.ఐ. కోర్స్ డైరెక్టర్ రోషన్ ఘట్రాజ్ (జ్యోతి)తో ఎడిటర్ శుభాశ్రీకాంత్

భోనగిరిలోని రాక్ క్లైంబింగ్ స్కూల్లో శిక్షణా దృశ్యాలు

పూర్ణతో ఆమె ఇన్‌స్ట్రక్టర్ పరమేశ్ ఉద్విగ్న క్షణాలు

దేవీదాస్, పూర్ణ, కొండలరావు, డా. ఆర్.ఎస్. ప్రవీణ్ కుమార్,
ఆనంద్, మన్నన్, శేఖర్‌బాబు, ఆయన భార్య రష్మిత

హెచ్.ఎం.ఐ. డార్జిలింగ్‌లో శిక్షణకోసం ఎంపికైన
విద్యార్థులతో డా. ఆర్.ఎస్. ప్రవీణ్ కుమార్

మొదటిసారి విమాన ప్రయాణ సంభ్రమం!

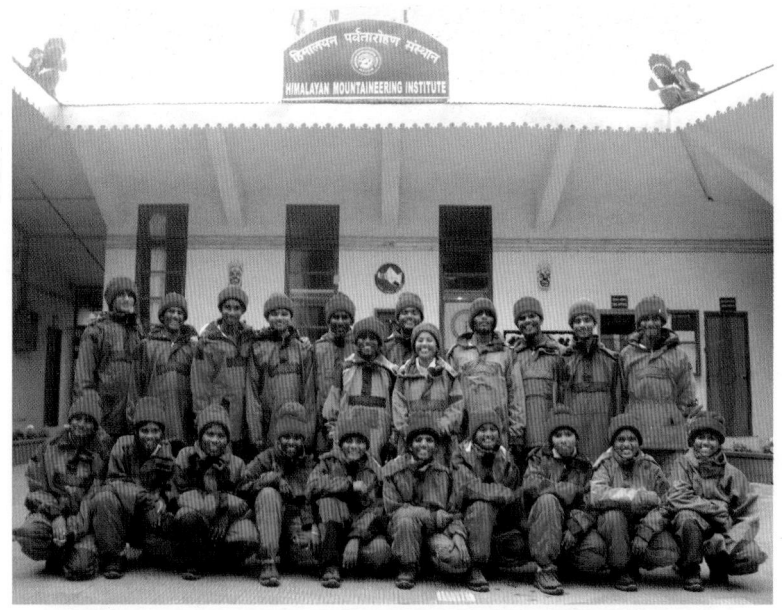

పర్వతారోహణ దుస్తులు ధరించి శిక్షణకు సిద్ధంగా ఉన్న విద్యార్థులు

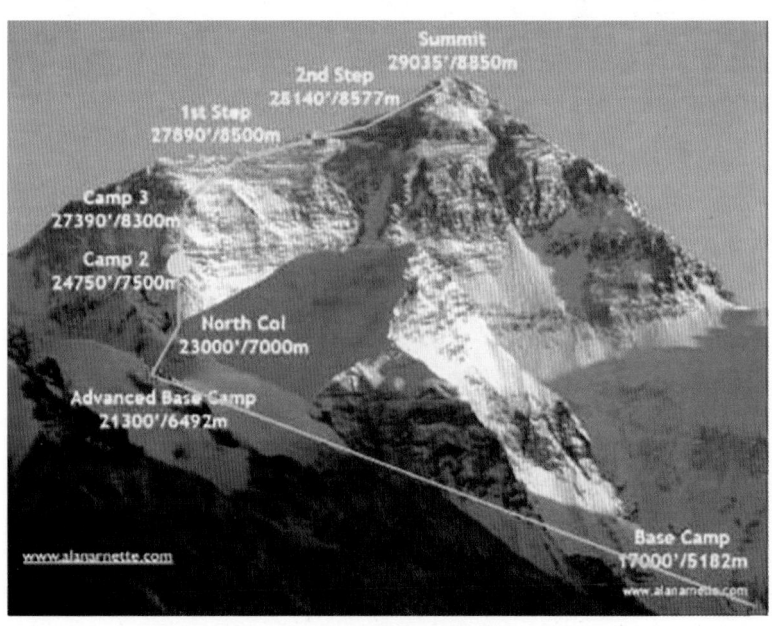

సాగరమాథాకు వెళ్ళే దారి

కొండలు బండలతో మమేకమవుతూ...

బేస్ క్యాంపుకు రిపోర్ట్ చేస్తున్న పూర్ణ

శిఖరాగ్రాన...

విజయోత్సవ వేడుకలు

సగర్వంగా సంతోషంగా ఘనస్వాగతమిస్తున్న జనసందోహం

విజయంతో తిరిగి రాగానే ర్యాలీలో పాల్గొంటున్న పూర్ణ, ఆనంద్

శిక్షకుడు శేఖర్‌బాబుతో పూర్ణ, ఆనంద్

విజయాన్ని వేడుకచేసుకుంటూ...

స్వేరోస్ విజయాన్ని వేడుకచేసుకుంటున్న వందలాదిమంది అభిమానులు

మీడియా సంబరాలు

పూర్ణ, ఆనంద్‌లను మీడియాకు పరిచయం చేస్తున్న డా. ప్రవీణ్ కుమార్ ఐ.పి.ఎస్.

తన స్వేరోల విజయగాథను మీడియాతో పంచుకుంటున్న ప్రవీణ్ కుమార్.
చూస్తోన్న పూర్ణ, శేఖర్‌బాబు, పరమేశ్

మీడియాతో మాట్లాడుతున్న పూర్ణ

మీడియాతో మాట్లాడుతున్న ఆనంద్

Don't limit a child to your own learning, for he was born in another time.
-Rabindranath Tagore

YOUNG HANS
New Horizons for Gen Next

HYDERABAD | MONDAY 9 JUNE 2014

facebook.com/YoungHans-New HorizonsForGenNext
www.thehansindia.com
@younghans_hans

Like us
Visit us
Tweet us

From left: Malavath Purna, trainer B Shekhar Babu and S Anand at the rally
Photo: Zulfequar Ali

► Everest conquerors, Malavath Purna and S Anand, reach Hyderabad on Sunday after their arduous mission
A grand rally was arranged to welcome the heroes

Hum kisi se kam nahi

13-year-old Everest hero aspires to become IPS officer

Malavath Purna became the youngest girl to climb Everest

Malavath Purna achieved a feat which will stay intact for decades to come. The 13-year-old who belongs to a family of poor farmers created a world record at a tender age. When she reached the summit after an arduous climb, she had tears of joy in her eyes.

A joyous Purna reached Hyderabad on Sunday.

Excerpts from the interview:

Q: How did you feel after reaching the summit?
A: It was the proudest moment of my life. I am elated that I made my nation proud.

Q: What difficulties did you face?

A: The climate was very cold. It is not easy to trek when the temperature is -40 to -50 degrees Celsius. It was very difficult. It was a tricky terrain, every step was a dangerous step.

Q: A few sherpas died in an avalanche. What was going through your mind?
A: I was numb and shocked when I saw the bodies. I feared a bit but I remembered my training regimen which helped me to get over it.

Q: After reaching a point there is no oxygen, so how hard was it ...

rience. With the oxygen mask it was a little difficult for me to scale the rest of mountain. However, I coped after some time.

Q: Whom do you attribute your success to?
A: I dedicate my success to my parents and Praveen sir, who helped and motivated us all.

Q: What are your future plans?
A: I am in Class X now, so my immediate plan is to study well and achieve high ... X. In future, I ... of an IPS offi-

---

NAVIN PHYMAL

Hyderabad: Malavath Purna (13) and S Anand (18), who landed in Hyderabad after completion ... tank word Even welco Peo life ca at Ra timal ... derabad heroes ... took pa which at port and

Shamshabad, the rally proceeded to Arumgarh, Engine Bowli, Charminar, MJ Market, Gun...

reached the zenith at 6 am on May 25 after a 5...

AP girl, 13, youngest to scale Everest
Conquers Mt Everest along with another AP teenager

OUR BUREAU

Hyderabad: In a historic feat for the Indian Mountaineering, two youngsters Malavath Purna, a tribal girl who is just 13 years 11 months old, and Sadhanapalli Anand, a Dalit Intermediate student, both from Andhra Pradesh, conquered Mount Everest, the highest peak in the world, on Sunday morning, after a 52-day-long expedition.

While Malavath clocked her way to the pinnacle of glory at 5.55 am, Anand was behind her reaching the zenith at 6.45 am. Both of them hoisted the national flag.

Continued on P2

Malavath Purna and Sadhanapalli Anand

► Malavath Purna, a class IX student from Nizamabad district, is a tribal girl and is just 13 years and 11 months old
► Sadhanapalli Anand, an Intermediate I year student, is a Dalit and hails from Khammam district.
► Parents of both work as farm labourers

Related reports: P3, P5 & Young Hans

2 AP students set to create history

The teenagers from AP Residential School will scale Mt Everest today

OUR BUREAU

Hyderabad: Braving strong icy winds, Malavath Purna and Sadhanapalli Anand Kumar from the AP Social Welfare Residential Educational Institutes (APSWREI) are all set to create history as they have been on the way to scale Mount Everest on Sunday morning.

According to reports, they are just 548 mts away from the summit.

"At around 1.30 pm on Saturday, they reached Camp 3, which is at a height of 8,300 mt, after a painstaking trekking from Camp 2 (7,800 mt). Now they have to trek through the Death Zone, where they need to be utmost cautious because of the oxygen that they get is less than 15 per cent. They need to depend on oxygen cylinders they carry. We hope that they would reach the summit (8,848 mt) by Sunday morning," Dr RS Praveen Kumar, Secretary of APSWERIS, informed.

Once they make through this treacherous path, they are sure to hoist the Indian flag over the peak. The youngsters' feat is being closely watched by officials and their classmates along with a host of others.

Purna at 13 years and 11

Sadhanapalli Anand Kumar and Malavath Purna of APSWREI (file photo)

'Once they make through the Death Zone, they are sure to hoist the Indian flag over the peak. The youngsters' feat is being closely watched by officials'

months is the youngest mountaineer and according to officials, she has been showing outstanding bravado from day one.

"Through her adventure, Purna has been eager to prove the world that she is no way inferior to any challenging bloke.

She makes us forget that she is the youngest female scaling the unapproachable Mt Everest," Praveen Kumar said.

Sadhanapalli Anand Kumar, aged 18, is rather cool and composed and has been cautiously scaling the peak.

Purna is studying Class IX in APSWR School at Thadwai in Nizamabad district. Her parents Laxmi and Devidas are agricultural labourers working at Pakhala village of Sirikonda mandal.

Anand Kumar is studying junior Inter Bi PC at Annapureddypalli of Chandrugonda mandal. His father Kondala Rao works in a cycle shop.

The duo on their way to the Mount Everest in Nepal

ATOP THE WORLD

The adventurous duo Malavath Purna and Sadhanapally Anand Kumar pose proudly with Indian flag atop the Mount Everest. The teens achieved the strenuous feat within 52 days. They team will return to Hyderabad on

ఎవరెస్టుకు చేరువలో తెలుగుతేజాలు

సాక్షి, హైదరాబాద్: ఆ ఇద్దరు విద్యార్థుల సంకల్ప బలం నిరూపణకు ఎవరెస్టు శిఖరం వేదికైంది. ఇద్దరు మారుమూల గ్రామాల విద్యార్థులు ... సాహసయా త్ర ... సాంఘిక సంక్షేమ ... భారత జెండా ... ఎత్తైన ...

పూర్ణ స్వేరోస్, ఆనంద్ కుమార్

...ంచర్స్ సంస్థ సంయుక్త ఆధ్వర్యంలో ఆ ...ర్థులు సాహసయాత్రకు బయలుదే ...బాద్ జిల్లా తాడ్వాయి గ్రామానికి ...దాస్ వ్యవసాయ కూలీలు. వీరి ... పూర్ణ స్వేరోస్(14) ప్రస్తుతం ...్కల్ 9వ తరగతి చదువుతుంది. ...ండలం కలివేరు గ్రామానికి ...వ్వ దంపతుల కుమారుడు అన్నపురెడ్డిపల్లి ఏపీఎస్‌డ ...సీ మొదటి సంవత్సరం ...వ్వ సైకిల్ రిపేరు ...ా, ఈ ఇద్దరు విద్యా ...్స, ట్రైనర్, అర్జున ...ంలో ఈ సాహస ...ాటు ప్రస్తుతం ...ంది ఈ సాహ

గంటల్లోపే ... సాహసయా... ఏపీ సోషల్ వె... షన్స్ సొసైటీ (

ఎవరెస్టుపై సాహస యాత్రను సాగిస్తున్న ఏపీ సాంఘిక సంక్షేమశాఖ పాఠశాలల విద్యార్థులు

నయాత్ర దిశగా సాగుతున్నారు. ప్రపంచంలోనే ఎత్తైన పర్వతం ఎవరెస్టు శిఖరం 29,035 ఫీట్లు ఉంటుంది. వీరు ఎవరెస్టు శిఖరం ఉత్తర భాగమైన చైనా నుంచి ప్రయాణం ప్రారంభించారు. వీరి సాహ సయాత్ర షెడ్యూల్ ప్రకారం జూన్ 5వ తేదీతో ముగిసే అవకాశం ఉన్నట్లు ఆర్‌ఎస్. ప్రవీణ్‌కుమార్ తెలిపారు. వీరు ఎవరెస్టు శిఖరం అధిరోహిస్తే పూర్ణ స్వేరోస్, అత్యంత పిన్నవయస్సులో ఎవరెస్టు అధిరో హించిన బాలికగా రికార్డు సృష్టించే అవకాశం ఉంద న్నారు. కాగా, ఈ ఇద్దరు విద్యార్థుల కుటుంబాలతో ఏపీఎస్‌డబ్ల్యూఆర్ఈఐ సొసైటీ అధికారులు మాట్లా డుతూ ధైర్యం చెబుతున్నారు.

తండాల బిడ్డలకు ఖండాంతర ఖ్యాతి

- ఎవరెస్ట్ అధిరోహణలో సాంఘిక సంక్షేమ గురుకుల విద్యార్థుల ప్రతిభ
- అతిచిన్న వయస్సులో ఘనత సాధించిన బాలికగా పూర్ణ రికార్డు
- విజయవంతంగా పర్వతం ఎక్కిన మరో విద్యార్థి ఆనంద్‌కుమార్

aptdc

ROCK CLIMBING SCHOOL

Bhongir, Nalgonda District

AndhraPradesh TOURISM everything's possible!

S.No. B2/29

Date: 04-10-2013

CERTIFICATE

This is to certify that M. Poorna

Son / Daughter of Sri M. Devi Das

has successfully completed the Basic / ~~Advance~~ / ~~Adventure~~ course

in Rock Climbing School, Bhongir, Nalgonda District held

from 30-09-2013 to 04-10-2013

with 'A+' Grade.

Chief Instructor

TRANSCEND ADVENTURES
GO BEYOND THE LIMITS

Program Co-ordinator
APTDC

'A+' - Distinction
'A' - Above Average } Recommended for Advance Rock Climbing Course

'B' - Average
'C' - Unqualified

हिमालयन पर्वतारोहण संस्थान, दार्जिलिंग (पश्चिम बंगाल) भारत

HIMALAYAN MOUNTAINNERING INSTITUTE, DARJEELING (WEST BENGAL), INDIA

विशेष पर्वतारोहण कोर्स

SPECIAL MOUNTAINEERING COURSE

प्रमाणित किया जाता है कि श्री/श्रीमती/कुमारी .... ने
.... से .... तक कोर्स किया है।

Certified that ~~Shri/Smt~~/Kum Malawath Poorna attended the course from 28th October 2013 to 18th November 2013. During height gain he/she reached upto 16500 ft. alongwith the Course.

प्राप्त ग्रेडिंग

Grading Awarded 'A' (Alpha).

कोर्स निदेशक
Course Director

प्रधानाचार्य
Principal

This is to certify that

Poorna Malavath

is the winner of
Pogo Amazing Kids Awards 2014
Sports Star

Krishna Desai
Executive Director & Network Head-Kids
Turner International India Private Limited

"TiE-ASPIRE YOUNG ACHIEVER AWARD, 2014"

Conferred on Malavath Poorna, **Mountaineer Par Excellence,**

on 17 October 2014, in appreciation of her unrivaled contributions

as Role Model for Youth of India

Deep Kalra
President, TiE Delhi-NCR

Amit Bhatia
Founder & Chairman, Aspire

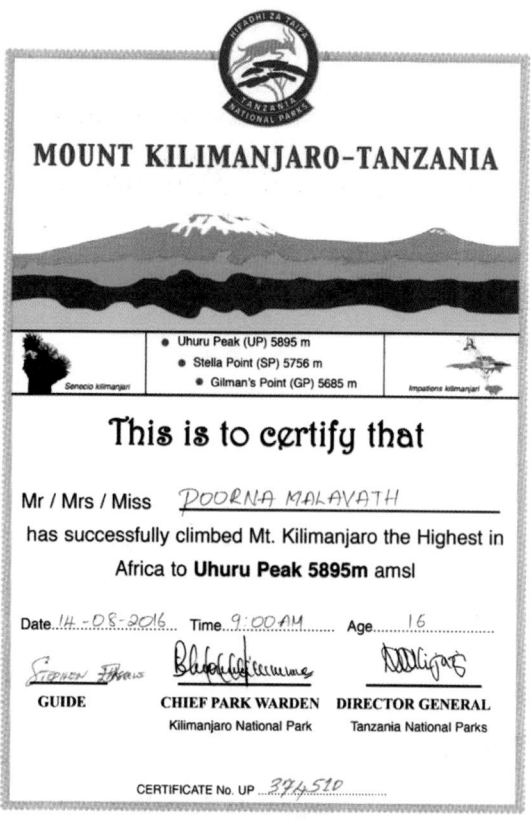

MOUNT KILIMANJARO–TANZANIA

HIFADHI ZA TAIFA — TANZANIA NATIONAL PARKS

- Uhuru Peak (UP) 5895 m
- Stella Point (SP) 5756 m
- Gilman's Point (GP) 5685 m

Senecio kilimanjari

Impatiens kilimanjari

This is to certify that

Mr / Mrs / Miss POORNA MALAVATH

has successfully climbed Mt. Kilimanjaro the Highest in Africa to **Uhuru Peak 5895m** amsl

Date 14-08-2016 Time 9:00AM Age 16

GUIDE — **CHIEF PARK WARDEN** Kilimanjaro National Park — **DIRECTOR GENERAL** Tanzania National Parks

CERTIFICATE No. UP 374510

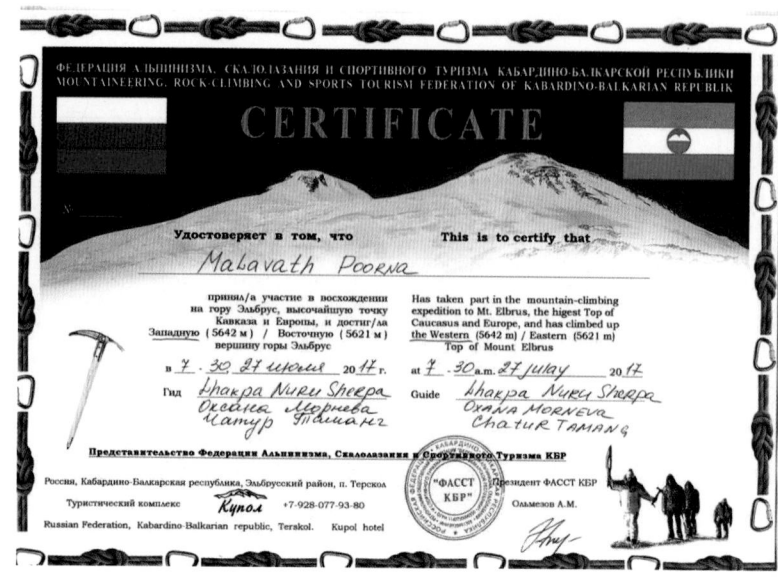

ФЕДЕРАЦИЯ АЛЬПИНИЗМА, СКАЛОЛАЗАНИЯ И СПОРТИВНОГО ТУРИЗМА КАБАРДИНО-БАЛКАРСКОЙ РЕСПУБЛИКИ
MOUNTAINEERING, ROCK-CLIMBING AND SPORTS TOURISM FEDERATION OF KABARDINO-BALKARIAN REPUBLIK

CERTIFICATE

Удостоверяет в том, что — **This is to certify that**

Malavath Poorna

принял/а участие в восхождении на гору Эльбрус, высочайшую точку Кавказа и Европы, и достиг/ла Западную (5642 м) / Восточную (5621 м) вершину горы Эльбрус

Has taken part in the mountain-climbing expedition to Mt. Elbrus, the higest Top of Caucasus and Europe, and has climbed up the Western (5642 m) / Eastern (5621 m) Top of Mount Elbrus

в 7 . 30 27 июля 2017 г. — at 7 . 30 a.m. 27 julay 2017

Гид Lhakpa Nuru Sherpa, Оксана Морнева, Чатур Таманг — Guide Lhakpa Nuru Sherpa, OXANA MORNEVA, Chatur TAMANG

Представительство Федерации Альпинизма, Скалолазания и Спортивного Туризма КБР

Россия, Кабардино-Балкарская республика, Эльбрусский район, п. Терскол
Туристический комплекс Купол +7-928-077-93-80
Russian Federation, Kabardino-Balkarian republic, Terskol. Kupol hotel

"ФАССТ КБР"

Президент ФАССТ КБР
Ольмезов А.М.

THE ROTARY FOUNDATION OF ROTARY INTERNATIONAL

Malavath Poorna

is hereby named a

PAUL HARRIS FELLOW

in appreciation of tangible and significant assistance given for the
furtherance of better understanding and friendly relations among
peoples of the world.

The **Rotary** Foundation

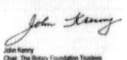
John Kenny
Chair, The Rotary Foundation Trustees

Gary C.K. Huang
President, Rotary International

పూర్ణ సాధించిన విజయాన్ని గౌరవిస్తోన్న ఇండిగో ఎయిర్‌లైన్స్

హిందీ చలనచిత్ర నటుడు అమితాబ్ బచ్చన్‌తో పూర్ణ

పూర్ణతో నవ్వులు పంచుకుంటోన్న 'పూర్ణ' సినిమా దర్శకుడు రాహుల్ బోస్

మరింత సమాచారం కోసం స్కాన్ చేయండి:

తెలంగాణా రాష్ట్రం, హైదరాబాద్ నగరంలో
"పూర్ణ" ఆంగ్ల పుస్తకావిష్కరణ జరిగిన సందర్భంగా...

POORNA
Telangana Social Welfare
Residential Educational
Institutions Society
PRISM
the launch of the book
POORNA

పూర్ణ అధిరోహించిన శిఖరాలు

మౌంట్ ఎవరెస్ట్
(ఆసియా, 2014)

మౌంట్ కిలిమంజారో
(ఆఫ్రికా, 2016)

మౌంట్ ఎల్‌బ్రస్
(యూరప్, 2017)

మౌంట్ అకొన్‌కాగువా (దక్షిణ అమెరికా, 2019)

మౌంట్ కార్స్టెన్జ్ (ఓషియానియా రీజియన్, 2019)

మౌంట్ విన్సన్ మాసిఫ్ (అంటార్కిటికా, 26 డిసెంబర్ 2019)

కూడా భయం వుండేది. తనకు చెప్పకుండా ఒక స్నేహితురాలు వాలీబాల్ ఆటకి పూర్ణ పేరు ఇచ్చినప్పుడు పాల్గొనవలసివచ్చింది. మానుకోలేని పరిస్థితి. మైదానంలో అడుగుపెట్టిన క్షణం తనలో ఏదో మార్పు వచ్చింది. ఎక్కడలేని ధైర్యం వచ్చింది. శక్తినంతా ఉపయోగించి ఆడింది. స్నేహితులైతే ముక్కున వేలు వేసుకున్నారు. సీనియర్లూ టీచర్లూ కూడా ఆశ్చర్యపోయారు. అప్పటి నుంచి వెనుతిరిగి చూసిందిలేదు. ఆ సంవత్సరం స్పోర్ట్స్ ఛాంపియన్ పూర్ణే.

ఇప్పుడు మళ్ళీ అదే పరిస్థితి. కానీ ఇక్కడ గెలుపోటములు చాలా పెద్దవి. గెలుపు గొప్పది. చాలా పెద్దది. పర్వతాలపై వచ్చే అనారోగ్యాన్ని గెలిచే ఆత్మబలం తనకి వుందా?

ఈలోగా ఆనంద్, శేఖర్‌బాబు ABC నుంచీ క్యాంప్-1కి వెళ్లి తిరిగి అడ్వాన్స్ బేస్ క్యాంప్‌కు వచ్చారు. వాళ్ళు పూర్ణ కోసం ఎదురుచూస్తున్నారు. పూర్ణ ఇప్పుడు స్వస్థత పొంది తిరిగివచ్చింది. తన శేర్పాతో కలిసి విజయవంతంగా క్యాంప్-1కి వచ్చింది. ఒక రాత్రి అక్కడ విశ్రాంతి తీసుకుని తిరిగి అడ్వాన్స్ బేస్ క్యాంప్‌కి వచ్చింది.

ఆ రాత్రి భోజనాల దగ్గర పూర్ణ పేచీలు లేకుండా తినడం చూసి శేఖర్‌బాబు ఊపిరి పీల్చుకున్నాడు. భోజనం రుచించకపోయినా బలవంతంగా తింటున్నది. ఈ ఎత్తైన ప్రదేశాలలో శారీరక శక్తి చాలా ముఖ్యం.

ప్రయోగాల తరువాత మళ్ళీ ఆ బృందం ఎవరెస్ట్ బేస్ క్యాంప్‌కి వచ్చింది. వాళ్ళ అధిరోహణ మొదలుపెట్టడానికి వాతావరణం అనుకూలంగా వున్నట్లు అనుమతి రావాలి, దానికోసం ఎదురుచూస్తున్నారు. కొన్ని సాంకేతిక కారణాల వలన సురభి తిరిగి వెళ్ళిపోవలసివచ్చింది. కనుక ఈ ప్రయాణంలో పూర్ణ ఆనంద్, కిశోర్ కలిసివున్నారు.

6 మే 2014 - 23 మే 2014

వాతావరణం అనుకూలంగా వుండేలా దేవుడు సహకరించేవరకూ వాళ్ళు ఎవరెస్ట్ బేస్ క్యాంప్‌లో నిరీక్షించారు. ప్రవీణ్‌కుమార్ దాదాపు ప్రతిరోజూ ఫోన్‌చేస్తూ వున్నాడు. పిల్లలు శేర్పాలతో బాగా కలసిపోయారు. ఒక శేర్పా వాళ్ళతో ఆటలు కూడా ఆడేవాడు.

మే 10న వాళ్ళు జర్మన్ పర్వతారోహకుడు రాల్ఫ్ డుజ్మోవిట్స్ (Ralf Dujmovits)ని కలిశారు. ఆయన 14 పర్వత శిఖరాలు అధిరోహించి వున్నాడు. ఆయన్ని విపరీతంగా ఆరాధించారు పూర్ణా ఆనంద్‌లు. వాళ్లకి అయన ఆదర్శమూర్తి

అయినాడు. ఆయన ఎక్కిన శిఖరాలన్నీ కూడా ప్రాణాపాయమైనవే (Death zones). ఆయన మాట్లాడిన ఇంగ్లీష్ యాస వాళ్లకి అర్థంకాకపోయినా ఆయన్ని కలవడం వాళ్ళ మీద చాలా ప్రభావం చూపించింది.

ఇంకా సానుకూల వాతావారణం ఏర్పడలేదు. వాళ్ళు ఒక దేవాలయానికి వెళ్ళారు. అక్కడ వాళ్లకిచ్చిన తీర్థం చల్లగా తియ్యగా స్వచ్ఛంగా వుంది. అక్కడ నుంచి వాళ్ళు ఒక ఆశ్రమానికి వెళ్ళారు. అక్కడ పొడవాటి నల్లని కత్తులు, పొడవాటి నల్లని విగ్రహాలు వున్నాయి. ఆశ్రమం పక్కనున్న గుహ గోడల మీద బుద్ధుని పాద ముద్రలు, హస్త ముద్రలు వున్నాయి.

ఆ ఆశ్రమంలో కొంతమంది పురుషులు, కొందరు పిల్లలు కూడా వున్నారు. వాళ్ళు ఎర్రని బట్టలు ధరించి జపమాలలు పట్టుకుని వున్నారు. వాళ్ళు పూర్ణకీ ఆనంద్‌కీ రొట్టె ఇచ్చారు. వాళ్ళిద్దరూ అక్కడి పిల్లల పక్కన కూర్చుని అది తిన్నారు. ఆ పిల్లల మొహాలు ప్రశాంతసుందరంగా వున్నాయి. వాళ్ళ కళ్ళల్లో ఒక చిలిపి తళుకు.

వాళ్ళు ఆ గుహ లోపలికి వెళ్ళారు. అక్కడ దాదాపు 12 అడుగుల ఎత్తున్న ఒక బంగారు విగ్రహం వుంది. ఆ విగ్రహం ఎంత ప్రాచీనమైనదో తెలిసి పూర్ణా ఆనంద్ ఆశ్చర్యపోయారు. అక్కడివాళ్ళు వాళ్లకి పాలు కలిపిన టీ ఇచ్చారు. రుచించక పోయినా తాగేశారు.

దేవాలయం దగ్గరా, గుహ దగ్గరా పోలీసులున్నారు. పొట్టిగా, లావుగా ఉన్న ఆ మనుషులు, ఎలా అంత పెద్ద నాలుగు చక్రాల వాహనాలలో తిరుగుతున్నారా అని పూర్ణ, ఆనంద్‌లు విస్మయంచెందారు.

17 మే 2014

ఆ రోజు వాతావరణం ఆహ్లాదకరంగా వుంది. తొమ్మిది బృందాలలో 60మంది మనుషులు ఎవరెస్ట్ ఎక్కడానికి సానుకూల వాతావరణం కోసం బేస్ క్యాంప్‌లో ఎదురుచూస్తున్నారు.

ఆ ఉదయం ప్రవీణ్‌కుమార్ పిల్లలతో మాట్లాడినప్పుడు రాష్ట్రం ఇంకా విడిపోనప్పటికీ తెలంగాణా ప్రకటించారు కనుక ఎవరెస్ట్ మీద తెలంగాణా పతాకం ఎగరేస్తే బావుంటుందని చెప్పాడు.

కానీ ఎలా? వాళ్ళ దగ్గర మూడే జండాలున్నాయి. ఎస్.ఆర్. శంకరన్, బి.ఆర్. అంబేద్కర్, స్వేరోస్ జండాలే వున్నాయి. ఒక గులాబి షర్ట్ దొరుకుతుందేమోనని వాళ్ళిద్దరూ వాళ్ళ బట్టల్లో వెతికారు. పూర్ణకి ఒక సరికొత్త గులాబి రంగు టీ షర్టు

దొరికింది. తెలంగాణా ఉద్యమ రంగు గులాబీ. ఆనంద్ తన చక్కని చేతివ్రాతతో దానిమీద బూడిద రంగులో 'తెలంగాణా' అని చిత్రించాడు. వాళ్ళిద్దరూ షర్ట్ మీద వేస్తున్న తెలంగాణాని అప్పుడే వచ్చిన శేఖర్‌బాబు చూశాడు.

18 మే 2014

ఎవరెస్ట్ అధిరోహణకు వాతావారణం సానుకూలమయిందనే వార్తని పిల్లలకు ఆనందంగా ప్రకటించాడు శేఖర్‌బాబు. 25వ తేదీ వరకూ అనుకూల వాతావరణం అని వాతావరణ ప్రకటన వచ్చిందని చెప్పాడు. తమ బృందం తుది ప్రయాణం మరునాడు ప్రారంభిస్తుందని చెప్పాడు .ప్రవీణ్‌కుమార్‌కు కూడా ఫోన్‌చేసి చెప్పాడు.

ABC అంతా ఉత్సాహం ఆవరించింది. 60 మంది ఆరోహకులలోనూ ఒక కొత్త శక్తి వెలుగొందిండి. ఆరాత్రి సెవెన్ సమ్మిట్స్ క్లబ్ ఆరోహకులందరికీ విందు ఇచ్చింది, DJతో సహా. సెవెన్ సమ్మిట్స్ క్లబ్ ఏడు ఖండాలలోని ఏడు ఉన్నత శిఖరాలను అధిరోహించాలని ఆకాంక్షించే వారందరికోసం ఏర్పడిన క్లబ్. విందులో ఆనందోత్సాహాలు వెల్లివిరిశాయి. సంగీతాన్నీ, నృత్యాన్నీ పూర్ణ బాగా ఆస్వాదించింది. ప్రపంచం నలుమూలల నుంచీ వచ్చిన పర్వతారోహకులను కలవగలిగింది. ఆల్ప్స్ పర్వతాలెక్కినవారిక్కూడా హిమాలయ పర్వతాలెక్కడం ఒక కల అని అర్థం చేసుకుంది.

ఆనంద్, శేఖర్‌బాబు, పూర్ణ కూడా బాలీవుడ్ సంగీతానికి అనువుగా నృత్యం చేసారు. మంచినీళ్ళు తాగడానికి కొంచెం పక్కకు వచ్చినప్పుడు ఒక విదేశీ బృందం ఆమె దగ్గరకు వచ్చింది. క్యాంప్‌లో పూర్ణకి వాళ్ళు అప్పుడప్పుడూ తటస్థపడ్డారు. మరునాడు ఉదయం ఆమె ఎవరెస్ట్‌కు బయలుదేరుతున్నదని వాళ్లకు తెలుసు.

అందులో ఒకాయన "అయితే నువ్వు రేపు ఎవరెస్ట్‌కి బయలుదేరుతున్నావన్న మాట!" అన్నాడు.

"అవును." అని నవ్వింది పూర్ణ.

ఎవరెస్ట్ బేస్ క్యాంప్‌లో డాక్టర్ నరేంద్ర పాటిల్ వాళ్ళకి ఇంగ్లీష్ అర్థంచేసుకోడం, అవసరమైనంతవరకూ మాట్లాడడం నేర్పించాడు.

"నిజంగా అద్భుతం! నిన్ను చూసి గర్వపడుతున్నాం. ఇక్కడిదాకా వచ్చావంటే నువ్వు తప్పకుండా శిఖరం ఎక్కుతావు."

పూర్ణకి సంబరం కలిగింది.

"ఆల్ ద బెస్ట్, బై!" అని వెళ్ళిపోయాడాయన.

మళ్ళీ వెనక్కి తిరిగి వచ్చి, "అమ్మాయ్ పూర్ణా! నువ్వు పైకి వెళ్ళగానే నన్ను

తలుచుకో! పైకి ఎక్కినందుకు నీకు మొదట అభినందనలు చెప్పేది నేనే!" అని గాలిలోకి ఒక ముద్దు విసిరి వెళ్ళాడు.

పూర్ణ ఆయనకి చెయ్యి ఊపింది. శేఖర్, పూర్ణ నవ్వుకున్నారు.

"పెద్దమ్మా (శేఖర్కి ప్రేమ కలిగితే అలా పిలుస్తాడు), రేపు బయలుదేరుతున్నాం మనం. బాగా వుండు, బాగా తిను. వాంతులు చేసుకోకు. ABC నుంచి ఎక్కడం చాలా కష్టంగా వుంటుంది. ఏమైనా అయితే మొన్నటిలాగా వెనక్కి పంపాల్సివస్తుంది. ఆ పరిస్థితి రానీయకు. మళ్ళీ మళ్ళీ ఈ అవకాశం రాదు." అన్నాడు.

పూర్ణ చిరునవ్వులు చిందించింది.

అధ్యాయం 12

మెల్లమెల్లగా గమ్యానికి చేరువవుతూ...

పూర్ణ తన రక్‌సాక్‌ని మరొకసారి సరిచూసుకుంది, ఏమైనా మర్చిపోయానేమో అని. జండాలు, మరికొన్ని గ్లవ్స్, సాక్స్, ఫ్లీస్ జాకెట్లు, గాలి చొరబడని జాకెట్లు (Gortex), టిస్యూ పేపర్లు, చాకోలేట్స్, ఎండు పళ్ళు, శానిటరీ ప్యాడ్స్- అన్నీ ఒకసారి సరిచూసుకుంది. బేస్ క్యాంప్‌కు వచ్చేముందే పూర్ణకు నెలసరి వచ్చింది. అయితే ఎవరెస్ట్ అధిరోహణ పూర్తయ్యేవరకూ మళ్ళీ నెలసరిని వాయిదా వెయ్యవచ్చా అని గైనికాలజిస్ట్‌తో చర్చించారు. కానీ ఆమె గైనికాలజిస్ట్ డాక్టర్ లక్ష్మి అందుకు ఒప్పుకోలేదు. ఆరోగ్యం విషయంలో మనం కల్పించుకోకూడదని హెచ్చరించింది.

'ప్రకృతిని తన పని తాను చేసుకోనివ్వాలి. అంతేకాక ఆ సమయంలో పూర్ణకి ఎటువంటి ఆరోగ్య సంబంధమైన అసౌకర్యాలు వుండవు. ఆమె నిర్వహించుకోగలదు.' అంది.

"అంతా సర్దుకోడం అయిందా?" అని డేరాల బయటనుంచి శేఖర్‌బాబు కేకేసాడు.

బయలుదేరబోయేముందు చేసే పూజ కోసం అందరూ స్థూపం దగ్గరకు వెళ్ళారు. పూర్ణ, ఆమె బృందం అంతకుముందొకసారి కూడా లామా పూజకు వెళ్లి వున్నారు. సాగర్‌మాథా (సాగర లలాటం) ఆశీర్వాదాలు కోరుతూ పూజ చేస్తారు. తమ అధిరోహణ సమయంలో ఆమె ప్రశాంతంగా వుండాలనీ, కఠినంగా ఉండకూడదనీ ప్రార్థించారు.

దలైలామా చిత్రపటానికి బీరూ బియ్యమూ నైవేద్యం పెట్టారు. ఒక లామా మంత్రాలు పఠించాడు. శేర్పాలంతా ఆయనతో గొంతు కలిపారు. ఊదొత్తుల పొగ చుట్లుచుట్లుగా ఆకాశానికి ఎగసింది. స్థూపంపైనున్న పవిత్ర పతాకాలు గాలికి రెపరెపలాడుతున్నాయి.

స్థూపంపై కూర్చున్న ఒక పక్షి కేసి చూపిస్తూ, మంత్రాలు చదివే లామా ఏదో

అన్నాడు. హిమాలయన్ ఛాఫ్ (Himalayan chough) అనే ఆ పక్షి స్థూపం మీద కూర్చోడం శుభ సూచన అని మరొక శేర్పా వివరించాడు.

పూజ తరువాత తాము తీసుకుపోయే రక్‌సాక్‌లు తెచ్చుకోడానికి అందరూ డేరాల్లోకి వెళ్ళారు.

శేఖర్‌బాబు తన డేరా బయట నేల మీద కూర్చుని, "మన సంకల్పం నెరవేరే సమయంలో ఎదురయ్యే కష్టాలను ఎదుర్కొనే విధంగా మనం సన్నద్ధమవడం కోసం ధ్యానంచేద్దాం రండి," అని పిలిచాడు.

పూర్ణ, ఆనంద్ వచ్చి ఆయన పక్కన కూర్చున్నారు.

పూర్ణ కళ్ళు మూసుకుంది. ఊహలలో కొన్ని దృశ్యాలను కళ్ళముందు రూపు కట్టించుకునే నైపుణ్యాన్ని ఆమె నేర్చుకునివుంది. ఆ విధంగా ఆమె ఎవరెస్ట్ పర్వతాన్ని చూడగలిగింది. శిఖరాన్ని కూడా చూడగలిగింది. ఆ దృశ్యంలో ఆమె శిఖరం మీద నిలబడి వుంది. శీతగాలులు ఆమె మొహాన్ని తడుముతున్నాయి. తన వెనుక పవిత్ర పతాకాలు ఎగురుతున్నాయి. తను తన అమ్మానాన్నల దగ్గరకు వచ్చింది. స్వేరోస్‌కి ఒక సందేశం తెచ్చింది.

కొంతసేపు ఆ ప్రశాంత స్థితిలో వుండిపోయింది పూర్ణ.

***

మహా శక్తిశాలి అయిన ఎవరెస్ట్ పర్వతం నలువైపులా విస్తరించి కనిపిస్తున్నది. వాతావరణం అనుకూలంగా వుండడంతో అనేకమంది పర్వతారోహకులు ఎవరెస్ట్ శిఖరంపైకి ఎక్కుతున్నారు. పూర్ణ తన ఇంద్రియ జ్ఞానాన్ని వాతావరణానికీ పరిసరాలకూ సర్దుబాటు చేసుకున్నది. వీలున్నంతవరకూ పరిసరాలలో ఇమిడిపోప్రయత్నించింది. ఒక్కొక్క అడుగే వేస్తున్నది. ప్రతి అడుగు తరువాత ఆమె ఇతర విషయాలన్నీ మర్చిపోయి పర్వతారోహణపైనే మనసు కేంద్రీకరించింది. మనస్సునంతా కేంద్రీకరించి ఒక అడుగు తరువాత మరొక అడుగు వేస్తున్నది. వాళ్ళు ఏడు గంటల్లో ఇంటర్మీడియరీ క్యాంప్ చేరారు. ఇక్కడనుంచి అసలు సవాళ్లు ఎదురౌతాయని వాళ్లకు రూఢిగా తెలుసు.

20 మే 2014

వాళ్ళు ఇంటర్మీడియరీ క్యాంప్ నుంచి అడ్వాన్సు బేస్ క్యాంప్‌కి బయలుదేరారు. అక్కడ కొంత విశ్రాంతి తీసుకున్నారు. పూర్ణ కి ఎందుకో వొంట్లో కొంత అసౌకర్యంగా అనిపించింది. అలసిపోయివున్నా త్వరగా నిద్ర రాలేదు. గడ్డకట్టే చలిలో కూడా తన డేరాలోనుంచి బయటికి వచ్చింది. నక్షత్రఖచితమైన ఆకాశం క్రింద శీతగాలులు

హోరుపెడుతున్నాయి. ఏ విధమైన కాలుష్యమూ, మరే ఇతర కృత్రిమ వెలుగూ లేనందువలన ఆకాశం ప్రకాశవంతంగా సౌందర్యభరితంగా వుంది. సప్తర్షి మండలాన్ని కూడా చూడగలిగింది. వేసవి రాత్రులలో తండ్రి పక్కన నవ్వారు మంచం మీద పడుకుని నక్షత్రాలను చూడడం గుర్తుకొచ్చింది.

ఆయన ధ్రువ నక్షత్రం చూపిస్తూ, 'నువ్వు ఎప్పుడూ ఈ నక్షత్రంలాగ నిలకడగా వెలుగుతూ వుండాలి.' అనేవాడు.

'నిలకడగా అంటే ఏమిటి బా(నాన్నా)?' అని పూర్ణ అడిగేది.

'ఆ నక్షత్రం నిలిచివుంటుంది. కదలదు. పూర్వం నావికులు ఆ నక్షత్రాన్ని బట్టి సముద్రంలో తమ ప్రయాణం దిశను గుర్తుపెట్టుకునేవారు. ఆ తారలాగే నువ్వు కూడా నీ లక్ష్యం మీదే మనసు పెట్టాలి. ఒకసారి గనుక ఒక లక్ష్యం పెట్టుకున్నావంటే ఇక మనసు ఎటూ చలించకూడదు. అట్లా నువ్వు నిలకడగా వుంటే అనుకున్నది సాధించగలవు.'

పూర్ణ ఆ నక్షత్రం వైపు కొన్ని నిమిషాలు చూసింది.

డార్జిలింగ్ ట్రిప్ తరువాత తమకి సలహాలిస్తూ శేఖర్‌బాబు చెప్పిన మాటలు గుర్తుకొచ్చాయి:

'పిల్లలూ! ప్రవీణ్ సర్ మీకు చాలా మంచి చేస్తున్నారు. మీ జీవితాలను మెరుగు పరచుకోడానికి ఇది గొప్ప అవకాశం. మీ పిల్లలు మీ కన్నా ఇంకా బాగుండాలంటే మీ కృషినంతా ధారపోసి ఇది గెలవండి.'

పూర్ణ ప్రార్థన చేస్తున్నట్లుగా చేతులు జోడించింది.

తల్లితండ్రులకు గౌరవపురస్సరంగా తలవంచి నమస్కరించింది. తనను తాను సాగరలలాటానికి అర్పించుకున్నది.

22 మే 2014

తరువాతి గమ్యం క్యాంప్-1. ఇక పూర్ణ, ఆనంద్‌లు వాళ్ళ శేర్పాలతో కలిసి స్వతంత్రంగా ఎక్కుతారు. వాళ్ళతో వెళ్ళడానికి శేఖర్‌బాబుకి అనుమతి లేదు.

బయలుదేరే ముందు వాష్‌రూమ్‌కి వెళ్ళిరమ్మని శేఖర్‌బాబు అందరికీ చెప్పాడు. ఇక్కడినించి ఇక వాష్‌రూమ్ అనే సౌకర్యం వుండదు. ఆ పొద్దున్న తిన్న ఉపాహారమే తాజాగా వండుకున్న ఆహారం. ఇకనుంచీ తాము పొట్లాలలో తీసుకువెళ్ళినదే తినాలి.

ఇకనుంచీ సౌకర్యాలేమీ వుండవు, అనుకుంది పూర్ణ.

నీళ్ళకు బదులు టిస్స్యూ కాగితాలు వాడడం, పొట్లం కట్టుకున్న రోటీలు తినడం, ఇవ్వన్నీ కాక తీవ్రమైన శీతోష్ణస్థితి! ఇవే పెద్ద సవాళ్లు పూర్ణకీ ఆనంద్‌కీ! ఎవరెస్ట్ ఎక్కేటప్పుడు కాలకృత్యాలు తీర్చుకోడం చాలా ఇబ్బంది. కొంతమంది వాటికోసం సీసాలు ఉపయోగించేవాళ్ళు. పూర్ణకి మాత్రం బయట చేసుకోడమే బావుండేది. పైకి వెడుతున్న కొద్దీ విపరీతంగా చెమటపొయ్యడం వలన మూత్రానికి వెళ్ళే అవసరం తగ్గుతూ వస్తుంది.

పిల్లలు బయలుదేరుతున్నప్పుడు శేఖర్‌బాబు వాళ్ళ చేతులు పట్టుకుని కళ్ళల్లోకి సూటిగా చూసి, విజయంతో రమ్మని శుభాకాంక్షలు తెలిపాడు.

'మీ శక్తినంతా ఉపయోగించండి. ఏదైనా అనుకూలంగా లేకపోతే తిరిగి వచ్చెయ్యండి. మీ లక్ష్యం సాధించాలని కోరుకుందాం. మనం చేయగలిగినదంతా చేసాం. ఇంక మనవల్ల కాదనుకుంటే సందేహించకుండా వెనక్కి రండి.' అని వాళ్ళని కౌగలించుకున్నాడు.

'ఎవరెస్ట్ ఎప్పుడూ అక్కడే వుంటుంది. ఈ సంవత్సరం వచ్చే సంవత్సరం ఆ పై సంవత్సరం. కానీ మీరు మాతో వుండడం మాకు ముఖ్యం.'

పూర్ణ మౌనంగా విన్నది. ఆనంద్ లోలోపల నవ్వుకున్నాడు.

శేఖర్‌బాబు 'మీరు మా హీరోలు. ఇక వెళ్లి విజయం సాధించండి.' అన్నాడు.

అడ్వాన్స్ బేస్ క్యాంప్ నుంచి క్యాంప్-1కి దారి ఏటవాలుగా వుంటుంది. ఎంత ఏటవాలు అంటే దాన్ని 'గోడ' అని పిలుస్తూవుంటారు.

ఒక అరగంట తరువాత వాళ్ళు రోంగ్‌బు (Rongbuk) హిమానీనదం (Glacier) చేరుకున్నారు. శేర్పాలు వాళ్ళను క్రాంపాన్స్ వేసుకుని, హార్నేస్ సీట్లను కట్టుకోమన్నారు. వాళ్లకు క్రాంపాన్స్ కొత్త కాదు. డార్జిలింగ్‌లో వాటిని ఉపయోగించడం నేర్చుకున్నారు. ఘనీభవించిన నదిమీద వాటితో నడిచారు. వాళ్ళు తీసుకుపోతున్న సాధనాలన్నీ వాళ్ళు ఇంతకుముందు ఉపయోగించినవే. చాలాసేపటి నుంచి హెల్మెట్ పెట్టుకున్నారు. ఇప్పుడు ఐస్ యాక్స్ (మంచు గొడ్డలి) వాడడం నేర్చుకుంటున్నారు.

వాళ్ళు మంచు గొడ్డలి ఉపయోగిస్తూ ఒక అరగంటసేపు ఎక్కారు. తరువాత జుమరింగ్ చేయవలసిన ప్రదేశానికి వచ్చారు. జుమర్(అసెండర్) అనేది ఎత్తులు ఎక్కడానికి ఉపయోగించే సాధనం. అది ఉపయోగించి ఎక్కడాన్ని జుమరింగ్ అంటారు. ఇక్కడనుంచీ ఎక్కేదంతా పైకే.

ఒక గంట ఎక్కిన తరువాత ఆనంద్‌కి కాళ్ళు నెప్పిపుట్టాయి. పూర్ణకి వాంతులు వచ్చాయి. అయినా ఆమె చురుకుగా ఉన్నప్పటికీ శేర్పాలకి ఆదుర్దా కలిగింది.

సాధారణంగా 7,100 మీటర్ల ఎత్తులో క్యాంప్-1లో ఆరోహకులకు ఆక్సిజన్ ఇస్తారు. పర్వతాలపై వచ్చే తీవ్ర అనారోగ్యాన్ని (acute mountain sickness - AMS) నిరోధించడం కోసం పూర్ణకి 6,700 మీటర్ల దగ్గరే ఆక్సిజన్ ఇచ్చారు. పూర్ణకి వెంటనే ఉత్సాహం, శక్తి వచ్చి చురుకుగా ఎక్కడం మొదలుపెట్టింది. నిద్రపోయేటప్పుడు కూడా ఆక్సిజన్ మాస్క్ వేసుకోమని శేర్పాలు పూర్ణకు సలహా ఇచ్చారు.

మంచుతలం మీద నడక పెను సవాలుగా మారింది. మంచుతలం మధ్య మధ్య కొండతలం వచ్చేది. క్రాంపాన్స్ మంచు మీద నడవడానికే పనికొస్తాయి. కొండతలం మీద క్రాంపాన్స్‌తో నడవడం చాలా కష్టం. అవసరమైనప్పుడల్లా క్రాంపాన్స్ తీసి వేసుకుంటూ వుండే సౌకర్యంలేదు పిల్లలకి.

23 మే 2014

క్యాంప్-1

ఆనంద్ నిద్రలేచి చూసుకునేసరికి అతని స్లీపింగ్ బాగ్ నేలమీద వుండే చాపకి అతుక్కుపోయి వుంది. డేరాగుడ్డ మీద చాప వుంది. చాప పైన స్లీపింగ్ బాగ్. ఇట్లా ఒకసారి అడ్వాన్స్ బేస్‌క్యాంప్‌లో కూడా జరిగింది. ఆనంద్ స్లీపింగ్ బాగ్‌ను పైకెత్తి పట్టుకుంటే, పూర్ణ డేరాగుడ్డ మీద నుంచి చాపను పైకి లాగింది. ఇద్దరూ కలిసి దానికి అంటుకునివున్న మంచుని దులిపేశారు.

డేరా పైకప్పుల మీద బాగా మంచు పేరుకుపోయింది. వాళ్ళిద్దరూ కలిసి మంచు జారి కిందపడేలా డేరా కప్పును లోపలి నుంచి పైకి లేపారు.

వెంట తెచ్చుకున్న ద్రవ పదార్థాలు త్రాగి, మళ్ళీ ఎక్కడం మొదలుపెట్టారు. AMS(ఎత్తైన పర్వతాలపై వచ్చే అనారోగ్యాన్ని acute mountain sicknessను ఇకనుంచి AMS అని పిలుద్దాం.)ని నిరోధించడానికి నీరు తాగడం చాలా అవసరం. నీరు ఎర్ర రక్తకణాల శక్తిని పెంచుతుంది. ఆ శక్తి ఊపిరి పీల్చుకునేటప్పుడు ఆక్సిజన్‌ను లోపలికి గ్రహించడాన్ని సులభతరం చేస్తుంది. లేకపోతే శరీరంలో నీళ్ళు తగ్గిపోవడం, తలనొప్పి, వికారం, వాంతులు వంటివి వస్తాయి.

24 మే 2014

క్యాంప్-2

క్యాంప్-2, సముద్రమట్టానికి 7,500 మీటర్ల ఎత్తులో వుంటుంది. క్యాంప్-1 నుంచి క్యాంప్-2కి వెళ్ళడానికి కొంతమేరకు ఒక నిచ్చెన అవసరం అవుతుంది. రానురాను ఆ దారి మరింత ఏటవాలుగా మారుతుండడంతో వాళ్ళు తాళ్ళు కూడా ఉపయోగించి ఎక్కాల్సివుంటుంది. క్యాంప్-2 నుంచి తక్కిన క్యాంప్‌లన్నీ కనపడుతూ వుంటాయి.

క్యాంప్-2 నుంచి తెల్లవారుఝామునే బయలుదేరారు వాళ్ళు. వాతావరణం అంత ప్రతికూలంగా లేనప్పటికీ తీవ్రమైన గాలులు గంటకి 70 నుంచి 150 కిలోమీటర్ల వేగంతో వీస్తున్నాయి. గిమా నూరు శేర్పా పూర్ణ మీద బాగా దృష్టి నిలిపాడు. చాలా అప్రమత్తంగా వున్నాడు.

చాలా రోజుల నుంచి పూర్ణ, ఆనంద్‌లకి మాట్లాడుకోడానికే కుదరడంలేదు. వాళ్ళు పైపైకి వెళ్ళినకొద్దీ వాళ్ళ శరీరాలకి అవసరమైన ఆక్సిజన్‌ను పీల్చే శక్తి తగ్గిపోతూ వస్తోంది. ఆక్సిజన్ మాస్క్ తీసేసి మాట్లాడుకోడానికి ప్రయత్నిస్తే అది గుసగుసకన్నా ఎక్కువగా వినిపించడంలేదు. అదీకాక వాళ్ళు తమ తమ శేర్పాలతో కలిసి ఎవరికి వీలుగా వాళ్ళు ఎక్కుతున్నారు. అప్పుడప్పుడూ విశ్రాంతి తీసుకుంటున్నారు.

అక్కడ నుంచి దారి మరీ ఇరుకుగా వుంటుంది. ఒక్కొక్క చోట ఒక్క మనిషికే దారి వుంటుంది. ఒక్కొక్క చోట ముగ్గురు ఎక్కవచ్చు.

బాగా ఇరుకుగా వున్న చోట ఆనంద్ పూర్ణ వెనకగా ఎక్కివస్తున్నాడు. అతనికి చాలా అలసటగా వుంది. ఇరుగ్గా వుండడం అతనికి విసుగు కలిగిస్తోంది. అటువంటి చోట్లు అతనికి కోపం తెప్పిస్తాయి. అతనికి ఒకనాటి రాత్రి జరిగిన సంగతి గుర్తొచ్చింది. ఆ రోజు అతను పెద్ద పెద్ద ఉరుముల చప్పుడుకి అదిరిపడి నిద్రలేచాడు. అప్పుడు చూస్తే అతని తల్లితండ్రులిద్దరూ ఒక మూల కూర్చుని వున్నారు, తనకీ తమ్ముడికీ కాస్త పొడి చోటు వొదిలి! పైకప్పు నుంచి వర్షంనీళ్ళు కారి ఇల్లంతా తడిసిపోయి వుంది. కోపం, నిస్సహాయత ఆవరించాయి అతన్ని. తన జీవితాన్ని, తల్లితండ్రుల జీవితాన్ని మార్చి వాళ్ళు గౌరవంగా బ్రతకడానికి తను ఏదో ఒకటి చెయ్యాలని ఆ క్షణాన నిర్ణయించుకున్నాడు. తమ జీవితాలు మెరుగుపడడానికి ఈ ఎవరెస్ట్ అధిరోహణ బహుశా మొదటి అడుగు కావచ్చు. తన కుటుంబం సంపాదించుకోలేని చోటు కావచ్చు ఇది. తను ఎవరెస్ట్ ఎక్కగలిగితే ఇక సాధించలేనిదంటూ ఏమీ వుండదు. ఈ గెలుపే తన జీవితానికి ఒక మంచి మలుపు. అతను తనను తాను ముందుకు నెట్టుకుపోతున్నాడు, కూలిపోయే వరకూ.

***

ఆనంద్ కళ్ళు విప్పి చూసేటప్పటికి తను మంచు కప్పిన నేల మీద వెల్లికిలా పడుకుని వున్నాడు. తన మీదకు ఒక పొడవాటి మనిషి వొంగి చూస్తున్నాడు. బహుశా ఒక రష్యన్ కావచ్చు. బహుశా తను దారిలో పడిపోయి వుండవచ్చు. అదృష్టం కొద్దీ తను దారిలో ముందుకు పడ్డాడు. అదే కుడివైపుకి పడివుంటే ఒక లోయలో పడిపోయి వుండేవాడు. ఆ రష్యన్ తనకు చెయ్యి అందించి సాయంచేస్తాడని ఆశించాడు ఆనంద్. కానీ ఆయన తనకి ఏమీ పట్టనట్టు అట్లాగే నిలుచున్నాడు. ఎలాగో తనంతట తనే లేచి నిలబడి ఆ విదేశీయుడి వంక కోపంగా చూసి, నడవడం మొదలుపెట్టాడు.

దాహం వేసి నీళ్ళ సీసా మూత తియ్యాలనుకున్నాడు. చేతకాలేదు. కుడి చేతికి వున్న గ్లవ్ తీసాడు. దాని కింద మరి రెండు వరసల గ్లవ్స్ వున్నాయి. అవి తియ్యకుండానే సీసా మూత వచ్చింది. నీళ్ళు త్రాగి సీసా మూత పెట్టి దాన్ని బాగ్‌లో పెట్టుకున్నాడు. తీసిన గ్లవ్స్ మళ్ళీ వేసుకోవాలంటే అవి పట్టలేదు. వేళ్ళు గ్లవ్స్‌లో దూరలేదు. మంచు కొరుకుడేమో అని భయంవేసింది. కళ్ళల్లో నీళ్ళొచ్చాయి. అవి బుగ్గల మీదుగా సగం జారి ఘనీభవించాయి. ఏడవడం వలన మరింత నష్టమే కానీ జరిగేదేమీ వుండదని తెలుసు. ఏడిస్తే ఆక్సిజన్ మాస్క్ తియ్యాలి. తీస్తే తన ఊపిరి కళ్ళజోడు (మంచుకు రక్షణగా పెట్టుకునేది.) మీద ఆవిర్లుగా పడి గడ్డకడుతుంది. అప్పుడు ఏమీ కనపడదు. అప్పుడు కళ్ళజోడు కూడా తియ్యాలి.

ఆనంద్ తనలో తాను నవ్వుకున్నాడు. తనకు సాయం చెయ్యనందుకు ఆ రష్యన్ ఆరోహకుడి మీద కోపం తెచ్చుకోడం ఎందుకు? ఎవరెస్ట్ అధిరోహణలో ఎవరికి వారే సహాయం చేసుకోవాలి.

నువ్వు హిమాలయాలు ఎక్కుతున్నావు. కదులు ముందుకు! ముందుకే కదులుతూ వుండు!

24 మే 2014

సాయంత్రం 3 గంటలు

క్యాంప్-3

ఆ బృందం క్యాంప్-3 చేరింది. అదంతా రాతి ప్రాంతం. వాతావరణ ప్రభావం ఎక్కువగా వుంటుంది. డేరాలను కూడా ఎగరేసుకుపోయేంత తీవ్రమైన గాలులు. శేర్పాలు రాత్రి పడుకోడం కోసం ఎత్తైన రాతి గుట్టల మధ్య డేరాలు వేశారు.

ఆనంద్ శేర్పా బ్యూటేన్ గ్యాస్ స్టవ్ వెలిగించాడు. గిన్నెలోకి కొంత ఐస్ పోసి, దాన్ని స్టవ్ మీద పెట్టాడు. అది కరిగి మరిగింది. ఆ మరుగుతున్న నీటిలో తాము తెచ్చుకున్న పొట్లాలలోని ఆహారం వేశాడు. అది వేడికాగానే అలా పొట్లాలలో పెట్టుకునే తినేశారు. ఆనంద్, పూర్ణలు టమాటో రైస్, జీరా రైస్ వంటివి ఇష్టపడతారు.

సాయంత్రం 5 గంటలప్పుడు శేఖర్‌బాబు శాటిలైట్ ఫోన్ ద్వారా పలకరించాడు. అప్పుడు పూర్ణ, ఆనంద్ వారివారి డేరాల్లో విశ్రాంతి తీసుకుంటున్నారు. "వాతావరణ సూచన చూసాను. మీరీరాత్రికే బయలుదేరటం మంచిదనిపిస్తోంది నాకు. రాత్రివేళ ఎక్కడానికి మిమ్మల్ని మీరు సిద్ధంచేసుకోండి. తొమ్మిది గంటలకి బయలుదేరండి. అప్పటిదాకా విశ్రాంతి తీసుకోండి. బాగా తినండి. పూర్ణా, ముఖ్యంగా నువ్వు. సరిపడా తిను." అన్నాడు ఆయన.

ఆ రాత్రంతా విశ్రాంతి తీసుకోవచ్చు అనుకుంటున్న పిల్లలకి అది ఆశ్చర్యం, విచారం కలుగచేసింది. మరీముఖ్యంగా ఆనంద్ బాగా అలసిపోయివున్నాడు. విశ్రాంతి కోరుకుంటున్నాడు.

"సర్, ఇప్పుడా! నావల్ల కాదు సర్! నేను బాగా అలసిపోయాను." అన్నాడు.

పూర్ణ అన్నింటికీ సిద్ధంగానే వుంది. ఏ కష్టానికైనా సంసిద్ధంగా వుంది. ఇంత దూరం వచ్చాక ఇక సాధ్యంకానిదంటూ ఏమీ వుండదు.

ప్రాణాపాయకరమైన ప్రదేశాలలో (Death zones) రాత్రిపూట ఎక్కడాన్ని అనేక కారణాల వలన సిఫార్సు చేస్తారు. 8,300 మీటర్ల ఎత్తున ఉన్న శిఖరాన్ని క్యాంప్-3 నుంచి చేరడానికి ఏడు నుంచి ఎనిమిది గంటలు పడుతుంది. రాత్రిపూట మంచు ఘనీభవించి ఐస్ అవుతుంది. దానిమీద నడవడం తేలిక. పగలు పెరిగే ఉష్ణోగ్రత మంచును కరిగించి మెత్తగా చేస్తుంది. అంతేకాక నిద్రపోయేటప్పుడు వాడే ఆక్సిజన్ కూడా మిగులుతుంది. అది డెత్ జోన్ దగ్గర మరికొన్ని గంటలు వాడుకోవచ్చు. డెత్ జోన్స్ దగ్గర ఆక్సిజన్ లేకుండా బ్రతికి వుండడం చాలా కష్టం. పర్వతారోహకులు అపాయాల నుంచి తప్పించుకోడానికి ఈ డెత్ జోన్స్ దగ్గర చాలా తక్కువ సమయం గడుపుతారు. రాత్రిపూట ఎక్కడం మొదలుపెడితే పొద్దున్నకల్లా శిఖరానికి చేరవచ్చు. సాయంత్రం అయ్యేసరికి భద్రమైన ప్రదేశం చేరడానికి అవసరమైనంత సమయం వుంటుంది. దిగడానికి మంచూ, ఎండా బాగుంటాయి.

పిల్లలు క్యాంప్-3కీ, ఎవరెస్ట్‌కీ మధ్య వున్న డెత్ జోన్‌లోకి ప్రవేశిస్తున్నారు. ప్రపంచం మొత్తం మీద ఇలాంటి డెత్ జోన్స్ 14 వున్నాయి. ఆక్సిజన్ పొర చాలా పలుచగా వుంటుంది కనుక ఈ విపరీతమైన శీతోష్ణస్థితులలో నిలదొక్కుకోడం చాలా కష్టం. ఒక చిన్న తప్పటడుగు లేదా ఆక్సిజన్ ట్యాంక్ వైఫల్యం ప్రాణానికే ముప్పు కలిగించవచ్చు. చాలాసార్లు ఎక్కేటప్పుడో దిగేటప్పుడో ట్యాంక్‌లో ఆక్సిజన్ అంతా అయిపోయి చనిపోయినవాళ్ళు కూడా వున్నారు. అందుకని దాన్ని జాగ్రత్తగా వాడుకోవాలి.

అందుకని శేర్పాలు క్యాంప్-3 పైన దిగేటప్పటికోసం కొన్ని సిలిండర్లు జాగ్రత్త చేస్తారు.

పిల్లలు డెత్ జోన్‌కి బయలుదేరబోయే ముందు శేఖర్‌బాబు ప్రవీణ్‌కుమార్‌కి ఫోన్ చేసి చెప్పాడు.

'సర్! ఇకనుంచి పూర్ణ, ఆనంద్‌ల దగ్గర నుంచి నాకు ఏ సమాచారమూ అందదు. వాళ్ళు డెత్ జోన్‌లో ప్రవేశిస్తున్నారు. అంతా బాగుంటే రేపు ఉదయానికల్లా శిఖరం చేరుకుంటారు. రేపు ఉదయమే మీకు ఫోన్ చేస్తాను'.

24 మే 2014

రాత్రి 9.30 గంటలు

పూర్ణ తన హెల్మెట్‌కి ఒక దీపాన్ని అమర్చుకుంది. ఆమె శేర్పాలు గిమా నూరు, గ్యాన్‌స్తోలు దారి చూపిస్తున్నారు. రాత్రి ప్రశాంతంగా వుంది. అప్పుడప్పుడూ వాళ్లకి మంచు శిఖరాలు కనపడుతున్నాయి. ఉచ్ఛ్వాస నిశ్వాసాల శబ్దం తప్ప మరే శబ్దమూ లేదు. ప్రతి ఊపిరిలోనూ తను విజయం సాధించాలని కోరుకుంటోంది పూర్ణ. 'జై హనుమాన్!' అని ఒకసారీ, స్వేరోల పది సూత్రాలు మరొకసారీ మననం చేసుకుంది.

ఒక అడుగు తరువాత ఒక అడుగు. అడుగు తరువాత అడుగు. శిఖరం వరకూ.

ఒక అడుగు సాహసంతో, ఒక అడుగు నిలిచి వుండడానికి.

ఒక అడుగు ఆత్మవిశ్వాసంతో.

ఒక అడుగు విముక్తి కోసం.

పూర్ణ ముందుకు సాగుతున్నది. క్యాంప్-3 నుంచి ఎవరెస్ట్‌కు దారి మూడు అంచెలుగా వుంటుంది. ప్రతి అంచెకూ వేరు వేరు వాలు (gradiant), వేరు వేరు స్థల అమరిక (Topography) వుంటుంది. మొదటి అంచె చేరడానికి వాళ్ళకి తాడు కావాలి. మంచుతో కప్పబడిన ఒక ఏటవాలు కొండ ఆమె ఎదుట ఒక సవాలు వలే నిలబడి వుంది. ఇది కూడా ఎత్తైన మార్గమే. ఎత్తుకు ఎక్కాలి.

ఆ రాత్రి మొదటిసారిగా శేఖర్‌బాబు కొన్ని నెలలపాటు తమకిచ్చిన కఠినమైన శిక్షణ ప్రాముఖ్యం అర్థమైంది పూర్ణకు. శేఖర్‌బాబుకూ, పరమేశ్‌కూ మనసులోనే వందనాలు సమర్పించుకుంది.

ఆ ఎత్తుపల్లాల శిఖరాల మధ్య హోరుగాలి దారి వెతుక్కుంటున్నట్లు వుంది. తాడుతో ఎంత గట్టిగా భద్రంగా కట్టుకున్నా ఆ గాలి ఎక్కేవాళ్ళను ఒక శిఖరం మీద నుంచి ఇంకొక దాని మీదకు విసిరేసేలా వున్నది. గట్టి పట్టు చిక్కించుకోకపోతే ఆరోహకులు ఏ హిమానీనదంలోకో, కొండ పగుళ్ళలోకో కొట్టుకుపోవచ్చు. పూర్ణ విశ్రాంతి కోసం రెండు నిమిషాలు కూర్చుంది. కానీ, తాడు పట్టు వదలలేదు. కాళ్ళు కొండకు గట్టిగా ఆనించింది. తరువాత మళ్ళీ ఎక్కడం మొదలుపెట్టింది.

ప్రతిరోజూ పది కిలోమీటర్లు కొండాపూర్‌కు సైకిల్ తొక్కుకుపోయే తన తండ్రి గుర్తుకువచ్చాడు పూర్ణకి. ఆ దారి కూడా కొండలు గుట్టల దారే. దేవీదాస్ కొండాపూర్

చేరడానికి కొన్ని గుట్టలు దాటాల్సివచ్చేది. అదేమీ తారు రోడ్డు కాదు, రోడ్డంతా గుంటలే. ఎగిరెగిరిపడుతూ తొక్కేవాడు. ఎట్లా నిభాయించేవాడో పాపం అనుకుంది పూర్ణ.

తనకు ఆయన అనువంశిక లక్షణాలే వచ్చాయి. అదీకాక శిక్షణ, మంచి ఆహారం, అభ్యాసాల సాధన, సంకల్పం కూడా.

పైకి ఎక్కినకొద్దీ కొంచెం తల దిమ్ముగా అనిపించసాగింది పూర్ణకి. లద్దాఖ్‌లో కూడా ఇలాగే అయింది. ఎక్కే ఎత్తు ఉన్నట్లుంది పెరిగితే ఇలాగే అవుతుంది తనకి. ఆ సంగతి శేర్పాలతో చెప్పలేదు, చెబితే వెనక్కి పొమ్మంటారని. అలాగే ఎక్కుతూ పోయింది. ముందడుగు వెయ్యడం మీదే మనసు లగ్నం చేసింది. ఎట్టి పరిస్థితుల్లోనూ ఆగిపోకూడదు.

ఆ తలదిమ్ము తగ్గకపోగా ఒక్కసారిగా తల తిరగడం మొదలైంది. కళ్ళ ముందు నల్లటి మచ్చలు, మెరుపులు వచ్చాయి. అడుగు ముందుకు పడలేదు. ఏమీ కనపడడంలేదు. చివరికి, “ఇక్కడ కొంచెం కూర్చుందాం. నేను కాస్త అలసిపోయాను.” అన్నది.

కూర్చుని విశ్రాంతి తీసుకోడానికేం వుంది అక్కడ? వాళ్ళు అప్పుడు ఒక కొండ శిఖరాన్ని దాటుతున్నారు. ఆ దారి కూడా చాలా ఇరుకుగా, ఒక మనిషి నడవడానికే ఇబ్బందిగా వుంది.

“ఇంకో అయిదు నిమిషాలు!” అన్నాడు గ్యాన్‌స్తో శేర్పా.

నడిచే బలం కోసం ప్రార్థించుకుంటూ కాళ్ళు ఈడుస్తూ నడిచింది. కూర్చోడానికి కాస్త వీలైన ప్రదేశానికి చేరారు వాళ్ళు. పూర్ణ కూలబడిపోయింది. శేర్పా ఆమె ఆక్సిజన్ ట్యాంక్‌ని పరీక్ష చేసాడు. అతను దిగ్భ్రమచెందేలా అది పూర్తిగా ఖాళీ అయిపోయి వుంది! ఆమె ఆక్సిజన్ ట్యాంక్‌ను మార్చి మరొకటి తగిలించాడతను. వెంటనే ఆమె పరిస్థితి మెరుగైంది. ఆక్సిజన్ లేకుండా ఇంత దూరం ఆ పిల్ల ఎలా నడిచిందా అని ఆశ్చర్యపోయాడు శేర్పా. దారిలో ఆమె చనిపోయివుంటే ఏమయ్యేది?

ఎవరెస్ట్ పర్వతంపై సంభవించే మరణాలకు ఆక్సిజన్ లోపమే ప్రధాన కారణం.

పూర్ణ వొళ్ళు విరుచుకుంది. పైనున్న నల్లని ఆకాశ కంబళీ, అక్కడక్కడా మెరిసే తారలూ మంత్రం వేస్తున్నట్లున్నాయి. ప్రవీణ్‌కుమార్ అనే మాటలు గుర్తుకువచ్చాయి– నక్షత్రాలను పట్టుకోండి– అని. ఆ మాటలు గట్టిగా అని, వాటిని పట్టుకోడానికన్నట్లు ఒక చెయ్యి ఆకాశంకేసి చాపింది.

ఎవరెస్ట్ పర్వతమే ఒక చెట్టు అయి, నక్షత్రాలే పువ్వులైతే ఎంత బావుండు! అనుకుంది.

కొద్ది నిమిషాల విశ్రాంతి తరువాత మళ్ళీ ఎక్కడం మొదలుపెట్టారు. రెండవ అంచె కష్టతరమైనది. రెండు పెద్ద పెద్ద పగుళ్ళను దాటడానికి పూర్ణ ఒక నిచ్చెన ఉపయోగించింది. బాగా అనుభవమున్న పర్వతారోహకులకే ఇటువంటి లోతైన పగుళ్ళను దాటడం కష్టంగా ఉంటుంది. ఒక తాడు సహాయంతో అటువంటి నిచ్చెన ఎక్కి ఆ పగుళ్ళను దాటడం భయావహమైన అనుభవం. గట్టిగా ఒక గాలి వీస్తే బ్యాలన్సు తప్పి ఎక్కేవాళ్ళు లోయలో పడిపోవచ్చు.

మొదటి పగులు 10 అడుగుల పొడవుంది. బూట్లకు క్రాంపాన్స్ పెట్టుకుని నిచ్చెన మీద దాటడం కష్టం. రెండవ పగులు 10,000 అడుగుల లోతు వుంది. ఆ నిచ్చెన 30 అడుగుల పొడవుండి 60 డిగ్రీల కోణంలో వుంది.

మొదటి రెండు అంచెలకన్న మూడవ అంచె కొంచెం సులువుగా వుంది. అయినా ఒక్క క్షణం కూడా అజాగ్రత్తగా లేదు పూర్ణ. మూడవ అంచె తరువాత ఒక దారి వుంది. అక్కడ ఉత్తరం వైపుకు పోయే ఆరోహకులు ఎడమ వైపుకు తిరుగుతారు. వాళ్ళు ఎవరెస్ట్ శిఖరానికి కొన్ని వందల మీటర్లు దూరంలో వున్న పిరమిడ్ వైపు వెడతారు. ఇది ఒక చుట్టుతిరుగుడు దారి. ఎత్తైన గోడ చుట్టూ తిరుగుతుంది. దీనికి ఒక వైపే గోడ ఉంటుంది. మరొక వైపు ఏమీ లేదు. ఒక్క తప్పటడుగు వేసినా అఘాతంలో పడడమే! ఒక బల్లిలాగా గోడకు అతుక్కుపోయి ఒక్కొక్క అడుగే వేస్తూ ఆ చుట్టు తిరుగుడు శిఖరాన్ని దాటింది పూర్ణ.

పూర్ణ పిరమిడ్ చేరింది. ఆమె శిఖరాగ్రానికి కేవలం 500 మీటర్ల దూరంలో వుంది.

ప్రతి రెండు నిమిషాలకూ తన శేర్పాని "ఇంకా ఎంత దూరం?" అని అడుగుతూనే వుంది.

'వచ్చేశాం!' అని అతను చెబుతూనే వున్నాడు.

ఆమె 30 నుంచి 70 డిగ్రీల వాలుగా వున్న శిలలను ఎక్కుతూ పోతున్నది. పోతూ పోతూ 'జై హనుమాన్!' అని జపిస్తున్నది. ప్రతి ఒక్క నామస్మరణతోనూ తనలోని శక్తిని రాబట్టుకుంటున్నది. ఇక తనకీ శిఖరానికీ వున్న దూరం కొన్ని అడుగులే!

అధ్యాయం 13

హిమాలయాల చెంత వినమ్రంగా

24 మే 2014

హైదరాబాద్ శివారు ప్రాంతంలో వేసవి సాయంత్రం ఇంకా ప్రకాశవంతంగానే వుంది. పిడుగురాళ్ళ, కందుకూరులలో సమావేశాలు పూర్తిచేసుకుని ప్రవీణ్‌కుమార్ హైదరాబాద్ తిరిగి వస్తున్నాడు. రహదారులన్నీ గులాబీ రంగు జండాలతో అలంకరించి వున్నాయి. ఉమ్మడి రాష్ట్రం ఆంధ్రప్రదేశ్, తెలంగాణాలుగా విడిపోయాక, విభజన ప్రక్రియను వీలయినంత ప్రశాంతంగా పూర్తిచెయ్యడానికి అధికారులు ప్రయత్నిస్తున్నారు. చర్చలతో, వార్తలతో, వార్తా కథనాలతో ప్రసార మాధ్యమాలు హోరెత్తుతున్నాయి. ఈ హోరులో ఇద్దరు స్వేరోలు హిమాలయాలు ఎక్కారన్న వార్త అంత ప్రచారానికి నోచుకోలేదు. ఒక్క ఈటీవీ-2 తప్ప ఈ అధిరోహణకు ఏ ఛానెలూ పెద్ద ప్రచారం ఇవ్వలేదు.

హిమనీపాతం వలన అనేకమంది శేర్పాలు ప్రాణాలు కోల్పోయిన తరువాత ప్రవీణ్‌కుమార్ కంటినిండా నిద్రపోయిందే లేదు. చాలాసార్లు ఆ సాహసోపేతమైన యాత్ర మానుకుని తిరిగిరమ్మని చెప్పాలనిపించింది. అట్లా చేస్తే ఆ ఇద్దరు పిల్లల ఉత్సాహం మీద నీళ్ళుచల్లడమే కాక, తమ ఆదర్శమూర్తులను ఎంతో ఆశతో గమనిస్తున్న తక్కిన స్వేరోలను కూడా నిస్పృహతో నింపినట్లు అవుతుంది అనుకున్నాడు.

వాళ్ళ ఈ సాహస యాత్రలోని చివరి ఘట్టం ఆయన్ని ముఖ్యంగా మరింత ఆందోళనకి గురిచేసింది. వాళ్ళు మరునాడు ఉదయం 11 గంటలకంతా శిఖరం చేరితే క్షేమంగా తిరిగి రాగలరని ఆయనకు తెలుసు. ఆ రాత్రి ఆయన ఎంతకీ నిద్రపోలేదు. పక్కమీద అటూ ఇటూ కదులుతూనే వున్నాడు. లక్ష్మీబాయి కూడా చదువుకుంటూ చాలాసేపు మేలుకుంది.

"కొంచెం నిద్రపోవచ్చు కదా?" అంది పుస్తకంలోంచి తల బయటపెట్టి.

"నాకు నిద్ర రావడంలేదు. మరి నువ్వెందుకు కూర్చున్నావు, పడుకోవచ్చు కదా?"

"నాకూ నిద్ర రావడంలేదు." అని మళ్ళీ చదవడంలో నిమగ్నమైంది. కొంతసేపటి తరువాత పుస్తకం పక్కన పెట్టి, "వాళ్ళు క్షేమంగా వస్తారు. నాకు తెలుసు." అంది.

"నాకూ తెలుసు. వాళ్ళు వస్తారు." అన్నాడాయన నవ్వుతూ.

"ఇంకా శేఖర్ ఫోన్ చెయ్యలేదా?"

"రేపు పొద్దున్నవరకూ చెయ్యడు. పిల్లలు ఇప్పుడు 8,400 మీటర్ల ఎత్తున డెత్ జోన్‌లో వున్నారు."

"అమ్మో! డెత్ జోన్!" అని ఆమె గట్టిగా ఊపిరి పీల్చి, "ప్రవీణ్! అంతా బాగా జరుగుతుంది. మీరు వాళ్ళ బాగు గట్టిగా కోరుకున్నారు. మీ ఆకాంక్ష తప్పక నెరవేరుతుంది." అని నమ్మకంగా అన్నది. తరువాత, "మీరొక పోలిస్‌మన్. ధైర్యంగా వుండాలి మీరు." అని కూడా అన్నది.

వాళ్ళిద్దరూ ఒకరి కళ్ళల్లోకి ఒకరు హామీ ఇస్తున్నట్లు చూసుకున్నారు. ఒకరి నుంచి ఒకరు హామీ పొందినట్లు కూడా భావించారు.

ఆయన నిద్రపోవడానికి ప్రయత్నించాడు.

పిల్లలు క్షేమంగా రాలేకపోతేనో! వాళ్ళకేమైనా అయితేనో! స్వేరోస్ ఆశయం నిలబడుతుందా? తాము చేసుకున్న పది ప్రమాణాలు తప్పు అవుతాయా?

ఈ ఊహలే ఆయన మనస్సులో గిరికీలు కొడుతున్నాయి. వాటి నుంచి మనసు మరల్చుకోలేకపోతున్నాడు. ఒక అరగంట నిద్ర పడుతుందో లేదో గొంతు తడారిపోయి మెలకువ వచ్చేస్తుంది. ఒక గుక్క నీళ్ళు తాగి మనసు నెమ్మది చేసుకోవాలనుకుంటాడు. ఆయన ఇదివరకెన్నడూ తెల్లవారడం కోసం ఇంత ఆత్రుతగా ఎదురుచూడలేదు. మెలకువ వచ్చినప్పుడల్లా తన మొబైల్‌లో టైమ్ చూసుకునేవాడు. శేఖర్‌బాబు నుంచి ఒక సందేశమో ఫోన్‌కాలో వస్తుందని ఎదురుచూసేవాడు, తెల్లవారితేగానీ తెలియదని తెలిసి కూడా.

25 మే 2014

ఉదయం 5.45 గంటలు

పూర్ణ రెండడుగులు వేసిందో లేదో నేలకేసి చూసి చేష్టలుడిగినట్లయి టక్కున

ఆగిపోయింది. తన పాదాల క్రింద వున్నది భూమి కాదని, సగం ఘనీభవించిన మృతదేహమనీ గుర్తించడానికి ఆమెకు లిప్త కాలం పట్టింది. ఆ మృతుడో, మృతురాలో తను వేసుకున్న లాంటి దుస్తులే వేసుకున్నారు, పర్వతారోహకులందరూ ధరించేవి. ఆక్సిజన్ ట్యాంక్, బూట్లు, వాటికి క్యాంపాన్స్. తన చేతిలో వున్న మంచు గొడ్డలిలాంటిదే ఆ వ్యక్తి చేతిలోనూ వున్నది. ఆమె వెన్నులో వొణుకు పుట్టింది. కాళ్ళు వణికాయి. ఈ వ్యక్తి కూడా ఎన్నో ఆశలతో కలలతో ఇక్కడిదాకా వచ్చి వుండాలి. కానీ ఆ మహనీయమైన హిమాలయ పర్వతం ఆ వ్యక్తి ఊపిరి తీసేసుకున్నది.

ఇంతవరకు ఇటువంటి ఎన్ని మృతదేహాలను దాటి వచ్చివుంటుంది తను?

మానవ జీవతం ఎంత విలువైనదో అంత నిష్ఫలమైనది. రెంటికీ మధ్యనున్న గీత ఒక గాలిపొర వంటిది.

తన శేర్పా తన ఆక్సిజన్ ట్యాంక్‌ను మార్చకపోయివుంటే తనూ ఇలాగే ఎక్కడో విగతజీవిగా పడివుండేది.

తెల్లవారుతున్నది. చీకటి తెర చీలుతున్నది. హిమవన్నగాలు బంగారు వన్నెలోకి మారుతున్నాయి.

పూర్ణ ఎవరెస్ట్ పర్వత శిఖరంపైన నిశ్చలంగా నిలబడింది. అక్కడకు చేరడానికి వేసిన దారులు, క్యాంపులు ఆమె అడుగున వున్నాయి. కొన్ని త్రిభుజాకారంలో వున్న ప్రార్థన పతాకాలు అక్కడక్కడా ఎగురుతున్నాయి. కొన్ని జండాలకు కట్టిన తాళ్ళు తెగిపోయి అవి నేలమీద పడివున్నాయి. అవతలి వైపు ఎవరెస్ట్ పర్వతం మొత్తం కనపడుతున్నది. మబ్బుల మంచంపై ఎగిరే గద్దలాగా వున్నాను నేను, అనుకుంది పూర్ణ.

ఎవరెస్ట్‌పై ఉష్ణోగ్రత –40 నుండి –45 డిగ్రీల సెంటిగ్రేడ్ వుంది. చలిగాలులు ఈడ్చి మొహం మీద కొడుతున్నాయి. కొంతసేపు నిశ్చలంగా నిలబడింది. ఆ నిమిషంలో తన గుండె చప్పుడు తప్ప ఏ శబ్దమూ వినపడలేదు. అంతా ప్రకృతి. హోరుగాలులు, ఎత్తుపల్లాలుగా వున్నా పర్వత శ్రేణి దృశ్య మాలిక, మంచు కప్పుకున్న శిఖరాలు, పైన ఆకాశం.

పర్వత శిఖరాలకు బంగారు మేలిముసుగు కప్పుతూ సూర్యుడు ఉదయించాడు. తనకెప్పుడూ కలగని ఒక అపురూపమైన అనుభవం అది. ఇకముందు కూడా కలగదు. సంభ్రమంలో మునిగిపోయింది పూర్ణ. ఆ అనుభవంలో తడిసి ముద్దయిపోవాలని పించింది. తనకి పరమాత్మ దర్శనం అయింది. దైవ దర్శనానికి అర్థం మనం ఎట్లా తీసుకుంటే అట్లా వుంటుంది. ఇదే తనకి దైవ దర్శనం. ఇదే పరమ సత్యం. కళ్ళు

మూసుకుని, ప్రకృతి సౌందర్యం మహోన్నత్యం ముందు వినమ్రంగా తలవంచింది. ఒక్క క్షణం స్థలకాలాలు స్తంభించిపోయాయి. తను రెండింటిలో కరిగిపోయింది. అన్ని ద్వంద్వాలూ ఏకమై మాయమైపోయాయి.

పూర్ణ మళ్ళీ తనను తాను చూసుకుంది. ఆ పర్వతం ఎంత విస్తృతమైనదో అంచనా వెయ్యడానికి ప్రయత్నించింది. ఆ చిన్న మెదడుకి అది సాధ్యం కాలేదు. అడ్వాన్స్ బేస్ క్యాంప్ (ABC) వదిలి బయలుదేరినప్పటి నుంచి ఇప్పటివరకూ తను వేసిన ప్రతి అడుగూ గుర్తుచేసుకుంది. డెత్ జోన్ దాటుతూ తాను గడిపిన ఈ రాత్రి చాలా సుదీర్ఘమైనదిగా అనిపించింది.

శరీరంలోని శక్తినంతా ఖర్చుపెట్టేసిన పూర్ణ ఎవరెస్ట్‌పై ఒక శిల మీద కూర్చుంది.

ఆమెతో వచ్చిన శేర్పా ఒకరు తన బాగ్‌లో నుంచి ఒక టీ షర్ట్ తీసి పూర్ణకి ఇచ్చాడు. పూర్ణ దాని మీద వ్రాసివున్న అక్షరాలు చదివింది. *ఎవరెస్ట్ ఎక్కిన బాలికలందరిలోకీ చిన్నదాన్ని నేనే!* (I am the youngest girl to climb mount Everest!) పూర్ణ ఆ చెంప నుంచి ఈ చెంప దాకా సాగదీసి నవ్వింది. ఆమె శేర్పాలిద్దరూ థంబ్స్ అప్ సైగచేసారు. అక్కడ తనకు తోడూనీడా అయిన ఆ శేర్పాల చిన్ని కళ్ళల్లోకి సూటిగా చూస్తూ తన ఆనందాన్ని పంచుకుంది పూర్ణ. ముడుతలుపడిన చర్మం మధ్యలో ఇరుక్కుపోయిన కళ్ళు!

గ్యాన్‌స్తో ఆమెకి షర్ట్ వేసుకోడానికి సాయంచేసాడు. ఆమె వయస్సును తెలిపే ఆ షర్ట్ వేసుకున్న తర్వాత, వాళ్ళు ఆమె ఫోటోలు తీసుకున్నారు. తరువాత ఆమెను ఏకాంతంగా వదిలి అవతలికి పోయారు. వాళ్ళు కొంతసేపు కళ్ళు మూసుకోడం గమనించింది పూర్ణ.

పదిహేడుసార్లు ఎక్కడం! అనుకుంది.

తన సంచిలోనుంచి కొన్ని జండాలు తీసింది. ముందు భారత జాతీయ పతాకం, తరువాత తెలంగాణా పతాకం ఎగరేసింది. తెలంగాణా రాష్ట్రం ఇంకా పూర్తిగా రూపుదిద్దుకోకముందే తను ఎవరెస్ట్ మీద జండా ఎగరెయ్యడం చరిత్రలో నిలిచి పోతుందనే సంగతి పూర్ణకు తెలియదు. తరువాత ఎస్.ఆర్. శంకరన్‌గారి చిత్రం వున్నా జండా, అంబేద్కర్ చిత్రం వున్న జండా ఎగరేసింది. చివరగా స్వేరోస్ జండా ఎగరేసింది. ఆ క్షణంలో ఆమె ఒక గర్వించదగ్గ స్వేరో! ఆమె ప్రవీణ్‌కుమార్‌ను గౌరవంగానూ గర్వంగానూ స్మరించుకున్నది. శేఖర్‌బాబుకూ పరమేశ్‌కూ మనసులో వందనం చేసుకున్నది. తల్లితండ్రులను తలచుకుంటే కళ్ళు తడిశాయి. ఏ బిడ్డయినా తల్లితండ్రులకు ఎంతని కృతజ్ఞతలు చెప్పగలదు?

చైనా నుంచి ఎవరెస్ట్‌కు వచ్చిన కొందరు ఆరోహకులు పూర్ణకి అభినందనలు చెప్పారు. "ఈ సంవత్సరం ఎవరెస్ట్‌కి మార్గాలు తెరిచాక దానిపై కాలుమోపిన మొదటిదానివి నువ్వే!" అన్నారు.

భూమిపైన ఇంత విస్తారంగా పరచుకునివున్న ఈ పర్వత శిఖరాన్ని తాను ఎక్కిందనే విషయాన్ని ఇంకా ఆమె జీర్ణించుకోలేకపోతున్నది. తను చాలా ప్రథమ స్థానాలు సాధించింది. ఎవరెస్ట్ ఎక్కిన ప్రథమ చిన్నారి, తెలంగాణా జండా ఎగరేసిన ప్రథమ చిన్నారి తను. ఆ సంవత్సరం మొదటిగా ఎవరెస్ట్ మీద పాదం మోపిన చిన్నారి కూడా తనే! అది కూడా 13 ఏళ్లకే!

మరొకరు "ఆహా ఎంత పట్టు నీకు! నీ చేతులు భలే గట్టివి చిన్నారీ!" అంటూ కరచాలనం చేసారు.

ఇక మనం దిగాలంటూ పూర్ణ శేర్పాలలో ఒకరు సైగ చేసాడు. శిఖరం పైన పర్వతారోహకులెవరూ పదిహేను నిమిషాలకన్నా ఎక్కువసేపు వుండకూడదు. నేల మీద నుంచి ఒక చిన్న రాయి తీసుకుంది పూర్ణ. దాన్ని ఎప్పటికీ పదిలంగా దాచుకోవాలి. ప్రగాఢమైన అనుభవానికిది ఒక జ్ఞాపిక. తనకు తనే ఇచ్చుకునే ట్రోఫీ. తన కోసం ఓపికగా ఎదురుచూస్తున్న శేర్పా వైపు నడిచింది పూర్ణ.

25 మే 2014

ఉదయం 7 గంటలు

ప్రవీణ్‌కుమార్ ఐ.పి.ఎస్. నివాసం

ప్రవీణ్‌కుమార్ ఉలిక్కిపడి ఒక్కసారిగా లేచి కూర్చున్నాడు. ఆయన గుండె చప్పుడు ఆయన చెవుల్లోనే మార్మోగుతున్నది. బాగా చెమట పట్టేసింది. ఆ రాత్రి నిద్రపోయి తప్పు చేసాననుకున్నాడు. నిజానికి తెల్లవారుఝామున పక్షులు కూసే వేళకు మాత్రమే ఆయనకు నిద్రపట్టింది. పొగలుకక్కే కాఫీ పట్టుకుని తాజా గాలికోసం వాకిట్లోకి వచ్చాడు. ఆయన జేబులో వున్న ఫోన్ మోగింది.

శేఖర్‌బాబు!

"హలో,"

"హలో సర్!" శేఖర్‌బాబు.

శేఖర్‌బాబు ఫోన్‌లో స్పీకర్ ఆన్ చేసాడని గ్రహించాడు ప్రవీణ్‌కుమార్. అందులో నుంచి పూర్తి వాల్యూమ్‌లో రేడియో వినపడుతోంది. నేపాలీ భాషలో ఏదో సంభాషణ.

ప్రవీణ్‌కుమార్ సహనం నశించింది.

"శేఖర్! ముందు పిల్లలు ఎలా వున్నారో చెప్పండి," అన్నాడు.

"ముందు ఇది వినండి సర్!" అని ఫోన్ ముందు మళ్ళీ రేడియో పెట్టాడు శేఖర్‌బాబు.

ప్రవీణ్‌కుమార్‌కి విసుగొచ్చింది. "అసలు సంగతి చెప్పండి," అన్నాడు.

"కంగ్రాచ్యులేషన్స్ సర్! పూర్ణ, ఆనంద్ ఎవరెస్ట్ ఎక్కేసారు. పూర్ణ ఇప్పుడు రికార్డు సాధించింది. ఎవరెస్ట్ ఎక్కిన బాలికలందర్లోకీ చిన్నది. వాళ్ళు తిరిగివస్తున్నారు."

ప్రవీణ్‌కుమార్‌కి ఒక క్షణం ప్రపంచం స్తంభించినట్లనిపించింది. ఒక కుర్చీ లాక్కుని అందులో కూలబడిపోయాడు. కొన్ని క్షణాలు కదలలేకపోయాడు. కళ్ళు మూసుకున్నాడు. ఎంత హాయిగా వుంది! ఒక నిముషం తరువాత ఫోన్ తీసి ఒక సందేశం పంపించాడు.

పూర్ణ, ఆనంద్ ఎవరెస్ట్ ఎక్కేసారు. పూర్ణ ఇప్పుడు రికార్డు సాధించింది. ఎవరెస్ట్ ఎక్కిన బాలికలందర్లోకీ చిన్నది. వాళ్ళు తిరిగివస్తున్నారు!

ఈ సందేశాన్ని రేమండ్ పీటర్‌కూ షంషేర్ సింగ్ రావత్‌కూ పంపించాడు.

ఒక్కసారి గట్టిగా ఊపిరి పీల్చుకున్నాడు.

పిల్లలకి ఎవరెస్ట్ ఎక్కడానికి అనుమతి వచ్చినప్పటి నుంచీ ఆయనకు ఆందోళనగానే వుంది. ఏదో తప్పుచేసిన భావన వెంటాడుతున్నది.

తన ఆదర్శాలు సాధించడానికి వాళ్ళ ప్రాణాలు పణంగా పెట్టాడా? పిల్లలకి ఏమైనా జరిగితే తను ఎలా బ్రతకగలడు? వాళ్ళ తల్లితండ్రులకి ఏం సమాధానం చెప్పగలడు?

చాలా నైతికపరమైన ప్రశ్నలను తట్టుకున్నాడు.

పైకి చూసాడు.

స్వేరోలకి ఆకాశమే హద్దు!

***

ఎక్కడంతో పోలిస్తే దిగడమే సులువు. అయినా పూర్ణ శేర్పా గిమా నూరు చాలా అప్రమత్తంగా వుంటాడు. ఏమాత్రం అజాగ్రత్తగా వుండడు. దిగేటప్పుడు అజాగ్రత్తగా వుండి ప్రాణాలు కోల్పోయిన వాళ్లెందరో! దిగేటప్పుడు శరీరం యొక్క గురుత్వాకర్షణ కేంద్రం (centre of gravity) మారుతూ వుంటుంది, దిగడాన్ని కష్టతరం చేస్తుంది.

దిగేటప్పుడు పూర్ణకి మళ్ళీ అయిదు మృతదేహాలు తారసపడ్డాయి.

మనం కోరుకోని సంఘటనలు మనకి ఎందుకు ఎదురౌతాయి? మనం వద్దనుకున్నకొద్దీ వెంటపడతాయి.

ఈ మార్గంలో జనం రద్దీ బాగా వుంది. ఎందుకంటే హిమనీపాతం విరుచుకుపడ్డ తరువాత నేపాలీ మార్గాన్ని మూసివేసారు.

తిరుగుమార్గంలో పూర్ణకి ఆనంద్ కలిసాడు.

"మళ్ళీ పోదామా ఎవరెస్ట్ శిఖరానికి? పద, ఇద్దరం కలిసి పోదాం!" అన్నాడు.

పూర్ణ బాగా అలసిపోయి వుంది.

తన దగ్గరున్న జండాలను అతనికిచ్చింది.

ఎదురయ్యే మృతదేహాల గురించి అతన్ని హెచ్చరిద్దామనుకుంది. కానీ హెచ్చరించలేదు.

ఆనంద్ ఉదయం 6.45. గంటల ప్రాంతంలో శిఖరం చేరాడు. go-pro నుంచి ప్రవీణ్‌కుమార్‌కి సందేశం పంపించాడు.

'ప్రవీణ్ సర్! మేము, మీ స్వేరోలం, శిఖరం ఎక్కాం సర్! మేము దీన్ని సాధించాం. జై భీమ్!'

పూర్ణ క్యాంప్-3కి చేరడానికి ముందే శాటిలైట్ ఫోన్‌లో ప్రవీణ్‌కుమార్‌తో మాట్లాడింది.

"సర్! మేము సాధించాం సర్! చాలా కష్టమైంది... చాలా చాలా కష్టమైంది. అయినా మేంసాధించాం!"

ప్రవీణ్ కుమార్ విన్నాడు.

ఎవరూ ఇంకేమీ మాట్లాడలేకపోయారు.

"రేపు బాగా మంచు పడవచ్చుననే వాతావరణ సూచన వుంది. పైగా మరో హిమనీపాతం కూడా వచ్చే అవకాశంవుంది అని అనుకుంటున్నారు కనుక ఈ రోజే పిల్లల్ని అడ్వాన్స్ బేస్ క్యాంప్‌కి తీసుకుపోతున్నాను సర్!" అని చెప్పాడు శేఖర్‌బాబు.

అడ్వాన్స్ బేస్ క్యాంప్‌కు దిగడం బాగానే వుంది. ఐస్ మీద బాగానే జారుతూ వచ్చారు. కానీ వాళ్ళు కరాబినర్‌తో చాలా జాగ్రత్తగా వుండాల్సివుంది. పూర్ణ తన కరాబినర్‌ను తాడుకు గట్టిగా బిగించింది. తాడును జుమర్‌కి అవతల వైపు కట్టింది.

ఇప్పుడు ఎక్కే పరికరమే దిగే పరికరంగా మారుతుంది. తన పరికరాలను దిగడానికి దారిలో ఏర్పాటు చేసిన తాడుకు జతచేస్తూ విడిపిస్తూ మళ్ళీ జతచేస్తూ పూర్ణ దిగుతోంది. ఆమె నైపుణ్యాలు ఎరిగి వున్న శేర్పాలు ఆమెను స్వతంత్రంగా దిగనిస్తున్నారు. ఒకసారి మంచు కురిసి ఆమె చూపుకి అడ్డంపడింది. అప్పుడు కళ్ళజోడు తీసి, త్వరగా ABC చేరాలనే ఆత్రంలో మళ్ళీ పెట్టుకోడం మానేసింది. మంచు నేరుగా కళ్ళల్లో పడి కళ్ళకు నొప్పిపుట్టింది.

సాయంత్రానికి వాళ్ళు అడ్వాన్స్ బేస్ క్యాంప్ చేరుకున్నారు. పూర్ణ కళ్ళు బాగా ఎర్రబడిపోయి బాగా మండుతున్నాయి. అక్కడ డాక్టర్ ఆమె కంట్లో చుక్కల మందు వేశాడు. మిగతా ఆరోగ్యం అంతా బావుందని చెప్పాడు.

ఆ రాత్రి బాగా విశ్రాంతి తీసుకున్నాక ఆమె కళ్ళల్లో ఎరుపుదనం తగ్గింది.

ఆ సాయంత్రమే పెనుగాలితో కూడిన మంచు తుఫాను వచ్చిందక్కడ. ఒక నాలుగు అడుగుల దూరంలో వున్నవి మాత్రమే కనపడుతున్నాయి. మొత్తం ఆ ప్రదేశమంతా పొగమంచు దుప్పటితో కప్పినట్టు అయిపోయింది. ఇంకా క్యాంప్-2, క్యాంప్-3లలో వుండిపోయినవారిని తలుచుకుని బాధపడింది పూర్ణ. వారి క్షేమం కోసం ప్రార్థించింది. క్యాంప్-3లో ముగ్గురు ఆరోహకులు కనిపించక అక్కడ చాలా కలవరంగా, ఆందోళనగా వుంది. అదృష్టంకొద్దీ వాళ్ళు మోకాలి లోతు మంచులో కష్టపడి బయటికి వచ్చారు.

పూర్ణకి నెలసరి వచ్చింది. శరీరంపై మనసుదే అదుపు అనే విషయం గుర్తుపెట్టుకుంది పూర్ణ.

ఆ రాత్రి పూర్ణ నిద్రపోయేముందు శేఖర్‌బాబు వచ్చి, “పూర్ణా! పిన్న వయసులో ఎవరెస్ట్ ఎక్కిన మొదటి బాలికగా ప్రపంచ రికార్డు సాధించావు!” అని ప్రశంసించాడు.

“అవును. మా శేర్పా చెప్పాడు.”

“ఇంకొకటి కూడా సాధించావు నువ్వు, ఈ సంవత్సరం ఎవరెస్ట్ మీద పాదం మోపిన మొదటి వ్యక్తివి కూడా నువ్వే!”

ఆనంద్ వాత్సల్యపూర్వకంగా ఆమె భుజం తట్టాడు.

“ఇంకా తెలంగాణా రూపుదిద్దుకోక ముందే తెలంగాణా జండాని ఎగరేసావు, అది కూడా ఎవరెస్ట్ శిఖరం మీద! ఎట్లా అనిపించింది నీకు, చిన్నా?” అంటూ నవ్వాడు.

“బాబూ! అవ్వన్నీ అర్థంచేసుకునే వయసు కాదు పూర్ణది.” అన్నాడు శేఖర్‌బాబు.

"నువ్వు చాలా అమాయకురాలివి పూర్ణా! నువ్వెంత గొప్ప సాహసం చేసావో నీకు తెలియదు. ఎంత అమాయకత్వం! ఎంత వినమ్రత!" అన్నాడు శేఖర్‌బాబు.

నీ అమాయకత్వం, నీ వినమ్రతే నువ్వు సాధించినదానిని ఒక అపురూపమైనదిగా రూపొందించింది.

1 జూన్ 2014

ఢిల్లీ మహానగరం ఉక్కలో వేగిపోతోంది. ఎండకి మాడిపోతోంది.

సాంఘిక సంక్షేమ పాఠశాలల సీనియర్ కన్సల్టెంట్ కె.ఎఫ్.రెడ్డి పూర్ణ, ఆనంద్‌లకు స్వాగతం చెప్పడానికి ఢిల్లీ నుంచి ఖట్మండూ వచ్చాడు. పిల్లలకు ఇంటర్వ్యూలు ఇవ్వడం, పత్రికా ప్రతినిధుల సమావేశాలలో మాట్లాడడం నేర్పించాడు. తరువాత అకడమిక్ కో–ఆర్డినేటర్ శర్మ కూడా పిల్లలకు ప్రసార మాధ్యమాలతో కలిసే ఏర్పాట్లు చేయడానికి ఢిల్లీ వచ్చాడు.

సున్నాకు తక్కువ వున్న శీతోష్ణస్థితి నుంచి అతివేడిలోకి వచ్చి కుదురుకోడానికి పూర్ణావాళ్లకి రెండు రోజులు పట్టింది. వాళ్ళు ఢిల్లీలోని ఆంధ్రప్రదేశ్ భవన్‌లో రెండు రోజులు వున్నారు .నాలుగు రోజుల అనతరం వాళ్ళు ప్రధాని మోడీని కలిసి ఆయన అభినందనలు స్వీకరించారు. తను రూపొందించిన "బేటీ పడావ్, బేటీ బచావ్!" ఉద్యమాన్ని, తన కలను పూర్ణ సాకారం చేసినందుకు ఆయన సంతోషం వ్యక్తంచేసాడు.

అంధ్రప్రదేశ్ భవన్‌లో ప్రసార సాధనాలన్నీ పూర్ణ, ఆనంద్‌ల విజయాలలోని కొన్ని భాగాలను రికార్డ్ చేసాయి.

6 జూన్ 2014

రాజీవ్ గాంధి అంతర్జాతీయ విమానాశ్రయం, హైదరాబాద్.

పూర్ణ, ఆనంద్, శేఖర్‌బాబు విమానాశ్రయంలోని ప్రయివేట్ లౌంజ్‌కి త్వరత్వరగా నడుస్తూవచ్చారు. అక్కడ పూర్ణకి తన తల్లితండ్రులు కనిపించారు. ఒక నెల క్రిందట వాళ్ళని ఇక తను చూడగలనో లేనో అనుకుంది పూర్ణ. ఇప్పుడు వాళ్ళను చూసి ముసిముసినవ్వులతో చెయ్యి ఊపింది.

వాళ్ళ దగ్గరకు పరిగెత్తుకుంటూ పోయి చేతులు పట్టుకుని "యాడీ! (అమ్మా) బా! (నాన్నా) నేను క్షేమంగా వస్తానని చెప్పానా? నిజంగానే వచ్చాను చూడండి!" అంది.

లక్ష్మికి కళ్ళల్లో నీళ్ళు వచ్చాయి. ఆనంద్ తల్లి లక్ష్మికి కూడా ఆనందబాష్పాలు కురిసాయి! జాతీయ అంతర్జాతీయ ప్రసార సాధనాలన్నీ తమ పిల్లల విజయవార్తతో

మార్మోగిపోయినప్పుడుగానీ వాళ్లకు తమ పిల్లలు సాధించిన కార్యం ఎంత గొప్పదో తెలియలేదు, వాళ్ళ ఘనత అర్థంకాలేదు.

ప్రవీణ్‌కుమార్ చేతులు కట్టుకుని నిలబడి ఉన్నాడు. ఆ ఇద్దరు స్వేరోలూ తన దగ్గరకు రావడాన్ని కళ్ళార్పకుండా చూశాడు.

ఆయన వాళ్లకి అభినందనలు చెప్పి కరచాలనం చేసి గట్టిగా కౌగలించుకున్నాడు.

మళ్ళీ ఒకసారి అభినందనలు చెప్పి, "మీరు సాధించారు. మమ్మల్నందర్నీ గర్వపడేలా చేసారు."

పూర్ణ ఆయనకు కృతజ్ఞతలు చెప్పింది.

డెత్ జోన్‌లో అడుగడుగునా తను ఆయన్నే తలుచుకుందని ఎలా చెప్పాలి? ఆయనకు తనలో వున్న నమ్మకమే తనకొక శక్తిగా మారి శరీరంలో ప్రవహించింది. శిఖరాగ్రం మీద నిలబడ్డ మొదటి క్షణం తను ఆయనకే కృతజ్ఞతలు చెప్పుకుందని ఎలా తెలియజెప్పడం?

విమానాశ్రయం లౌంజ్ బయటకు వచ్చాక అక్కడ తన ప్రిన్సిపల్, ఉపాధ్యాయులు, స్నేహితులను చూసి ఉప్పొంగిపోయింది పూర్ణ.

ఆ బృందంలో ఒక వ్యక్తి కోసం ఆమె కళ్ళు వెతికాయి. ఇంతలోనే ఆమె కళ్ళు మెరిశాయి. స్వప్న! తన పి.ఇ.టి. టీచర్! పొదల్లోనుంచి కుందేలు పరిగెత్తినట్లు గుంపులో నుంచి దారి చేసుకుని స్వప్న ముందు నిలబడింది పూర్ణ.

"స్వప్నా మేడమ్!"

స్వప్న ఒక్క క్షణం ఆశ్చర్యపోయి అంతలోనే అతి సంతోషంతో పూర్ణని కౌగలించుకుంది. ఆమెకు కూడా కన్నీళ్లు వచ్చాయి. "థాంక్ యు మేడమ్!" అంది పూర్ణ ఆమె చెవిలో నెమ్మదిగా. తరువాత పరమేశ్ దగ్గరకు వెళ్ళింది. తన మార్గదర్శకులలో ఆయన ఒకరు.

***

పూర్ణ, ఆనంద్‌లు ప్రసారమాధ్యమ ప్రతినిధులతో మాట్లాడారు. శంషాబాద్ విమానాశ్రయం నుంచి చార్మినార్ వరకూ ఒక ఊరేగింపుగా వెళ్ళారు. వేలాదిమంది సాంఘిక సంక్షేమ గురుకుల పాఠశాలల విద్యార్థులు, వందలాదిమంది పూర్వ విద్యార్థులు పాల్గొన్నారు. సామాజిక కార్యకర్తలు, విద్యావేత్తలు, పత్రికా రచయితలు, విలేఖరులు కూడా ఈ ఊరేగింపులో పాల్గొన్నారు. అది కుల, మత, వయో, భేదాలు మరచి చేసుకున్న ఉత్సవంలాంటిది. కార్లు, లారీలు, బైక్‌లు కూడా చేరగా ఆ ఊరేగింపు

కొన్ని గంటలపాటు సాగింది.

తమ వెనుక నడుస్తున్న సముద్రమంత సమూహాన్ని చూపిస్తూ "చూడు పూర్ణా!" అన్నాడు ఆనంద్.

"నువ్వొక స్ఫూర్తి ప్రదాతవు. చరిత్ర సృష్టించావు. ఇప్పుడు నువ్వొక తారవి!" అన్నాడు.

మొదటిసారి పూర్ణకి తను సాధించినదాని ఘనత అర్థం అయింది. శిఖరంపై కాలిడిన క్షణాన తను తల వంచి సకల మానవాళికి వందనం చేసిన సంగతి గుర్తు వచ్చింది. వాళ్ళందరి దీవెనలే తన కార్యసాధనకు దారి దీపాలు.

ప్రవీణ్‌కుమార్ దూరం నుంచి పూర్ణను చూశాడు. ఇప్పుడా అమ్మాయిలో ఆత్మవిశ్వాసం ఉట్టిపడుతోంది. హఠాత్తుగా వచ్చిన ఈ గౌరవాన్ని, పేరు ప్రఖ్యాతులనూ ఎలా నిబ్బరంగా తీసుకోవాలో ఆమెకు తెలుసనిపించింది. ఆమె భుజాల మీద ఆమె తల నిటారుగా నిలబడి వుంది.

పూర్ణ.

పరిపూర్ణమైనది, సంపూర్ణమైనది.

పూర్ణకూ ఆమె వంటి అనేకమందికి ప్రపంచాన్ని జయించే ప్రయాణానికి ఇదే ప్రారంభం.

సంపూర్ణం

ఎవరెస్ట్‌కి ఆవల

2014, మే 25న ప్రపంచంలోనే ఎత్తైన ఎవరెస్ట్ శిఖరాన్ని (8,843 మీటర్లు) పూర్ణ అధిరోహించింది. ఆ శిఖరాన్ని అతి చిన్న వయస్సులో (13 సంవత్సరాల 11 నెలల ప్రాయంలో) అధిరోహించిన బాలికగా ప్రపంచ రికార్డ్ సాధించింది.

పూర్ణ అంతటితో ఆగలేదు. ప్రపంచంలోని ఏడు అత్యున్నత శిఖరాలనూ అధిరోహించాలని ఆకాంక్షించింది. 2016లో ఆఫ్రికా ఖండంలోని కిలిమంజారో శిఖరాన్ని (5,895 మీటర్లు), యూరప్‌లోని మౌంట్ ఎల్‌బ్రస్ (Mount Elbrus - 5,642 మీటర్లు)ను 2017 లోనూ, కార్‌స్టెన్జ్ పిరమిడ్ (Carstenz Pyramid - 4,884 మీటర్లు)ను 2019 మార్చ్‌లోనూ, దక్షిణ అమెరికాలోని అకొన్‌కాగువ (Aconcagua - 6,961 మీటర్లు)ను 2019 ఏప్రిల్‌లోనూ అధిరోహించింది. ఇప్పుడిక ఉత్తర అమెరికాలోని డెనాలి (Denali - 6,190 మీటర్లు), అంటార్కిటికా లోని విన్సన్ మాసిఫ్ (Vinson massif - 4,892 మీటర్లు)లను ఎక్కాలని ఆమె ఆశయం.

ఈలోగా ఆనంద్ కూడా కిలిమంజారో, ఆస్ట్రేలియాలోని మౌంట్ కోస్కియోజ్కో (kosciuszco - 2,228 మీటర్లు) లను అధిరోహించాడు. ఇప్పుడతను మనాలిలోని అటల్ బిహారి వాజపాయి ఇన్‌స్టిట్యూట్ ఆఫ్ మౌంటెనీరింగ్ అండ్ అల్లైడ్ స్పోర్ట్స్‌లో స్కీయింగ్ (మంచుపై జారే క్రీడ) కోచ్‌గా పనిచేస్తున్నాడు. పర్వతారోహకులకు అంతర్జాతీయ శిక్షకుడిగా రూపొందాలని అతని ఆకాంక్ష.

పురస్కారాలు, పతకాలు:

- 'ప్రధానమంత్రి ప్రత్యేక గుర్తింపు పురస్కారం' 2014లో నరేంద్రమోడీ చేతులమీదుగా.
- 'అమేజింగ్ ఇండియన్స్' (Amazing Indians) పురస్కారం: 2015లో ఇది కూడా ప్రధాన మంత్రి చేతుల మీదుగానే.

- భారత రాష్ట్రపతి ఎక్సెలెన్స్ పురస్కారం: 2017లో ప్రణబ్ ముఖర్జీ చేతుల మీదుగా.
- న్యూయార్క్‌లో 2015లో జరిగిన UN sustainable summitలో తెలంగాణాకి ప్రాతినిధ్యం వహించింది పూర్ణ. అప్పుడు న్యూయార్క్‌లో మొదటిసారి మెట్రో ఎక్కింది.
- తెలంగాణా ముఖ్యమంత్రి కె. చంద్రశేఖరరావుగారు ఆమెకు, ఆనంద్‌కు నిజామాబాద్‌లోని ఇందల్వాయి గ్రామంలో చెరి అయిదెకరాల భూమి, 25 లక్షల రూపాయల నగదు బహూకరించారు. కామారెడ్డిలో మూడు పడకగదుల ఇల్లు కూడా ఇచ్చారు. పూర్ణ ఎవరెస్ట్ ఎక్కినందుకు ఆమెకు నిజామాబాద్ ఎం.ఎల్.ఎ. ఒక లక్ష రూపాయలు బహూకరించారు.
- ఎవరెస్ట్ అధిరోహణ తరువాత ఒక వారం రోజులపాటు దేశం అంతా ప్రతి ఇండిగో విమానం లగేజ్ మీద పూర్ణ పేరు వ్రాసారు. ఎయిర్ హోస్టెస్‌లు వారి బాడ్జ్‌ల మీద 'నేను పూర్ణని' (I am poorna) అని వ్రాసుకున్నారు.
- 2017లో బాలీవుడ్ డైరెక్టర్ రాహుల్ బోస్ 'పూర్ణ' అనే సినిమా తీసాడు. ప్రవీణ్‌కుమార్, పూర్ణలు ప్రణబ్‌ముఖర్జీతో కలిసి ఈ సినిమా చూసారు.
- రోటరీ ఇంటర్నేషనల్ తరఫున ఆమెను పాల్ హారిస్ ఫెలోగా సత్కరించారు. ఇది ప్రపంచ ప్రజల మధ్య పరస్పర స్నేహభావం పెంపొందించడానికి గుర్తుగా ఇచ్చారు.
- 2016లో జరిగిన సరిహద్దు భద్రతా దళాల క్రీడా ఉత్సవాలకు ముఖ్య అతిథిగా ఆహ్వానించారు.
- భారత యువతకొక ఆదర్శమూర్తిగా ASPIRE Grow More నుంచి 'TiE-ASPIRE Young Achiever' అవార్డ్.
- పోగో (POGO) ఛానెల్ నుంచి 'పోగో అమేజింగ్ కిడ్స్' అవార్డ్.
- సాక్షి టీవీ నుంచి 2015లో 'సాక్షి ఎక్సెలెన్స్' అవార్డ్.
- 2018లో జీ తెలుగు చానల్ నుంచి 'అప్సర' అవార్డ్.
- ఆమె ఎవరెస్ట్ శిఖరం ఎక్కడానికి చూపిన సంకల్ప బలానికి మెచ్చుకుంటూ టీవీ9 ఛానెల్ లక్షరూపాయల నగదు పురస్కారం అందించింది.
- 2019లో ఈ టీవీ ఛానెల్ నుంచి 'వసుంధర' పురస్కారం.

అనంతర కథనం

పూర్ణ సాధించిన విజయాల గొప్పతనం ఆమె కుటుంబానికి పూర్తిగా అర్థంకాలేదు. వాళ్ళమ్మాయి క్షేమంగా తిరిగి ఇంటికి రావాలని మాత్రమే వాళ్ళు కోరుకున్నారు. విజయం అనేది ఒక అదనపు సంతోషం వాళ్లకి. పూర్ణ తల్లితండ్రులకి గానీ, అన్న నరేశ్‌కి గానీ ఆమె లక్ష్యమూ అందలి కష్టాలూ అవగాహనలో లేవు.

క్యాంప్-3 నుంచి పూర్ణ ఫోన్ చేసినప్పుడు తండ్రి మాట్లాడాడు. తల్లి అక్కడ లేదు. తన కూతురు శిఖరం ఎక్కి తిరిగి దిగివస్తున్నదని విని ఊపిరి పీల్చుకున్నాడు దేవీదాస్. ఆ మధ్యాన్నం వాళ్ళ పొరుగువాళ్ళు వచ్చి పూర్ణ ఎవరెస్ట్ ఎక్కివచ్చి టీవీలో మాట్లాడుతున్నదని చెప్పారు. ఒక గంటలో ప్రసార సాధనాల ప్రతినిధులు వాళ్ళ గ్రామానికి వచ్చారు.

ఆ గ్రామస్తులకి ఎవరెస్ట్ అంటే తమ గ్రామాల్లో రోజూ తాము చూసే గుట్టల కన్నా కాస్త ఎక్కువేమో అనిపించింది. అదంతా పెద్ద విశేషమేమీ కాదనిపించింది. కానీ టీవీలో పదేపదే పూర్ణ సాధించిన గొప్ప కార్యాన్ని వివరిస్తూ, మంచు కొండలని చూపిస్తుంటే మొదటిసారిగా వాళ్లకి హిమాలయాల గురించీ, అక్కడి ఉష్ణోగ్రతల గురించీ అర్థం అయింది. అది కూడా చాలాసేపు వాళ్ళని అలరించలేకపోయింది. పూర్ణ ఎప్పుడూ వాళ్ళ పూర్ణే. పాకాల పిల్ల.

పూర్ణ సాహస యాత్ర తరువాత సాంఘిక సంక్షేమ గురుకుల పాఠశాలల పరిణామం

పూర్ణ సాధించిన విజయం తరువాత, సాంఘిక సంక్షేమ గురుకుల పాఠశాలల నిర్వహణ విధానాన్ని మార్చాలనే విషయం స్పష్టమైంది. తెలంగాణా రాష్ట్రం ఏర్పడడం, పూర్ణ విజయంతో ఈ పాఠశాలల నిర్వహణ ప్రాధాన్యం వెలుగులోకొచ్చింది. ఉన్న 134 పాఠశాలలకు మరో 134 పాఠశాలలు అదనంగా నెలకొల్పారు. 2011-12 సంవత్సరంలో పిల్లల సంఖ్య 65,525 వుండగా, 2018-19 వచ్చేసరికి అది 149,680కి పెరిగింది.

పూర్ణ సాధించిన ఘనవిజయంతో సాంఘిక సంక్షేమ గురుకుల పాఠశాలలలో భాగస్వాములైన ఉపాధ్యాయులలోనూ, తల్లితండ్రులలోనూ, తెలంగాణా ప్రభుత్వంలో సహితం గొప్ప కదలిక వచ్చింది. అదివరకు కేవలం మౌలిక పాఠ్యాంశాలకూ కనీస వసతులకూ పరిమితమైన పాఠశాల విద్యావిధానం ఇప్పుడు విద్యయొక్క నాణ్యతతో ఏమాత్రం రాజీపడకుండా విద్యార్థుల సర్వతోముఖాభివృద్ధి మీద దృష్టిపెట్టాల్సి వచ్చింది.

ఇంతకుముందు కనీసవసరాలు ఏర్పాటుచెయ్యడమే కష్టంగా వుండేది. వృత్తివిద్యలలో చేరదలచుకున్న పిల్లలకు ముందుస్తు శిక్షణ ఇవ్వడానికి ఇప్పుడు 27 కళాశాలలు ముందుకువచ్చాయి. స్త్రీలకు రక్షణ శాఖలో ఉద్యోగాలకోసం శిక్షణ ఇచ్చే కళాశాల, జాతీయ రక్షణ అకాడమీలో చేరగోరే వారికోసం ఒక సైనిక్ స్కూల్, ఒక ఫైన్ ఆర్ట్స్ కాలేజి స్థాపించబడ్డాయి.

ఒకప్పుడు ఈ పాఠశాలలలో అత్యంత పేదలు మాత్రమే చేరేవారు. ఇప్పుడివి కాన్సెప్ట్ స్కూల్స్‌తో పోటీపడుతున్నాయి. మధ్యతరగతివారు కూడా ఈ పాఠశాలల వైపు చూస్తున్నారు. అతితక్కువ ఫీజుతో నాణ్యమైన చదువు లభిస్తున్నందువలన ఈ మార్పు వచ్చింది.

18-yr-old becomes youngest tribal woman to conquer Antarctic peak

Times News Network

Hyderabad: On her path to conquering seven summits in seven continents, 18-year-old mountaineer Malavath Poorna from the state became the youngest tribal woman to conquer the highest peak in Antarctica, Mount Vinson Massif which stands 4,987 metres tall.

"I would not have achieved these mountaineering feats without solid support from the state," said a jubilant Poorna over satellite phone. She has now set her sights on conquering North America's highest peak, Mount Denali.

The 18 year old, who is the daughter of agricultural labourers from Nizamabad district's tribal hamlet of Pakala, is currently pursuing an undergraduate course at the Minnesota State University in United States as a fellow of the Global Undergraduate Exchange Program. She accomplished the Mt Vinson mission with help from the government of Telangana, Transcend Adventures and crowd-funding. Poorna did her

AIN'T NO MOUNTAIN HIGH ENOUGH: Poorna has now set her sights on scaling North America's Mt Denali, her seventh peak in as many continents

schooling under the Telangana Tribal Welfare Society.

Lauding Poorna as the "pride of Telangana and India," Telangana Social Welfare Residential Educational Institutions Society (TSWREIS) secretary RS Praveen Kumar said: "Poorna's expeditions will remain engraved in golden letters in the annals of the world's mountaineering history." He recalled her journey from when she would scale small hills in her village to becoming an accomplished mountaineer. "The conquest of world's tallest peaks by Poorna has left an indelible impression on millions of children from marginalised communities across the world, especially girls," he said.

So far, Poorna has scaled Asia's Mt Everest (in 2014), Africa's Mt Kilimanjaro (in 2016), Europe's Mt Elbrus (in 2017), South America's Mt Aconcagua, Oceania's Mt Carstensz and Antarctica's Mt Vinson Massif, all in 2019.

Malavath Poorna conquers Mt Vinson

Continued from P1

With her dedication and determination, she has proved that marginalised youth specially girls can achieve anything if opportunities were provided to them. Her latest achievement will have an indelible impression on millions of marginalised children.

Poorna is very close to achieving her goal of scaling the seven tallest summits located in seven continents. Poorna is gearing up to scale Mt Denali (North America's highest mountain peak), the dream of every mountaineer in the world.

Poorna thanked Telangana Chief Minister K Chandrashekar Rao and Minister for Welfare Koppula Eshwar for the encouragement and the support extended to her. She also expressed her gratitude to the Telangana Social Welfare Residential Educational Institutions Society (TSWREIS) secretary Dr RS Praveen Kumar and her coach Sekhar Babu Bachinepally of Transcend Adventures, Hyderabad, for their unwavering support and encouragement.

Dr Praveen Kumar, secretary TSWREIS, said, "Poorna's expeditions will remain engraved in golden letters in the annals of the world's mountaineering history. Today Poorna has become an accomplished world-class mountaineer and pride of Telangana and India."

Poorna accomplished Mt Vinson mission with the help of the Government of Telangana, Transcend Adventures and crowdfunding. Poorna is currently pursuing an undergraduate course at the Minnesota State University, USA, as a fellow of the Global Undergraduate Exchange Programme, USA.

Poorna's parents work as agricultural labourers in a remote Pakala tribal hamlet of Nizamabad (district) in Telangana. The sweeping and path-breaking innovative initiatives introduced by secretary Dr Praveen Kumar, the story has had a telling effect on Poorna and as well as thousands of poor children.

విన్సన్ మసిఫ్ పర్వతాన్ని అధిరోహించిన మాలావత్ పూర్ణ

మన పూర్ణ మరో ఘనత

- తెలంగాణ ఖ్యాతిని ఖండాతరాలకు విస్తరించిన తెలంగాణ బిడ్డ
- తదుపరి టార్గెట్ ఉత్తర అమెరికాలోని దెనాలి పర్వతం

హైదరాబాద్, నమస్తే తెలంగాణ: అతి చిన్నవయసులో ప్రపంచంలోనే ఎత్తయిన శిఖరం ఎవరెస్టును అధిరోహించి రికార్డు సృష్టించిన తెలంగాణ బిడ్డ మాలావత్ పూర్ణ మరో ఘనత సాధించింది. ఎత్తయిన పర్వతాల్లో ఒకటైన విన్సస్ మాసిఫ్ పర్వతాన్ని తాజాగా అధిరోహించి.. తెలంగాణ ఖ్యాతిని ఖండాతరాలకు విస్తరించింది. అంటార్కిటికాలో 16,050 అడుగుల ఎత్తులో ఉన్న ఈ పర్వత శిఖరాన్ని ఈ నెల 26న అధిరోహించి చరిత్ర సృష్టించింది. ఏడుఖండాల్లో ఉన్న ఏడు ఎత్తైన పర్వతాలను అధిరోహించాలన్న లక్ష్యం పెట్టుకున్న పూర్ణ.. ఇప్పటివరకు ఆరు ఖండాల్లోని ఆరు ఎత్తయిన పర్వతాలపై తెలంగాణ కీర్తి పతాకను ఎగురవేయటం విశేషం. 2014నుంచి పూర్ణ అధిరోహించిన పర్వతాల్లో ఎవరెస్ట్ (ఆసియా), కిలిమాంజారో (ఆఫ్రికా), ఎల్బ్రస్ (యూరప్), అకోన్కాగ్వా (దక్షిణ అమెరికా), కార్ట్సనెజ్ (ఓషనియా) ఉన్నాయి. తాజాగా వీటికి విన్సన్ మాసిఫ్ (అంటార్కికా) తోడైంది. ప్రముఖ పర్వతారోహకుడు శేఖర్ బాబు ప్రత్యేక శిక్షణ ఇచ్చి ఎప్పటికప్పుడు ప్రోత్సహిస్తున్నారు. తన లక్ష్యంలో భాగంగా ప్రపంచంలోని మరో ఎత్తయిన పర్వతం దెనాలి (ఉత్తర అమెరికా)ని అధిరోహించేందుకు త్వరలోనే ప్రయత్నాన్ని ప్రారంభిస్తానని పూర్ణ తెలిపింది. ముఖ్యమంత్రి కే చంద్రశేఖర్‌రావు అందిస్తున్న ప్రోత్సాహంవల్లే ప్రపంచవ్యాప్తంగా ఎత్తైన శిఖరాలను అధిరోహించే అవకాశం కలిగిందని చెప్పింది. సంక్షేమశాఖ మంత్రి కొప్పుల ఈశ్వర్, ఎస్సీ గురుకుల సొసైటీ కార్యదర్శి ఆర్ఎస్ ప్రవీణ్‌కుమార్‌కు కృతజ్ఞతలు తెలిపింది. పూర్ణ తల్లిదండ్రులు నిజామాబాద్ జిల్లా పాకాలలో వ్యవసాయ కూలీలు. నిరుపేద కుటుంబానికి చెందిన తనకు ప్రభుత్వపరంగా అందుతున్న ప్రోత్సాహం వల్లే ఈ విజయాన్ని సాధించగలుగుతున్నానని పూర్ణ పేర్కొన్నది. పూర్ణ ప్రస్తుతం కామారెడ్డి సంక్షేమ గురుకుల మహిళాడిగ్రీ కళాశాలలో చదువుకుంటున్నది.

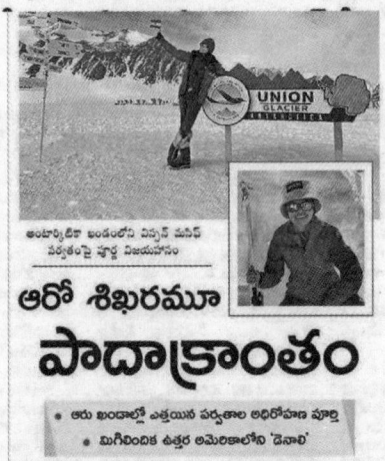

అంటార్కిటికా ఖండంలోని విన్సన్ మసిఫ్ పర్వతంపై పూర్ణ విజయహాసం

ఆరో శిఖరమూ పాదాక్రాంతం

- ఆరు ఖండాల్లో ఎత్తయిన పర్వతాల అధిరోహణ పూర్తి
- మిగిలిందిక ఉత్తర అమెరికాలోని 'డెనాలి'

ఈనాడు, హైదరాబాద్: యువ పర్వతారోహకురాలు మాలావత్ పూర్ణ మరో ఘనత సాధించారు. ఆరేళ్ల వ్యవధిలోనే ఆరు ఖండాల్లోని ఎత్తైన పర్వతాలను అధిరోహించి చరిత్ర సృష్టించారు. సాంఘిక సంక్షేమ గురుకుల డిగ్రీ కళాశాలకు చెందిన ఈమె..ఈ నెల 26న అంటార్కిటికా ఖండంలో 16,050 అడుగుల ఎత్తులో ఉన్న విన్సన్ మసిఫ్ పర్వతంపై అడుగుపెట్టి సగర్వంగా జాతీయ పతాకాన్ని ఆవిష్కరించారు. ప్రపంచంలోని ఏడు ఖండాల్లోని ఎత్తయిన పర్వతాలను అధిరోహించాలన్న లక్ష్యంతో ప్రారంభమైన యాత్రలో ఇక ఒక ఖండం మాత్రమే మిగిలి ఉంది. ఉత్తర అమెరికాలోని 'డెనాలి'ని అధిరోహిస్తే ఆ కల సైతం సాకారమవుతుంది. "తెలంగాణ సర్కారు సంపూర్ణ మద్దతుతో ఈ రికార్డులు సాధించా. నాలాంటి నిరుపేదలకు అండగా ఉంటున్న సీఎం కేసీఆర్‌కు కృతజ్ఞురాలిని" అని ఈ సందర్భంగా మాలావత్ పూర్ణ తెలిపారు. 'పూర్ణ ప్రపంచ పర్వతారోహకురాలిగా తెలంగాణకు, దేశానికి గర్వకారణం. బడుగు, బలహీన వర్గాల విద్యార్థులకు ఆమె స్ఫూర్తిగా నిలిచింది' అని గురుకుల సొసైటీ కార్యదర్శి ఆర్.ఎస్. ప్రవీణ్‌కుమార్ ఆనందం ప్రకటించారు.

పర్వతారోహణకు ఉపయోగించే పరికరాలు

పర్వతారోహణకు యునైటెడ్ ఇన్‌స్టిట్యూట్ ఆఫ్ ఆల్పైన్ అసోసియేషన్ (UIAA) సంస్థ సర్టిఫై చేసిన సాధనాలనే వాడతారు.

1. నైలాను తాడు: కొండలు ఎక్కడానికి ఉపయోగిస్తారు. ఇందులో రెండు రకాలుంటాయి ఒకటి కదిలే తాడు. మరొకటి నిలకడగా కట్టివుంచే తాడు. కదిలే తాడుని ఎక్కడానికి ఉపయోగిస్తారు. రకరకాల మందం వున్న తాళ్లు వుంటాయి. ఎక్కువగా 10.5 మిల్లీ మీటర్ల మందం వున్న తాడుని వాడతారు. కనీసం 1500 కిలోల బరువుని తట్టుకునే శక్తి (breaking strength) వున్న తాళ్ళనే వాడతారు. ప్రతి తాడుకూ కొంత తట్టుకునే శక్తి వుంటుంది. 'తాడు ఎన్నిసార్లు పడిందీ' అన్నదానిమీద దాని వాడకం వుంటుంది. కొన్ని 7సార్లు పడిన తర్వాత, మరికొన్ని 12సార్లు పడిన తర్వాత పనికిరాకుండాపోతాయి.

2. సీట్ హార్నెస్(seat harness): దీన్ని ట్రౌజర్లలాగా వాడతారు. పర్వతారోహకులు వాడే పరికరాల్ని కారబీనర్‌తో హార్నెస్‌కి జోడిస్తారు.

3. కారబీనర్: ఈ పరికరం పర్వతారోహకులనీ, వారి పరికరాలనీ కలిపి వుంచడానికి ఒక లంకెగా ఉపయోగపడుతుంది. అది తాడుకూ మనిషికీ మధ్య ఒక వంతెన లాంటిది. మూడు రకాలైన కారబీనర్‌లను వాడతారు. ఒకటి స్క్రూ, రెండోది ప్లేన్, మూడోది ఆటో లాక్. ఒక్కొక్క కారబీనర్‌కి లాక్ చేసినప్పుడు 25 kNల తట్టుకునే శక్తి వుంటుంది. అన్‌లాక్ చేసినప్పుడు 8 kNల శక్తి వుంటుంది.

4. హెల్మెట్

5. మిట్టేన్స్

6. జుమర్: దీన్ని ఎసెండర్, డిసెండర్ అని కూడా అంటారు. ఎక్కడానికీ దిగడానికీ కూడా ఉపయోగిస్తారు. ఎవరెస్ట్ ఎక్కడంలో ఇది ఒక ముఖ్య సాధనం.

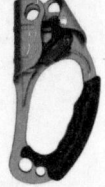

7. స్లింగ్: ఇది కారబీనర్‌నీ, ఇతర పరికరాకలనూ కలిపివుంచేది. ఇది 2200 కిలోల బరువు వరకూ ఆపగలదు. రెండు రకాల స్లింగ్‌లు వుంటాయి. గొట్టం (Tubular) వంటి స్లింగ్ రక్షణ విధానాలకూ, టేప్ స్లింగ్ అదనపు పొడవు పెంచడానికీ ఉపయోగిస్తారు.

8. నిచ్చెన: సాధారణంగా మడవడానికి వీలుగా వుండి, ఎక్కడికైనా తీసుకుపోగలిగేదిగా ఉంటుంది.

9. రాక్ పిటాన్: రాతిపగులులో గుచ్చడానికి వాడే కొక్కెం లాంటిది. ఇందులో నాలుగు రకాలుంటాయి: నిలువుగా ఉండేవి, అడ్డంగా(వెడల్పు) ఉండేవి, కోణాకారంలో వుండేవి, వివిధ రకాలుగా ఉపయోగ పడేవి. వీటిని కొండలు ఎక్కడానికి ఉపయోగిస్తారు.
ఐస్ పిటాన్ లేదా ట్యూబ్యులర్ పిటాన్‌ను మంచు మీద, హిమానీనదాల మీద ఉపయోగిస్తారు. ఐస్ పిటాన్‌ను మంచులో సవ్య, అపసవ్య దిశలలో దూర్చుతారు. దీన్ని టైటానియంతో తయారుచేస్తారు.

10. చోక్‌మేట్స్: కొండ పగుళ్ళ మధ్య పట్టు చిక్కించుకోవడానికి ఉపయోగిస్తారు. దీని సహన శక్తి 1000 కిలోలు వుంటుంది.

11. బిలె పరికరం లేదా వెర్సో: కొండలు ఎక్కేటప్పుడు ఉపయోగిస్తారు. కారబినర్ యొక్క హార్నేస్‌కు దీన్ని తగిలిస్తారు. బిలేయర్ దీన్ని పట్టుకుని వుంటాడు. ఆరోహకుడి కదలికలను అదుపు చేస్తాడు.

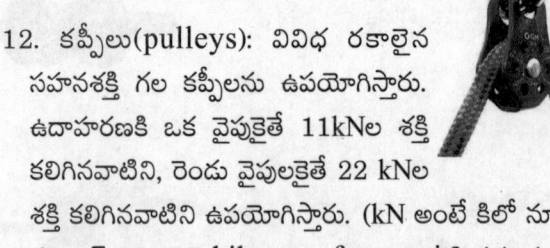

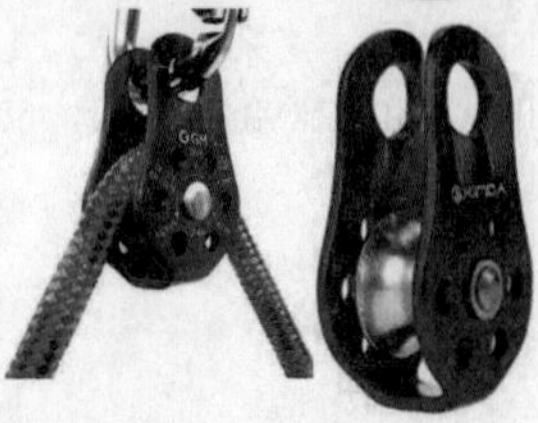

12. కప్పీలు(pulleys): వివిధ రకాలైన సహనశక్తి గల కప్పీలను ఉపయోగిస్తారు. ఉదాహరణకి ఒక వైపుకైతే 11kNల శక్తి కలిగినవాటిని, రెండు వైపులకైతే 22 kNల శక్తి కలిగినవాటిని ఉపయోగిస్తారు. (kN అంటే కిలో న్యూటన్. ఒక కిలో న్యూటన్ 101.97 kilogram force unitకి సమానం.)

13. ఎక్స్‌పాన్షన్ బోల్ట్: ఇది ఒక శాశ్వతమైన లంగరు వేసుకోడానికి ఉపయోగపడుతుంది. దీన్ని కొండలో దిగగుచ్చినపుడు, రాయి ఒక పువ్వులా విచ్చుకుని లంగరు పట్టును పెంచుతుంది. ఒకసారి ఈ బోల్ట్ లు కొండలో గుచ్చితే ఇక తీయడానికి రావు.

14. చాక్ బ్యాగ్

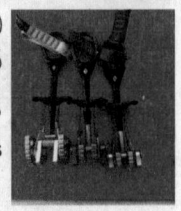

15. షూజ్

16. SLCD: స్ప్రింగ్ లోడెడ్ క్యామింగ్ డివైస్. దీన్ని ఫ్రెండ్స్ అనికూడా అంటారు. దీనిలో ఉండే స్ప్రింగ్ వలన క్యామింగ్ యాక్షన్ జరుగుతుంది. పెద్ద పెద్ద శిలలలోనూ, పర్వతాలలోనూ వుండే పగుళ్ళలో పట్టు సాధించడానికి ఉపయోగిస్తారు.

తాళ్ళకి వేసే ముడులు

1. థంబ్ నాట్/మదర్ నాట్/సేఫ్టీ నాట్

2. ఎనిమిది అంకె వంటి ముడి

3. ఫిషర్మన్ నాట్

4. లో హిచ్ లేదా బేస్ యాంకరింగ్ నాట్

5. రిబ్ నాట్

సప్త శిఖర అధిరోహణకు దగ్గర్లో
మలావత్ పూర్ణ

అయిదు మహోన్నతమైన పర్వత శిఖరాలు, 1. మౌంట్ ఎవరెస్ట్, 2. కిలిమంజారో (ఆఫ్రికా), 3. Aconcagua (దక్షిణ అమెరికా), 4. Carstensz (oceania) 5. Elbrus (Europe) లను అధిరోహించి చరిత్ర సృష్టించిన మలావత్ పూర్ణ, సమాజపు అట్టడుగు వర్గాలలో వున్న ఎంతోమంది బాలికలపై చెరిగిపోని ప్రభావం చూపింది. ప్రపంచంలోని ఉన్నత శిఖరాలపై భారత పతాకం ఎగరేస్తూ పూర్ణ చేసిన విజయ ప్రకటన అన్ని హిమవన్నగాలపై ఇంకా ప్రతిధ్వనిస్తూనే వుంది.

ఇప్పుడు పూర్ణని ఎవరికీ పరిచయం చెయ్యవలసిన అవసరం లేదు. పూర్ణ ఒక పేద కుటుంబంలో పుట్టింది. పర్వతారోహణ గురించి కలలో కూడా ఊహించి

ఎరుగదు. నిజానికి పర్వతారోహణ ఆమె చిన్నప్పుడు ఎంచుకున్న లక్ష్యం కాదు. ఎవరెస్ట్ పర్వత శిఖరం ఎక్కి ప్రపంచ రికార్డ్ సాధించడం మాట అలా వుంచి, అసలు బేస్ క్యాంప్ దాకానైనా వెళ్ళగలనని కూడా అనుకోలేదు.

పూర్ణ తల్లి తండ్రులు తెలంగాణా రాష్ట్రంలోని నిజామాబాద్ జిల్లాలో పాకాల అనే గ్రామంలో వ్యవసాయ కూలీలుగా పనిచేస్తారు. ఆమె పుట్టిపెరిగిన గ్రామంలో ఆడపిల్లలు చేయవలసిన పనులు, చెయ్యకూడని పనులు అని ఎన్నో ఆంక్షలున్నాయి. బడుగు వర్గాలలోని అమ్మాయిలందరిలాగే పూర్ణ జీవితం కూడా వుంది, వుండేది. కానీ ఆమె భవితవ్యం వేరుగా వుంది. తాడ్వాయిలోని సాంఘిక సంక్షేమ గురుకుల పాఠశాల ఆమె పాలిట వరం అయింది. ఆమె భవిష్యత్తుని పూర్తిగా మార్చివేసింది.

చిన్నప్పటినుంచే బలంగా వుండే పూర్ణకు సాహసాలు ఇష్టం. అందుకే అందరు అమ్మాయిల్లాగా కాకుండా వేసవిలో పర్వతారోహణ శిక్షణలో చేరింది. కొండలెక్కడం అంటే పూర్ణకు వుండే ఇష్టం భోనగిరిలోని ఆమె శిక్షకులను కూడా ఆకర్షించింది. వాళ్ళు ఆమెకు మంచి ప్రోత్సాహమిచ్చారు. తన వూరి దగ్గర వున్న చిన్న కొండలెక్కడంతో 2013లో మొదలైన ఆమె ప్రయాణం, ఉత్సాహం ప్రపంచంలోని ఉన్నత పర్వత శిఖరాలు ఎక్కే దిశగా సాగింది. ఇక వెనుతిరిగింది లేదు. మూస ఆలోచనలు, సంప్రదాయాలు బద్దలుకొట్టి బడుగు వర్గాల ఆడపిల్లలు కూడా ఉన్నత శిఖరాగ్రాలు చేరగలరు అని నిరూపించింది. 2014 మే 24వ తేదీన మలావత్ పూర్ణ వెన్నెముక జలదరించే లేదా ఒళ్ళు పులకరించే రికార్డు సాధించింది. 13 సంత్సరాల 11 నెలల వయసుకే ఎవరెస్ట్ పర్వత శిఖరాన్ని అధిరోహించింది. ప్రపంచంలో ఎవరెస్ట్ ఎక్కిన అతి చిన్న బాలికగా అందరి మన్ననలు పొందింది.

పూర్ణ అక్కడే ఆగిపోయిందా? లేదు. అంతవరకూ తన వయసువారు కానీ, ఎక్కువమంది కానీ తలపెట్టని లక్ష్యాన్ని తలపెట్టింది. అదే ఆమె ప్రత్యేకత! ప్రపంచంలోని అయిదు ఉన్నత పర్వత శిఖరాలను అధిరోహించిన గిరిజన బాలిక ఆమె. ఆమె ఎక్కదలుచుకున్న శిఖరాలు మరి రెండు ఉండగా, అంటార్కిటికాలోని విన్సన్ మాసిఫ్ (Vinson Massif)ను 26 డిసెంబర్ 2019న అధిరోహించింది. ఇక అధిరోహించవలసినది ఒక్కటే- ఉత్తర అమెరికా లోని మౌంట్ డెనాలి (Mount Denali). అప్పుడిక పూర్ణ ప్రపంచంలోనే ప్రథమంగా సప్త శిఖరారోహణ సాధించిన గిరిజన చిన్నారిగా రికార్డ్ సాధిస్తుంది.

ఇప్పుడు పూర్ణ under graaduate exchange programలో భాగంగా అమెరికాలోని మిన్నసోటా యూనివర్సిటీలో చదువుతున్నది. ఆ అమ్మాయికి అభినందనలు.

ఆంధ్రప్రదేశ్ రాష్ట్రం, విశాఖపట్నం నగరంలో శ్రీ ప్రకాశ్ విద్యానికేతన్
ఆధ్వర్యంలో నిర్వహించిన "పూర్ణ" ఆంగ్ల పుస్తకావిష్కరణ సందర్భంగా...

Felicitation to 'POORNA'
PRISM
Prism Books Pvt. Ltd.
Bengaluru
SRI PRAKASH
VIDYANIKETAN
day - cum - residential school
POORNA
The Galaxy of Guests Launching the Book 'Poorna, The youngest Girl in the World to scale Mount Everest'
POORNA
Big picture on POORNA by the PRAKASHITES
Ms. Malavath Poorna
Interacts with
Prakashites
Sri B.Ravindranath,
General Manager,
Prism Books Private Limited.
Dr. A.N.Ramachandra,
From child to a change maker
PRISM